தொப்புள்கொடி

D1763874

சு. தமிழ்ச்செல்வி

நியூ செஞ்சுரி புக் ஹவுஸ் (பி) லிட்.,
41-பி, சிட்கோ இண்டஸ்டிரியல் எஸ்டேட்,
அம்பத்தூர், சென்னை - 600 050.
☎: 044 - 26251968, 26258410

Language: Tamil

Thoppulkodi

Author: **S. Thamizhselvi**
N.C.B.H. First Edition: December, 2025
Copyright: Author
No. of Pages: 256
Publisher:
New Century Book House Pvt. Ltd.,
41-B, SIDCO Industrial Estate,
Ambattur, Chennai - 600 050.
Tamilnadu State, India.
Email: info@ncbh.in
Online: www.ncbhpublisher.in

ISBN: 978-81-985618-6-2
Code No. A5396
₹ 220/-

Branches

Ambattur 044 - 26359906 **Spenzer Plaza (Chennai)** 044-28490027
Tiruchirappalli 0431-2700885 **Pudukkottai** 04322-227773 **Thanjavur** 04362-231371
Tirunelveli 0462-4210990, 2323990 **Madurai** 0452-4374106 **Dindigul** 0451-2432172
Coimbatore 0422-2380554 **Erode** 0424-2256667 **Salem** 0427-2450817 **Hosur** 04344-245726
Krishnagiri 04343-234387 **Udhagamandalam** 0423-2441743 **Vellore** 0416-2234495
Villupuram 04146-227800 **Puducherry** 0413-2280101 **Nagercoil** 04652-234990

தொப்புள்கொடி
ஆசிரியர்: **சு. தமிழ்ச்செல்வி**
என்.சி.பி.எச். முதல் பதிப்பு: டிசம்பர், 2025

அச்சிட்டோர்: **பாவை பிரிண்டர்ஸ் (பி) லிட்.,**
16 (142), ஜானி ஜான் கான் சாலை, இராயப்பேட்டை, சென்னை - 14
☎: 044-28482441

All rights reserved. No part of this book may be reprinted or reproduced or utilised in any form or by any electronic, mechanical, or other means, now known or hereafter invented, including photocopying and recording, or in any information storage or retrieval system, without permission in writing from the publishers.

பதிப்புரை

மனித ஜீவிதத்தில் தாய்க்கும் பிள்ளைக்குமான ரத்தபந்தமே தொப்புள்கொடி. எவ்வளவுதான் கோபதாபமோ பிரச்சினையோ இருந்தாலும் விட்டுப் போகாத உறவு என்பது தாய்க்கும் பிள்ளைக்குமான அறுக்கமுடியாத உறவு. அப்படியான உறவின் மகத்துவத்தை 'தொப்புள்கொடி' எனும் நாவலின் வழியாக எழுத்தாளர் சு.தமிழ்ச்செல்வி அழுத்தமாக முன்வைக்கிறார். சிறு வயதில் தந்தையையும் தன்னையும் விட்டுவிட்டு வேறொரு ஆணுடன் சென்றுவிடுகிறாள் தாய். அந்தப் பெண்ணின் பிஞ்சு மனசு தாய்ப்பாசத்திற்கு ஏங்கித் தவிக்கிறது. அந்தத் தந்தையின் மனது பாடாய்ப் படுகிறது. தாயுமானவனாக அந்தத் தகப்பன் அந்தப் பெண் பின்னையை வளர்த்து ஆளாக்குகிறார். வளர்ந்த அந்தப் பெண்பிள்ளை தன் முனைப்பால் பெரும் செல்வாக்கு நிலைக்கு உயர்கிறாள்.

கார், பங்களா என்று எல்லா வளத்தையும் நலத்தையும் எய்துவிட்ட அந்தப் பெண்ணுக்கு தாய்ப்பாச ஏக்கம் தலையெடுக்கிறது. அடுத்த கணமே எல்லாவற்றையும் தூக்கியெறிந்துவிட்டு தன்னந்தனியாக வேறொரு ஆளாக மாறி தனது தாயைத் தேடிப் பயணப்படுகிறாள். சிறு வயதில் தன்னைத் தவிக்கவிட்டுச் சென்ற அந்தத் தாய் மீது எந்தக் கோபமுமில்லாமல் பாசத்துக்கான தேடலாகத் தொடர்கிறது அவள் பயணம்.

தொப்புள் கொடியின் அறுக்க முடியாத பந்தத்தின் அர்த்தத்தை விலாவாரியாகவும் விரிவாகவும் பேசும் இந்நாவல் வாசகர்களுக்கு தாய்ப்பாசம் குறித்த நல்ல புரிதலைத் தருமென்பதில் ஐயமில்லை.

பதிப்பகத்தார்

1

கல்நார் கூரை வேய்ந்த அந்த உயரமான கட்டடத்தின் உள்ளே தனியாளாய் வேலைசெய்து கொண்டிருந்தாள் மலர்க்கொடி. தடுப்புச்சுவர்களற்ற விஸ்தாரமான அந்த கட்டடம் இரைச்சலால் நிரம்பி வழிந்துகொண்டிருந்தது. பொம்மைகளை முக்கி எடுக்கத் தேவையான ரசாயனக் குழம்பு பால் மில்லில் ஓடிக்கொண்டிருந்தது. தனித்தனி மாவுப் பொருட்களையும் திரவங்களையும் கலந்து தயாரிக்கப்படும் அக்குழம்பு எட்டு மணிநேரம் பால்மில்லில் ஓடினால்தான் பொம்மைகளை முக்கியெடுக்கப் பதமான குழம்பாகக் கிடைக்கும்.

மலர்க்கொடி வருவதற்கு முன்பாகவே இரவுக்காவல் காக்கும் முனுசாமி அந்த இயந்திரத்தை ஓடவிட்டிருந்தார். தனிமையில் இருந்த மலர்க்கொடிக்கு அவ்விரைச்சல் பேரிரைச்சலாய்க் கேட்டுக் கொண்டிருந்தது. கட்டடத்தின் ஒவ்வொரு பகுதியிலிருந்தும் அது எதிரொலித்துக்கொண்டிருந்தது.

இன்று முழுவதும் பேச்சுத் துணைக்குக்கூட ஆளில்லாமல் தான் மட்டுமேதான் வேலை செய்யப்போகிறோம் என்ற நினைப்பு அவளுக்கு சற்று மலைப்பை ஏற்படுத்தியது. அவளோடு வேலைபார்க்கும் மற்ற பெண்கள் யாரும் இன்று வரமாட்டார்கள். வாரத்தில் ஒரு நாள்தான் ஓய்வு என்று ஞாயிற்றுக்கிழமையை வீட்டிலிருந்து அனுபவிப்பவர்கள்.

வீட்டு வேலையும் செய்துவிட்டு கம்பெனி வேலைக்கும் ஓடிவரும் பெண்களுக்குத்தான் ஒருநாள் ஓய்வு தேவைப்படுகிறது என்றால் இந்த ஆண்கள் என்ன செய்கிறார்கள்? வேலைக்கு வந்தால் கூலி கிடைக்கும் எனத் தெரிந்தும் எப்படி இந்த ஆண்களால் வெட்டியாய் வீண்பொழுது கழிக்கமுடிகிறது? கல்யாணம் ஆகாத விடலைகள்தான் கோவில் என்றும் சினிமா என்றும் பொழுதைப் போக்குகிறார்கள் என்றால் பெண்டாட்டி பிள்ளைகள் என்று குடும்பத்தோடு இருக்கும் ஆண்களுக்குமா பொறுப்பில்லாமல் போகும். எப்படி இவர்களால் ஒரு நாள் வேலையை, கூலியை வேண்டாமென்று விட்டுவிட முடிகிறது என்று நினைத்தாள்.

மலர்க்கொடியின் முன் பலகையொன்றில் பசு பொம்மைகள் வரிசையாக அடுக்கி வைக்கப்பட்டிருந்தன. வயிறு நிறைய புல்லை மேய்ந்திருந்தது பசு. பால் சுரந்த மடி கனத்து முட்டிக்கால் வரை இறங்கியிருந்தது. பசியோடு கிடந்த கன்று, முதுகை சற்று வளைத்தபடி பாலை முட்டிக் குடித்துக் கொண்டிருந்தது. வாஞ்சையோடு பசு அதன் பின்பகுதியை நக்கிக் கொடுத்துக் கொண்டிருந்தது.

பசுவும் கன்றும் தனித்தனியே இரண்டு மோல்டுகளில் ஊற்றியெடுக்கப்படுபவை. இரண்டையும் வாகாய் ஒட்டி ஒன்றுபோல ஆக்கியிருந்தாள் மலர்க்கொடியுடன் வேலைபார்க்கும் ருக்குமணி.

இன்று மலர்க்கொடி பாவை விளக்கு பொம்மைகளை ஊற்றலாம் என்றுதான் நினைத்திருந்தாள். நேற்று அதற்கான மோல்டுகளை பகுதி பகுதியாய் பிரித்து வெயிலில் காயப்போட்டு வீட்டிற்குப் போவதற்குமுன் அவற்றை வாகாய் சேர்த்து பெல்ட் போட்டு தயாராய் வைத்துவிட்டுப் போயிருந்தாள்.

இன்று வந்து பார்த்தால் பொம்மை ஊற்றுவதற்கான களிமண் கூழ் போதுமானதாக இல்லை. நேற்று ஊற்றிவிட்டு வைத்த மீதிக் கூழ்தான் தொட்டியின் அடியில் கிடந்தது. அதைக் கொண்டு ஐம்பது பொம்மைகள்கூட ஊற்றியெடுக்க முடியாது.

பெரிய தொட்டியில் களிமண் கூழுக்கான மண் ஊறிக் கொண்டிருந்தது. அவற்றை அடித்துக் கலக்கி பதத்துக்குக் கொண்டுவர வேண்டும். இதுபோன்ற வேலைகளை பெரும்பாலும் ஆண்கள்தான் செய்வார்கள். ஊறவைத்த மண்ணை குழைப்பது பெரிதில்லை என்றாலும் குழைத்த பிறகு அந்தக் கூழுடன் சேர்க்கப்படும் ரசாயனங்கள் சிலவற்றை அளவோடு கலக்க வேண்டும். இந்தக் கம்பெனியைப் பொறுத்தவரை அந்த வேலைகளையெல்லாம் முதலாளியே கவனித்துக் கொள்கிறார்.

பொம்மை ஊற்றும் எண்ணத்தை விட்டுவிட்டு வேறு வேலை செய்யலாமென்று நினைத்தவள், முதல் நாள் ருக்குமணி ஊற்றி எடுத்துவைத்திருந்த பொம்மைகளை எடுத்து வைத்துக்கொண்டு உட்கார்ந்துவிட்டாள். பசுகன்று பொம்மைகள் இரண்டு பலகைகளில் வரிசையாய் வைக்கப்பட்டிருந்தன. மொத்தம் நூறு பொம்மைகள். இது தவிர, சாந்தி ஊற்றி எடுத்துவைத்த முயல் பொம்மைகள் இருநூறு இருந்தன. இவற்றையெல்லாம் பிசிறு செதுக்கி தண்ணீர் தொட்டுத் துடைத்து வைக்கத்தான் நேரம் சரியாய் இருக்குமென்று நினைத்தாள்.

பசுகன்று பொம்மை மூடிவைத்திருந்ததால் அதிகம் காயாமல் இருந்தது. பிசிறு செதுக்க ஏதுவாய் இருந்தது. சிறியதொரு கத்தியை

பேனா பிடிப்பதுபோல மூன்று விரல்களுக்குள் அடக்கிப் பிடித்துக் கொண்டு பிசுறுகளை சுரண்டி எடுப்பது சிரமமான வேலை. காய்ந்த பொம்மைகளை சுரண்ட ஆரம்பித்தால் பத்து பொம்மைகளை சுரண்டுவதற்குள் விரல்களின் நகக்கண் தெறிக்க ஆரம்பித்துவிடும். பிசுறுகளை அழுத்திச் சுரண்டினால் சமயங்களில் பொம்மைகள் பொடக் பொடக்கென உடைந்து போய்விடும். பொம்மைக்கும் அதிக சேதமில்லாமல் வேலையையும் விரைவாகச் செய்ய இங்கு வேலைசெய்யும் எல்லாப் பெண்களுமே நன்கு கற்றிருந்தார்கள். சற்று ஈரப்பதமுள்ள பொம்மைகளாய் இருந்தால் பிசுறுகளை விரல் நோகாமல் செதுக்கலாம். ஆனால் கத்தியின் நுனி லேசாக பொம்மையில் பட்டாலே போதும் பொம்மை பிளந்துகொள்ளும்.

மலர்க்கொடி ஒவ்வொரு பொம்மையாக எடுத்து கவனமாக பிசிறு செதுக்கி வைத்துக்கொண்டிருந்தாள். இரண்டு மோல்டுகளின் பகுதிகள் அதிகம் என்பதால் அவை இணையும் பகுதியில் ஏற்படும் பிசிறுகளும் அதிகமாய் இருந்தது. இரண்டே பகுதிகளைக்கொண்ட மோல்டுகளில் ஊற்றியெடுக்கப்படும் பொம்மைகளில் ஒரு சுற்றில் மட்டுமே பிசிறு இருக்கும். அப்படிப்பட்ட பொம்மைகளை சுலபத்தில் சுத்தம் செய்துவிடலாம்.

மலர்க்கொடியின் கண்கள் அவ்வப்போது வாசலை நோட்டம் விட்டுக்கொண்டிருந்தன. வாட்ச்மேன் வந்தால் தேவலாம் என்று நினைத்தாள். கம்பெனியின் முதலாளி வருவதற்குள் வாட்ச்மேனை விட்டு நான்கு இட்லி வாங்கிவரச் சொல்ல நினைத்தாள். பெரும்பாலும் காலை சாப்பாடு அவளுக்குக் கிடையாது. ஓரோர் நாள் கொஞ்சம் பழையதோ, கஞ்சியோ வீட்டில் இருப்பதைக் குடித்துவிட்டு வருவாள். காலைநேரப் பசியைப்பற்றி இவ்வளவு நாளும் அவள் யோசித்ததுகூட இல்லை. இன்று ஏனோ கொஞ்சம் அதிகமாகவே பசிப்பதுபோல உணர்ந்தாள். வாசலை எட்டி எட்டிப் பார்த்து என்ன பிரயோசனம். வாட்ச்மேன் முனுசாமி எங்கு போய்த் தொலைந்தாரோ.

இந்த பால்மில் மட்டும் ஓடாமல் இருந்தால் வெளியே தூரமாய் நடக்கும் காலடி ஓசையைக்கொண்டே எத்தனைபேர் வருகிறார்கள் போகிறார்கள் என்பதை கணித்து விடுவாள். இந்த பாழாய்ப்போன பால்மில்லை போட்டுத் தொலைத்துவிட்டால் வெளியே வேட்டு வைத்து பிளந்தாலும் என்ன நடக்கிறது என்று தெரியாது.

கையில் எடுத்து பிசிறு சுரண்டிக்கொண்டிருந்த பொம்மையில் கன்றுக்குட்டியின் ஒருகால் மட்டும் புல்தரையில் சரியாய்ப் பதியாமல் சற்று தூக்கிக்கொண்டு நின்றது. சுரண்டி போட்டிருந்த மண்ணை எடுத்து தண்ணீர்விட்டு குழைத்து பதியாமல் நின்ற அந்தக் காலை

ஒட்டிக்கொண்டிருந்தாள் மலர்க்கொடி. அவசர அவசரமாய் செய்யும்போது இப்படி ஏதாவது தவறிப்போவது உண்டு. சற்று காய்ந்துபோய்விட்ட பொம்மை என்பதால் ஒட்டுவதும் சிறிது சிரமமாகவே இருந்தது. மலரின் கவனம் முழுவதும் பொம்மையின் மீதே இருந்தது. கட்டடத்திற்குள் மாயவன் நுழைந்ததையோ, முருகன் பொம்மைகளை அடுக்கி பலகையை எடுத்து வைத்துக்கொண்டு கண், காது, மூக்கு என வண்ணம் தீட்டத் தொடங்கியதையோ அவள் கவனிக்கவில்லை. பொம்மையின் காலை சரிசெய்த பிறகு நிமிர்ந்து பார்த்தவளுக்கு தனக்கு அடுத்தாற்போல் மாயவன், காய்ந்த பொம்மைகளை எடுத்து பலகையில் அடுக்கி வைத்துக்கொண்டிருந்தது ஆச்சரியத்தை ஏற்படுத்தியது.

மாயவன் ஒரு மோல்டர். பொம்மைகளுக்கு மோல்டு எடுத்துக் கொடுப்பது அவனது வேலை. நான்கைந்து கம்பெனிகளுக்குத் தேவையான மோல்டுகளை அவன்தான் எடுத்துக் கொடுக்கிறான். மோல்டு எடுத்து தேவையான வண்ணங்களைக் கரைத்து ஸ்பிரேயரால் பொம்மையில் தேவையான பகுதிகளுக்கு மட்டும் அடிப்பது அவ்வளவு சுலபமான வேலையில்லை. எல்லோராலும் அந்த வேலையைச் செய்துவிட முடியாது. மாயவனுமே கூட மோல்டிங் வேலை இல்லாதபோதுதான் வண்ணமடிக்கும் வேலையைச் செய்வான். ஒருமணி நேரம் அடித்தால் முப்பது ரூபாய் கூலி. என்றபோதும் வண்ணமடிக்கும் வேலை செய்ய ஆட்கள் குறைவாகவே இருந்தார்கள்.

'இவன் எப்ப வந்தான்? இவ்வள அக்கறையா ஒக்காந்து வேல செய்யிறானே. நல்ல நாள்லயே நாலுமணி நேரம் குனிஞ்சி வேல செய்ய வளையாதவனாச்சே. வேலக்கி வாறன்னு கைய காட்டிட்டு விருத்தாச்சலத்த எட்டு ரவுண்டடிச்சி வாறவனாச்சே. இன்னக்கி என்ன இவ்வள பதவிசாய் ஒக்காந்து வேல செய்யிறான். அதுவுமில்லாம ஞாயித்துக்கெழமயில என எண்ணமிட்டவளாய் மறுபடியும் அவனைப் பார்த்தாள். இவளைப் பார்த்து மெலிதாய் புன்னகைத்தவன் எதுவும் பேசாமல் வேலையைச் செய்து கொண்டிருந்தான்.

"என்ன இன்னக்கி ஞாயித்துக்கெழம கம்பெனிக்குள்ள காத்தடிக்குது. புதுப்படம் ஒண்ணும் ஓடலயா?" என்றாள் மலர்க்கொடி.

மறுபடியும் புன்னகைத்தான் மாயவன்.

'மொதலாளிய பாக்க வந்தியா?'

'இல்ல பாப்பா வேலக்கித்தான் வந்தன்.'

"என்ன வேல செய்யப்போற ஏற்கெனவே பால்மில் ஓடுற சத்தம் மண்டயப் பொளக்குது. இதுல நீ வேற கம்பரசர போட்டு ஸ்பிரே

பண்ண ஆரம்பிச்சிட்டா என்னால உள்ள ஒக்காந்துருக்க முடியாது. இன்னக்கிப் போயிட்டு நாளக்கி வந்து செய்யி.''

``ஒன்ன மாதிரி நானும் பினிஷிங் பண்ணி வாட்டர் போடுறனே''

``நீ பெருந்தோது காரனாச்சே. இந்த வேலயெல்லாம் செய்ய ஒடம்பு வளையுமா ஒனக்கு?''

``ஸ்பிரேயர புடிச்சிப் பாத்தாத்தான தெரியும் ஒனக்கு அதோட கஷ்ட நஷ்டமெல்லாம்'' என்றவாறே முதல்நாள் யாரோ ஊற்றி வைத்திருந்த யானை பொம்மைகள் அடுக்கியிருந்த பலகையை எடுத்துக் கொண்டுவந்து மலர்க்கொடியின் எதிரில் உட்கார்ந்தான் மாயவன்.

``வாட்சுமேன பாத்தியா நான் வந்ததுலேருந்து ஆளயே காணும்.''

'வெளில வேப்பமரத்தடியில நின்னாரே.'

'நெசமாவா சொல்ற?'

``ஆமாம் பாப்பா இப்ப அவரப் பாத்து பேசிட்டுத்தான உள்ள வந்தன்.''

``எத்துன தடவ சொல்றது, பாப்பா பாப்பான்னு சொல்லுறத்த வுடுன்னு''

'வேற எப்புடி பாப்பா கூப்புடுறது!'

``யாம் பேரு மலர்க்கொடி. பேரச்சொல்லி கூப்புடு. இல்லன்னா மலருன்னு கூப்புடு.

``அப்புடியெல்லாம் சொல்ல முடியாது என்னால'' ``நீ ஏதோ சொல்லித் தொல''

``இந்த சத்தம் புடிக்காம வேப்பமரத்தடியில போயி நின்னுக்கிட்டாரா கவணயாரு. அவரு வருவாரு வருவாருன்னு நான் வாசலயே எட்டி எட்டிப் பாத்துக்கிட்டுருக்குறன்.''

'எதுக்காக இப்ப கவணயார தேடுற?'

``நாலு இட்லி வாங்கியாறச் சொல்லுவமுன்னு நெனச்சன்'' 'சாப்பிடலயா!'

'இல்ல' உதட்டைப் பிதுக்கினாள்.

``நீ கடையிலயெல்லாம் வாங்கிச் சாப்பிட மாட்டியே'' ``என்ன பண்றது ரொம்பப் பசிக்குது.''

‘நான் போயி வாங்கியாறவா?’

“வேல செய்யப் போறங்குற. வெளில எப்புடி போவ!”

“சைக்கிள் வச்சிருக்குறன். அஞ்சி நிமிஷத்துல போயி வாங்கிக்கிட்டு வந்தர்றன்.”

‘எந்தக் கடயில வாங்குவ?’

‘நம்ம மூக்காயி கடயிலதான் வாங்குவன்’

‘அதான பாத்தன்’

‘ஒனக்கு மூக்காயி கட இட்லி புடிக்காதா?’

“எனக்கென்ன இருக்கு. எனக்கு எல்லா கடயும் ஒண்ணுதான்.”

“மூக்காயி பாவம் தெரியுமா? இந்தக் கடய நம்பித்தான் அதோட ரெண்டு பொண்ணுங்களயும் படிக்க வைக்கிது.”

“................”

“நம்மல்லாம் போகலன்னா அது கட எப்புடி ஓடும்?” “அதுவும் சரிதான்.”

“ஒரு தீப்பெட்டி வாங்குனாக்கூட நான் மூக்காயி கடயிலதான் வாங்குவன். நம்மால ஒரு குடும்பம் வாழுதுன்னா அத நெனச்சி நம்ம சந்தோஷப்படணும் பாப்பா.”

“அது சரிதான். ஆனா கொஞ்சம் பாத்து கவனமா நடந்துக்க. மூக்காயிக்கு புருசன் நெனப்பு வந்து ஒனக்குத் தர்ற சாப்பாட்டுல எதயாவது கலந்துடப் போவுது.”

“மூக்காயி வெஷம் வச்சி, தாம் புருசனையே கொன்னுருக்குமுன்னு நீ நெனக்கிறியா?”

‘அப்படித்தான் எல்லாரும் பேசிக்கிர்றாங்க.’

“எல்லாரும் பேசிக்கிர்றது இருக்கட்டும். நீ சொல்லு. அதயெல்லாம் நீ நம்புறியா?”

“உண்ம, பொய்யின்னு எதயும் உறுதியா சொல்ல முடியாது. கண்ணால கண்டமா நம்ம?”

“மூக்காயி பாவம். ரொம்ப சாதுவான பொண்ணு. அதாலயெல்லாம் அப்புடி செஞ்சிருக்க முடியாது தெரியுமா?”

“செய்திருந்தா மட்டும் என்ன பெரிய தப்புங்குற. அந்தாளு என்ன பாடு படுத்துனானோ அனுபவிச்சவங்களுக்குத் தான தெரியும்.

நாக்குமேல பல்லப்போட்டு நம்ம விருப்பத்துக்கு எதையும் பேசிடக் கூடாதுதான்" என்றவள் தன் முந்தானையைப் பிரித்து அதில் முடிந்து வைத்திருந்த கசங்கிய பத்து ரூபாய்த் தாளை எடுத்துக் கொடுத்தாள்.

"இந்தா சீக்கிரமா பொயிட்டு வந்திடு."

"எத்துன இட்லி!"

"நாலு போதும்."

"மீதி ஆறு ரூபாய நான் எடுத்துக்கலாமா?"

அவனை அண்ணாந்து பார்த்தாள் மலர்க்கொடி. "சாங்காலம் தந்தர்றன்."

"சிகரெட்டு வாங்கவா?"

"இல்ல... இட்லி வாங்கத்தான். நானும் சாப்பிடல. எனக்கும் பசிக்கிற மாதிரி இருக்கு அதான்."

"ம்...... வாங்கியா என்றவள்", கையில காசில்லாமதான் ஞாயித்துக்கெழமயிலயும் வேலக்கி வந்தியாக்கும்" என்றாள் நொடித்தபடி.

அவள் சொல்வதை கண்டுகொள்ளாதவன் போல வெளியே போய் சைக்கிளைத் தள்ளிக்கொண்டு போனான்.

போன வேகத்தில் உடனே திரும்பியும் வந்துவிட்டான் மாயவன்.

நல்லவேளை முதலாளி இன்னும் வரவில்லை. மாயவனின் கையில் பத்து இட்லியும் ஒரே பொட்டலமாக இருந்தது.

"இது என்ன இப்புடி ஒண்ணா வாங்கியாந்துருக்குற?"

தனித்தனியா கட்ட நேரம் ஆவுமேன்னுதான் ஒண்ணாவே கட்டச் சொல்லிட்டன். மொதலாளி வர்ற நேரம். வேலயில கைய வச்சிக்கிட்டு இருக்கணுமான்ன?" என்றான் சமாதானமாக.

"அதுக்காக... இப்புடி வாங்கியாந்தா எப்புடி சாப்புடுறதாம்?"

"ஒனக்கு ஒதுக்கி வச்சிட்டு நான் சாப்பிடுறன். பெறகு நீ சாப்பிடு"

"அதுசரி. நீ சாப்புட்ட எலயில நான் சாப்புடுவனாக்கும்?"

"அப்பன்னா நீயே மொதல்ல சாப்பிடு. என்னோட இட்டிலிய ஒதுக்கி வச்சிடு."

"நான் சாப்பிட்ட எலயில நீ மட்டும் சாப்புடலாமா!" "வேற என்ன செய்ய முடியும்?"

“வேற ஒண்ணும் செய்ய முடியாது. வாங்கும்போதே யோசிச்சிப் பாத்துருக்கணும். இது என்ன வீடா தட்டுமுட்டு சாமான் எதையாவது எடுத்துப்போட்டுத் திங்க?”

“தப்புதான் பாப்பா. நான்தான் யோசிக்காம வாங்கியாந்துட்டன்” நீனே ஏதாவது ஒரு வழியச் சொல்லு.”

“எல்லாத்தயும் நீயே சாப்பிட்டுடு. பத்து இட்லிதான. எட்டணா அகலத்துலதான் இருக்கும் ஒவ்வொண்ணும். வயித்துல எடமில்லாமயா பொயிடப்போவுது?”

“நீ பட்டினியா கெடப்பியா?”

“எப்பவும் கெடக்குறதுதான. இன்னக்கி மட்டும் புதுசாவா கெடக்கப் போறன்.”

“பசிக்குதுன்னு சொன்னியே”

“அப்ப சொன்னன். இப்ப பசிக்கல.”

“ஓம் பணத்த வாங்கி இட்டிலி வாங்கியாந்து ஒன்ன காயப்போட்டுட்டு நான் மட்டு சாப்புட்டுவன்னு நெனச்சியா”

மலர்க்கொடி ஒன்றும் பேசாமல் தன் வேலையைச்செய்து கொண்டிருந்தாள்.

அவனும் தன் வேலையை தன் போக்கில் செய்து கொண்டிருந்தான். இருவரையும் பார்த்தபடி நடுவே பொட்டலம் அப்படியே இருந்தது.

முதலாளி வரும் நேரம் என்பதால் வாட்ச்மேன் முனுசாமி உள்ளே வந்து பால்மில்லை நோட்டம் விட்டுக் கொண்டிருந்தார்.

முதலாளியின் வீட்டிற்கு விருந்தினர் வந்திருக்க வேண்டும்.

மீனும் கறியும் வாங்கிக்கொண்டு போகும் வழியில் வந்து எட்டிப் பார்த்துவிட்டுப் போவதுபோல வந்தார். பகல் நேரத்திற்கு வாட்ச்மேனுக்கு வேலையில்லை என்பதால் முதலாளியிடம் சொல்லிவிட்டுக் கிளம்பினார் கவணைக்காரர்.

மலர்க்கொடி மாயவன் இருவரும் இன்று செய்யவிருக்கும் வேலையைப் பற்றி விசாரித்தவர், மதியச் சாப்பாட்டிற்குப் பிறகு வருவதாய்க் கூறிவிட்டுப் போனார்.

பால்மில் ஓடிக்கொண்டே இருந்தது. இட்லி பொட்டலமும் பிரிக்கப்படாமல் அப்படியே இருந்தது.

*

2

ஆளாசோல ஆத்துமுருங்க....
யாரு பொறந்தா?
தம்பி பொறந்தான்
ஏன் பொறந்தான்?
கத்திரிக்கொல்லய வெட்டப் பொறந்தான் காவிரித் தண்ணில நீயப் பொறந்தான்.

ஆளா சோல ஆத்துமுருங்க...
யாரு பொறந்தா?
தம்பி பொறந்தான்
எப்பப் பொறந்தான்?

அறுவசம்பா குறுவசம்பா
குத்திவடிச்சா பங்குனி மாசம்
தாய்க்கும் போட்டா தானும் தின்னா...
மீந்தசோறு வீணாகாம
கொழுந்தனார கூப்புட்டுப் போட்டா...
மோதரக்கையி மொளமொளங்க...

கண்ணாடி வளையல் கலகலங்க...
பத்தாம் மாசம் யாரு பொறந்தா
தம்பி பொறந்தான்
தம்பி பேரு?
முருகவேலு

அவ்வளவுதான். வட்டத்திற்குள் நின்றுகொண்டிருந்த அத்தனை பிள்ளைகளும் சிதறி ஓடினார்கள். முருகவேல் அவர்கள் ஒவ்வொருவரையும் பிடித்துக்கொண்டு வந்து வட்டத்திற்குள் சேர்க்கவேண்டும். ஒவ்வொரு பக்கமாய் வீச்சு வீச்சென்று ஓடிப் பார்த்தான். யாரும் அகப்படவில்லை. அவனால் எல்லோரையும் துரத்திப் பிடித்துவிட முடியுமென்றும் தோன்றவில்லை. அவனைப் பார்த்து பரிதாபப்பட்ட சிறுமி ஒருத்தி,

“எல்லோரும் வாங்க. நெழலா நெசமா கேக்கச் சொல்லுவம்” என்றாள்.

முருகவேல் வட்டத்திற்குள் வந்து நின்றுகொண்டான். எல்லாப் பிள்ளைகளும் வட்டத்திற்கு வெளியே சற்று பாதுகாப்பாய் வந்து நின்றுகொண்டார்கள்.

“நெழலா? நெசமா?” என்றான் முருகவேல்.

“நெழல்... நெழல்” என்றபடியே கலைந்தோடினார்கள். முருகவேல் விரட்டத் துவங்கினான். இப்போது அவன் மற்றவர்களின் நிழலை தொட்டாலே போதும். அவர்கள் பிடிபட்டவர்கள் ஆகிவிடுவார்கள். அவர்கள் வட்டத்திற்குள் வந்து உட்கார்ந்து விடவேண்டும். தன்னுடைய நிழலை முருகவேல் தொட்டுவிடக் கூடாதென்று பிள்ளைகள் கவனமாய் ஓடிக்கொண்டிருந்தார்கள். தெருவிளக்கின் வெளிச்சத்தில் நிற்கும்போது நீண்ட நிழல் எங்கே விழும். குட்டையான நிழல் எங்கே விழும் என்பதெல்லாம் அவர்களுக்கு நன்றாகத் தெரிந்திருந்தது. குட்டை நிழலை பாதுகாப்பது எளிது. நீண்ட நிழலென்றால் சுலபத்தில் பிடிபட வேண்டியிருக்கும்.

அப்படியும் முருகவேல் சிறுவன் ஒருவனின் நிழலைத் தொட்டுவிட்டான். “மோகன்ராசு அவுட்டு” பிள்ளைகள் ஆரவாரம் செய்தார்கள். அவன் வட்டத்திற்குள் வந்து உட்கார்ந்துகொண்டான்.

“பிடிபட்ட பயலுக்கு பிஞ்சசெருப்பு... ஓடுற எனக்கு ஒரு மூட்ட வெள்ளி....” குதியாளமிட்டபடி ஓடிக்கொண்டிருந்தார்கள். அவர்களின் விளையாட்டுச் சத்தம் அந்தத் தெரு முழுவதுமே எதிரொலித்துக் கொண்டு இருப்பது போலிருந்தது.

அந்தப் பிள்ளைகளை யாரும் அதட்டிக் கண்டித்து வீட்டுக்குச் கூப்பிடவில்லை. மாறாக, இன்னும் கொஞ்சநேரம் விளையாடட்டும் என்பதுபோல இருந்தார்கள். வேலைக்குப் போய்விட்டு அப்போதுதான் திரும்பி வந்திருந்த பெண்கள் சிலர், பிள்ளைகள் தூங்கிவிடுவதற்குள்ளாக சோறாக்கி அவர்களைச் சாப்பிட வைத்துவிட வேண்டும் என்ற எண்ணத்தோடு பரபரத்துக்கொண்டிருந்தார்கள்.

மலர்க்கொடிக்கு வீட்டில் சோறு குழம்பு ஆக்கும் வேலை எதுவும் இல்லை. கம்பெனியிலிருந்து வந்தவள் அலுப்புத்தீர குளித்தாள். மங்களம் ஆக்கிவைத்திருந்த சோறும் கருவாட்டுக் குழம்பும் சுவையாக இருந்தது. முதல்சோறு மறுசோறு என வயிறு நிரம்ப சாப்பிட்டுவிட்டு தெருப்பிள்ளைகள் விளையாடுவதை வேடிக்கை பார்த்தபடி வாசலில் வந்து உட்கார்ந்துவிட்டாள்.

மங்களம் மட்டும் இல்லாவிட்டால் இந்நேரம் மலர்க்கொடியும் மற்ற பெண்களைப் போலத்தான் அம்மியைத் தட்டிக்கொண்டும் அடுப்பை புகையவிட்டுக் கொண்டும் இருக்கவேண்டும். மங்களம் இல்லாவிட்டால் அவள் இங்கே எப்படித்தான் வந்திருக்க முடியும். மங்களத்தோடு வந்து சேர்ந்து மூன்று வருடங்களுக்குமேல் ஆகிவிட்டது. இந்தக் கிழவியின் துணை நமக்குக் கிடைக்காமல் போயிருந்தால் இந்நேரம் எப்படி இருப்போமோ, எங்கே இருப்போமோ என்று நினைத்துப் பார்த்தாள் மலர்க்கொடி. விதியையோ, கடவுளையோ குறைபட்டுக்கொள்ள வழியே இல்லை என்று தோன்றியது அவளுக்கு. ஒரு வழி தூர்ந்துபோய்விட்டால் இன்னொரு வழி தென்படும் என்பது மலர்க்கொடியின் விஷயத்தில் உண்மையாகிவிட்டது.

குடிசைக்குள் எட்டிப் பார்த்தாள் மலர்க்கொடி. காய்கறி வியாபாரத்தில் கிடைத்த சில்லறைகளை சிம்னி விளக்கின் வெளிச்சத்தில் கொட்டி, கால்நீட்டிப் போட்டபடி கவனமாய் உட்கார்ந்து எண்ணிக்கொண்டிருந்தாள் மங்களம். நேற்றுதான் அவளைப் பார்த்ததுபோல இருக்கிறது. அதற்குள் மூன்றாண்டுகள் ஓடி மறைந்துவிட்டன. இந்தக் குடிசைக்கு அவள் வந்துசேர்ந்த அந்த நாள் அவளின் மனக் கண்முன் விரிந்தது.

மலர்க்கொடிக்கு சிதம்பரம் பக்கமுள்ள புளியங்குடிதான் சொந்த ஊர். ஓரளவு வசதியான குடும்பம். அவளின் அப்பா தனபாலுக்கு முதல் தாரமாய் வாழ்க்கைப்பட்டவள் குப்பநத்தம் குப்புசாமி படையாச்சியின் மகள் சீதாலெட்சுமி. ஒரு பிரசவம்கூட அவளுக்கு சுகமாய் அமையவில்லை. ஒவ்வொரு பிரசவத்தின்போதும் குழந்தையை பறிகொடுப்பதுடன் சீதாலெட்சுமியின் உடம்பும் கேடுபாடாய் போய்க்கொண்டிருந்தது. அவளது உயிரைக் காப்பாற்ற ஒவ்வொரு முறையும் தனக்கிருந்த சொத்துகளை கொஞ்சம் கொஞ்சமாக விற்றுக்கொண்டிருந்தான் தனபால். அப்படியும் ஆறாவது பிரசவத்தின் போது அவளும் இறந்துபோய்விட்டாள். புளியங்குடியாருக்கு தன் பெண்டாட்டியை சாகக் கொடுக்கும்போது வயது நாற்பதைக் கடந்துபோயிருந்தது.

பெண்டாட்டி செத்தபின் கைப்பொங்கலாய் தானே பொங்கித் தின்றுகொண்டு தனியாளாய் இருந்தார். அக்கம்பக்கத்தினருக்கு அவரது நிலை பரிதாபத்தை ஏற்படுத்தியிருந்தது. எத்தனை நாட்களுக்குத்தான் அவர் தனியாய்க் கிடந்து சிரமப்படுவார். வயதான காலத்தில் கீழே விழுந்துவிட்டால் அவரை எடுக்கவும் தூக்கவும் யார் இருக்கிறார்கள் என்று அவர்மீது அக்கறை கொண்டார்கள்.

பக்கத்து ஊரில் தாய்தகப்பனை பறிகொடுத்துவிட்டு பங்காளிகள் வீட்டில் வளர்ந்துவந்த பெண் கற்பகத்தை இவருக்கு கட்டிவைத்து விடலாம் என்று முடிவுசெய்தார்கள் கற்பகத்துக்கு அப்போது வயது பதினேழோ பதினெட்டோதான் - இருக்கும். இருந்தபோதும் ஆதரவில்லாத இருவரும் ஒருவருக்கொருவர் அனுசரணையாக இருப்பார்கள் என்று நினைத்தார்கள்.

வயது குறைந்தவள் என்றாலும் ஆரம்பத்தில் புளியங்குடியாரை நன்றாகவே கவனித்துக்கொண்டாள் கற்பகம். அடுத்தவர் பார்த்து குறையொன்றும் சொல்லிவிடமுடியாத வகையில் நன்றாகவே குடும்பத்தை நடத்திக்கொண்டிருந்தாள். அவளுக்கும் பேறுகாலம் வந்தது.

தன் முதல் பெண்டாட்டிக்கு ஆனதுபோல எதுவும் ஆகிவிடுமோ என்ற பயம் புளியங்குடியாரின் மனதில் இருந்துகொண்டேதான் இருந்தது. ஆனால் அவர் பயந்தது போல எதுவும் ஆகவில்லை. குழந்தை நல்லபடியாக பிறந்து விழுந்தது ‘பொட்டப்புள்ளன்னாலும் உசுரோட பெத்துக்குடுத்துட்டாளே’ என்று நிம்மதியடைந்திருந்தார் புளியங்குடியார்.

பிரசவத்திற்குப் பிறகு இன்னும் அழகு கூடினாள் கற்பகம். பிள்ளைக்கு பால் கிடைக்க வேண்டுமே என்பதற்காக கண்ட இடமெல்லாம் கருவாடும் மீனும் கறியும் காய்கறியும் கீரையுமாக வாங்கிவந்து போட்டார் புளியங்குடியார். ஊட்டமான உணவால் அவளது உடலின் வனப்பும் மினுமினுப்பும் கூடியது. குழந்தைக்கு ஒண்ணேகால் வயதாகும்போது புளியங்குடியார் கொஞ்சமும் எதிர்பார்க்காத விதமாக அது நடந்தது. எங்கிருந்தோ வந்து, ஊரில் தங்கி ஈயம்பூசிக் கொடுத்துக்கொண்டிருந்தவனுடன் ஒருநாள் ஓடிப்போய்விட்டாள் கற்பகம். ஈயம் பூசுபவன் ஏற்கெனவே கல்யாணம் ஆகி பெண்டாட்டி பிள்ளைகளுடன் வாழ்பவன். அவனிடம் என்ன இருக்கிறது என்று நினைத்து இவள் ஓடினாள். ஊரில் எல்லோரும் ஆற்றாமையோடு பேசிக்கொண்டார்கள். புளியங்குடியார் ராசி இல்லாதவர். அவருக்கு பொண்டாட்டியும் தங்கமாட்டாள், புள்ளையும் தங்காது. இனிமேல் அவருக்கு இன்னொரு கல்யாணம் செய்துவைக்க யாரும் நினைக்கக்கூடாது என்று அக்கம்பக்கத்து சனங்கள் பேசிக்கொண்டார்கள்.

பெண்டாட்டி ஓடிப்போன அவமானம் ஒருபுறம். தாயில்லா சிறுகுழந்தையை வளர்க்கவேண்டிய பொறுப்பு இன்னொருபுறம் என புளியங்குடியாரை வருத்தின. வேலைவெட்டி எதுவும் செய்யமுடிய வில்லை அவரால். தன்னிடம் எஞ்சியிருந்த சொத்திலிருந்து கிடைப்பதை

வைத்துக்கொண்டு பிள்ளையை வளர்த்து வந்தார். அப்படியும் போதாதபோது சிறுகச் சிறுக ஒவ்வொன்றாக விற்று காலத்தை ஓட்டிக் கொண்டிருந்தார்.

மலர்க்கொடிக்கு பதினோரு வயது ஆனது. அவள் தன் கிழ அப்பாவை வீட்டில் உட்காரவைத்துவிட்டு தான் மட்டும் களைவெட்டவும், கரும்பு கத்தை கட்டவும் என்று உள்ளூரில் விவசாய கூலிவேலை செய்து வந்தாள். அதைக் கொண்டு இருவரும் சாப்பிட்டு வந்தார்கள். அவர்கள் இருக்கும் பழைய ஓட்டுவீட்டின் ஒரு பகுதி மட்டுமே இப்போது அவர்களுக்குச் சொந்தமான சொத்தாக இருந்தது. புளியங்குடியாரின் வீடு அவரது தாத்தா காலத்தில் உள்முத்தம் வைத்துக்கட்டிய பெரியவீடு. வீட்டையும் நான்கு கூறாக்கி ஒவ்வொரு பகுதியாக விற்றுவிட்டார். எஞ்சியிருக்கும் பகுதியிலும் கூரை சரியில்லை. ஓடுகள் சரிந்து ஓட்டையும் உடைசலுமாக மழைக்கு ஒழுகிக்காண்டிருந்தது.

கிழவர் படுக்கையில் விழுந்தார். அக்கம்பக்கம் கடன்வாங்கி தன்னால் முடிந்த மட்டும் கவனித்துப் பார்த்தாள் மலர்க்கொடி. கிழவருக்கு நினைவு பிசகத் தொடங்கியது. அந்த நிலையிலும் மகளின் கைகளைப் பிடித்துக்கொண்டு 'ஒன்ன இப்புடி உட்டுட்டுப் போறனே' என்று கண்ணீர் வடித்தார் கிழவர்.

புளியங்குடியாரின் சாவுச் செய்தி குப்பநத்தத்திற்குப் போனது. அவரது முதல் பெண்டாட்டி சீதாலெட்சுமியின் தம்பிகள் மூன்றுபேரும் வந்திருந்தார்கள். சாவதற்கு முன்புவரை புளியங்குடியார் வருடத்திற்கு ஒருமுறை போய் வந்துகொண்டு இருந்தது இவர்களின் வீட்டிற்கு மட்டும்தான் என்பதால் மலர்க்கொடிக்கும் அவர்களை விட்டால் சொந்தமென்று சொல்லிக்கொள்ள வேறு யாருமில்லை.

ஊர்க்காரர்கள் எல்லாரும் மலர்க்கொடியை உங்களோடு அழைத்துப் போய்விடுங்கள் என்று சீதாலெட்சுமியின் தம்பிகளிடம் கூறினர்.

பதினாறாம் நாள் காரியம் முடியும்வரை இருக்கட்டும், காரியம் முடிந்து இட்டுச் செல்கிறோம் என்று அப்போதைக்கு சொல்லிச் சென்றார்கள் அவர்கள். ஆனால் அவர்களில் ஒருவரும் பதினாறாம் நாள் காரியத்திற்குக்கூட வந்துசேரவில்லை. அவர்கள் அவ்வாறு செய்வார்கள் என்று மலர்க்கொடி கொஞ்சமும் எதிர்பார்க்கவில்லை. அவளுக்கு அது பெரும் அதிர்ச்சியாக இருந்தது. குப்பநத்தத்து மாமன்களும் அவர்களது குடும்பத்தினரும் அவ்வளவு மோசமானவர்கள் கிடையாது. புளியங்குடியாரோடு அவளும் குப்பநத்தத்திற்கு பலமுறை போயிருக்கிறாள். வாரம் பத்துநாள் அங்கே தங்கியிருந்துவிட்டுத்தான் வருவார்கள். ஒருவர் வீட்டில் இல்லாவிட்டாலும் இன்னொருவர்

வீட்டில் என்று மூவரது வீட்டிலும் வேளை தவறாமல் அவர்களை கூப்பிட்டு சோறு போட்டுவிடுவார்கள். ஊருக்குள் விற்றுக்கொண்டு வரும் துணிமூட்டைக்காரனிடம் இருவருக்கும் துணிமணிகளை எடுத்துக் கொடுப்பார்கள். ஊருக்குத் திரும்பும்போது ஐந்தோ பத்தோ மூன்றுபேருமே இருப்பதை கையில் கொடுத்து அரிசி, பச்சைப்பயிறு, உளுந்து, மள்ளாட்டை என்று கொல்லையில் விளைந்தவற்றையும் மூட்டைகட்டி கொடுத்தனுப்புவார்கள். புளியங்குடியாரின் மீது அவர்களுக்கு மதிப்பு இருந்தது போலத்தான் அவள் இவ்வளவு நாட்களும் நினைத்துக் கொண்டிருந்தாள். ஆனால் இன்று அவரின் கருமகாரியத்திற்கே கூட வராமல் இருந்துவிட்டார்களே என்று நினைத்து வருத்தப்பட்டாள் மலர்க்கொடி.

அக்கம்பக்கத்தினர் தம் கையில் கிடைத்ததைக் கொண்டு எப்படியோ காரியத்தை முடித்துவைத்தார்கள். அதோடு மட்டுமல்ல, மலர்க்கொடியைக் கொண்டுவந்து குப்பநத்தத்தில் விட்டுவிட்டும் போனார்கள்.

வீட்டு வாசலில் வந்து நின்ற மலர்க்கொடியைப் பார்த்து சீதாலெட்சுமியின் தம்பி பெண்டாட்டிகளுக்கு அடிவயிறு கலங்கியது. சொல்லாமல் கொள்ளாமல் கொண்டுவந்து விட்டுவிட்டுப் போன புளியங்குடி ஆளை வாய்க்கு வந்தபடி ஏசிக்கொண்டிருந்தார்கள். மலர்க்கொடி எதுவும் பேசவில்லை. 'எப்படியாது இருக்க எடம் கொடுத்தாப்போதும். மூணு மாமனுங்க வூட்டுலயும் வேல செஞ்சி குடுத்துக்கிட்டு இங்கயே கெடந்துடலாம்' என்று நினைத்தாள். அவளுக்கு இதையடுத்து பிழைக்க வேறு ஏதாவது வழி இருக்கிறதா என்று யோசிக்கக்கூடத் தெரியவில்லை.

"நம்மோட சொந்த நாத்தனா வயத்துல பொறந்ததா இருந்தாலும்கூட வச்சிருந்து கரயேத்தலாம். இது ஏதோ ஒரு ஓடுகாலி பொட்டச்சிக்கு பொறந்ததுதான? இத எதுக்காக நம்ம வூட்டவச்சி பாரமா சொமக்கணும்" என்றாள் ஒருத்தி.

"அதோட மட்டுமில்ல. எனக்கு ரெண்டு கங்கருத்த ஆம்புளப் புள்ளிவொ இருக்காணுவொ. நாளக்கே இந்தக்குட்டி ஆத்தாகாரி மாதிரி புத்தியெடுத்து எம் புள்ளிவொபேர கெட்டபேராக்கிட்டா நான் என்னா செய்வன்?" என்றாள் இன்னொருத்தி.

"ஆளு இருக்குற இருப்பப் பாத்தீங்களா மூக்கும் முழியுமா, மொகமெல்லாம் பருவள்ளிக்கொட்டி மினுக்கு மினுக்குன்னு இருக்குது. சீக்கிரமே ஒக்காந்துரும் போலுருக்கு. நம்ம பெத்தது

போட்டதுவொளுக்கே நல்லது கெட்டது செய்ய முடியாம திண்டாடுறம். இதுல இந்தக் குட்டி வேற வந்த எடத்துல ஒக்காந்துட்டா யாரு முடிச்ச அவுக்குறது? காலாகாலத்துல வூட்டவுட்டு அனுப்பிவைக்கிற வழியப் பாருங்க'' என்றாள் மூன்றாமவள்.

இவர்கள் பேசுவது எல்லாம் மலர்க்கொடிக்கு தெரியாமல் போகவில்லை. ஆனால் என்னதான் செய்யமுடியும் அவளால்?

ஈயம் பூசுபவனுடன் ஓடிவிட்ட தன் அம்மாவின் முகம் எப்படி இருக்குமென்றுகூட அவளுக்குத் தெரியாது. எங்காவது தன் அம்மாவைப் பார்க்க முடிந்தால் எவ்வளவு நன்றாக இருக்குமென்று நினைத்தாள். அவளைத்தேடி இவள் எங்கே போவாள். அவள் எங்கிருக்கிறாளோ என்ன செய்துகொண்டிருக்கிறாளோ. சிறு வயதில் அவளுடைய அம்மாவைப்பற்றி அக்கம்பக்கத்தினர் நிறையச் சொல்வார்கள். அப்போதெல்லாம் அவளுடைய அம்மாமீது அவளுக்கு கோபம்கோபமாக வரும். ஆனால் இப்போது நினைத்துப் பார்த்தால் முகம் தெரியாத தன் அம்மாவின் மீது எள்ளளவு கோபமும் ஏற்படவில்லை. மாறாக, அவள் இருக்குமிடம் தெரிந்துவிட்டால் போதும் அவள் என்னமாதிரியான நிலைமையில் இருந்தாலும் அதையெல்லாம் அனுசரித்துக்கொண்டு அவளோடு ஒட்டிக் கொள்ளலாம் என்றே தோன்றுகிறது. இங்கு மாமன் பெண்டாட்டிகள் பேசுவது, வேண்டாத பாரமென நினைத்து இவள்மீது வெறுப்பைக் கொட்டுவது எல்லாம் அவளுக்கு மிகுந்த வேதனையை ஏற்படுத்தியிருந்தது. எப்போது நம்மை, என்ன சொல்லி விரட்டியடிப்பார்களோ என்று ஒவ்வொரு நாளும் பயந்து பயந்து செத்துக்கொண்டிருந்தாள்.

மலர்க்கொடி பயந்ததுபோலவேதான் கடைசியில் நடந்தது. வந்து இன்னும் முழுதாய் ஒரு மாதம்கூட ஆகவில்லை. அவளை இதற்குமேல் குப்பநத்தத்தில் தங்கவிடக்கூடாது என்று முடிவு செய்துவிட்டார்கள் மாமன்பெண்டாட்டிகள் மூவரும்.

வழிச்செலவுக்கென்று கொஞ்சம் பணத்தைக் கொடுத்து ''புளியங்குடிக்கே பொயிடு. அதுதான் ஒனக்கு பழக்கப்பட்ட ஊரு. கொல்லகுடிய வாங்குனவங்க, குடியிருந்த வூட்ட எழுதி வாங்கிக் கிட்டவங்க ஒண்டிக்கிட ஒனக்கு ரவ எடங்குடுக்க மாட்டாங்களா? காலால வுட்ட வேலய கையால வாங்கிச் செய்துகிட்டு அங்கயே கெடந்துடு. அதான் நல்லது. ஒனக்கு ஏதாவுது நல்லதுகெட்டதுன்னா நாங்க வுட்டுருவமா? நாங்க இருக்குறம் பாத்துக்கிர்றம். நீ அங்கயே போயி இரு என்று ஏதோதோ சொல்லி வலுக்கட்டாயமாக கிளப்பி விட்டுவிட்டார்கள்.

மலர்க்கொடிக்கு மறுபடியும் புளியங்குடிக்கு திரும்பிப் போகப் பிடிக்கவில்லை. வேறு எங்கே போவது? எங்காவது போய்த்தான் ஆகவேண்டும். கெஞ்சிக்கூத்தாடினால் கூட இனிமேல் இங்கே இருக்கமுடியாது. அம்மாவைத் தேடிப்போகலாமா என்று தோன்றியது. எங்கே கண்டு அவளைத் தேடுவது. ஈயம் பூசுபவர்களைத் தேடி நம்மால் ஊர் ஊராய் அலைய முடியுமா? அப்படியே அலைந்தாலும் அம்மாவை கண்டுபிடிக்க முடியுமா? அவளுக்கு நம்மை அடையாளம் தெரியுமா? நம்மை ஏற்றுக்கொள்வாளா? அம்மா ஏற்றுக்கொண்டாலும் அம்மாவுடன் இருப்பவர்கள் ஏற்றுக்கொள்வார்களா? அம்மாவுக்கு வேறு பிள்ளைகள் பிறந்திருப்பார்களா? அப்படிப் பிறந்திருந்தால் அவர்களையெல்லாம் அம்மா தன் கூட வைத்திருந்தேதான் வளர்த்திருப்பாள். அவர்களெல்லாம் கொடுத்துவைத்தவர்கள். நமக்குத்தான் அம்மா முகம் எப்படி இருக்குமென்றுகூட தெரியாமல் போய்விட்டது. மலர்க்கொடியிடமிருந்து அழுகை பீறிட்டது. கண்ணீரைத் துடைத்துக்கொண்டு வழியைப் பார்த்து நடந்தாள்.

குப்பநத்தத்திலிருந்து விருத்தாசலம் வர நாவக்கட்டை பாதை வழியாக நடந்துகொண்டிருந்தாள் மலர்க்கொடி. இந்தப் பாதையில் வழிப்பறி அதிகமாய் நடக்கும் என்பதால் யாரும் இந்தப் பாதையை பயன்படுத்த மாட்டார்கள். தார் ரோட்டுப் பாதையில் நடந்தாலும் பயம்தான். அந்தப் பாதையின் ஒத்தக்கல்லு எல்லைவரை கூரைப்பேட்டை ஐயனார் துணைக்கு வருவார் என்று சனங்கள் நம்பினார்கள். அதனால் கடலூர் முக்கிய சாலையில் இறங்கி சனங்கள் நடந்துவருவார்கள். ஒத்தக்கல்லு எல்லை வரை யாரும் எவருக்கும் இடையூறு நினைப்பதில்லை.

மலர்க்கொடிக்கு இதுபோன்ற செய்திகளெல்லாம் கொஞ்சமும் தெரியாது. இரண்டு பக்கமும் அடர்ந்த காடு. நடுவில் தாழ்வான மண்சாலை. மழைகொட்ட ஆரம்பித்தால் சாலையில் ஆறுபோல தண்ணீர் ஓடும் என்பது அது அமைந்திருந்த விதத்தைப் பார்த்தாலே தெரிந்தது. அவளுக்கு மனதில் சிறியதொரு பயமும் ஏற்படவில்லை. எண்ணம் முழுக்க எங்கே போவது? எங்கே போவது? என்ற கேள்வியாலேயே நிறைந்திருந்தது. கற்பனை செய்து பார்க்கக்கூட தன் வேற்றூரோ, வழியோ தெரியவில்லை. அவளுக்கு முன்னால் நீண்டுகொண்டு போகும் அந்த நாவக்கட்டை சாலை மட்டும்தான் அவளுக்கு இப்போது தெரியும் இலக்கு. இந்த சாலை முடியும்வரை நடக்கலாம் என்பது மட்டுமே அவளுக்கு இப்போது தெரிந்திருந்தது.

மனிதர்களில் தனக்கு சொந்தமென்று சொல்லிக்கொள்ள யாரும் இல்லாதபோது தெய்வங்களாவது நமக்கு சொந்தமாக இருக்கக்கூடாதா

என்று கற்பனையில் ஏங்கியது அவள் மனது. புத்தடி மாரியம்மன் எனக்குப் பெரியம்மா. காளியம்மன் எனக்கு அத்தை, வீரனாரு அண்ணன், முனி மாமன், மாடன் சித்தப்பா. இப்புடி ஒவ்வொரு சாமியும் ஒவ்வொரு சொந்தமா இருந்தா எவ்வளவு நல்லாருக்கும். அவங்ககூட விடியவிடிய ஊரச்சுத்திவந்து காவல் காக்கலாம். நல்லவங்களுக்கு ஒதவலாம். பொல்லாதவங்கள பயங்காட்டி வெரட்டலாம்.

அதுசரி, இப்புடி எல்லா சாமிங்களும் நமக்கு சொந்தக்காரங்களா இருந்தா நாம யார கல்யாணம் பண்ணிக்கிர்றது? என்ற எண்ணமும் மனதில் எழுந்தது. அதேநேரம் கையில் பெரிய கத்தியுடன் பெரிய மீசை வைத்துக்கொண்டு முட்டை போன்ற கண்களால் உருட்டி உருட்டிப் பார்ப்பதுபோல ரோட்டோரம் உட்கார்ந்திருந்த கூரைப்பேட்டை ஐயனாரின் உருவம் சட்டென்று அவளின் மனக்கண்ணில் தோன்றி மறைந்தது. நல்ல ஆளுதான். கட்டிக்கிட்டா நல்லாதான் இருக்கும். பெரிய மீசைய பொழுதுக்கும் முறுக்கிவிட்டுக்கிட்டே ஒக்காந்திருக்கலாம். நினைத்த மாத்திரத்தில் சிரிப்பு வந்தது அவளுக்கு. வாய்விட்டு 'களுக்' கென்று சிரித்தாள். அவளின் முதுகுக்குப் பின்னால் கணைப்புச் சத்தம் கேட்டது. திடுக்கிட்டுத் திரும்பிப் பார்த்தாள். யாரும் இல்லை.

"இப்ப கணச்சது யாரு? நல்லா சத்தம் கேட்டுச்சே. அழுத்தம் திருத்தமான கொரல். கூரப்பேட்ட ஐயனாரு கொரல் மாதிரியே இருந்துச்சே. கூரப்பேட்ட ஐயனாரு தானா? எனக்கு நீ தொணயா வாறியா? வா.... வா... நான் ஒன்னப்பத்தி தப்பா எதுவும் நெனக்கல. மோசமான பொண்ணுங்குற மாதிரியெல்லாம் நீ என்ன நெனச்சிடாத. நான் பாவம். ஏற்கெனவே எனக்கு அம்மா அப்பா யாரும் கெடையாது. நீ வேற என்னப்பாத்து ஏதாவது ஒண்ணுகெடக்க ஒண்ணு நெனச்சிக்கிட்டு எம்மேல கோவப்பட்டுறாத" என்று முணுமுணுத்தவாறே நடந்தாள். அவளுக்கும் முன்னே பத்து தப்படி தூரத்தில் சாலையை இருபுறமும் தொட்டு அடைத்தபடி குறுக்கே தடிமனான பெரிய கழி ஒன்று கிடப்பதுபோலத் தெரிந்தது. கிட்டேவந்து பார்த்தபிறகுதான் அது என்னவென்று நன்றாகத் தெரிந்தது. பாம்பு. வழியை மறைத்துக்கொண்டு இப்படிக் கிடக்கிறதே என்று பின்னுக்கு நகர்ந்து கவனமாய் நின்றுகொண்டாள். இதைத் தாண்டி எப்படிப் போவது என்று நினைத்தவள் சிறிய கல்லொன்றை எடுத்து வீசினாள். பாம்பின் பக்கத்தில் போய் விழுந்தது கல். அடுத்த வினாடியே சடசடவென துடித்து ஓடிய பாம்பு காட்டுக்குள் நுழைந்துகொண்டது.

'இது உண்மையாகவே காட்டுப்பாம்பா? இல்ல நீயா? இவ அடிக்கிறவளான்னு என்ன ஆராஞ்சிபாக்க பாம்பு மாதிரி வந்து

பாதையில படுத்துக்கிட்டியா?' கூரைப்பேட்டை ஐயனாரிடம் பேசியபடியே நடந்தாள்.

நாவக்கட்டை சாலை முடிவுக்கு வந்திருந்தது. அது விருத்தாசலத்தில் ஒரு தார்ச்சாலையில் போய் முட்டி நின்றது. தார்ச்சாலையில் வாகனங்கள் போய்க்கொண்டிருந்தன. அவளுக்கு அதற்குமேல் எங்கே போவதென்று தெரியவில்லை. ஒரு பக்கம் மட்டுமே ரோடு போய்க்கொண்டிருந்தால் அதன் வழியிலேயே போய்விடலாம். ஆனால் இந்த ரோடு இரண்டு பக்கமும் நீண்டிருந்தது. எந்தப்பக்கம் போகலாம் என்று யோசிக்க வேண்டியதாக இருந்தது. திரும்பிய பக்கம் தெளிவற்ற சிந்தனையோடு நடக்க ஆரம்பித்தாள் அவள். இந்த ரோடும் எவ்வளவுதூரம் போகுமோ? எங்கே போய் முடியுமோ? முடியுமிடத்தில் பார்த்துக்கொள்ளலாம் என்று நடந்தாள். எந்தப் பாதையை தவறவிட்டாலும் பெரிதாய் நஷ்டமொன்றும் ஏற்பட்டுவிடப் போவதில்லை. பிறகு எதற்காக இதில் போவோமா, அதில் போவோமா என்று தேவையில்லாமல் யோசித்துக்கொண்டிருக்க வேண்டும் என்ற முடிவுக்கு வந்திருந்தாள்; தூரத்தில் ரயில் ஓடும் சத்தம் கேட்டது. மலர்க்கொடி இவ்வளவு நாட்களும் ரயில் வண்டியை கிட்டத்தில் பார்த்ததில்லை. அது எப்படி இருக்குமென்று கிட்டேபோய் பார்க்க வேண்டுமென்ற ஆசை வெகுநாட்களாகவே அவளுக்கு இருந்துகொண்டுதான் இருந்தது. ஆனால் பார்க்கும் சந்தர்ப்பம் மட்டும் வாய்க்கவே இல்லை. குப்பநத்தத்தில் கூட ரயில் வண்டியின் சத்தம் கேட்கும். நெய்வேலிக்குச் செல்லும் தண்டவாளம் குப்பநத்தம் காட்டு வழியாகத்தான் செல்கிறது. வீட்டிலிருந்து பார்த்தால் தெரியாது. சத்தம் மட்டுமே கேட்கும். ரயிலை பார்த்துவிட வேண்டுமென்று கிளம்பினால் மாமன் பெண்டாட்டிகள் ஏசுவார்கள் என்ற பயத்தில் பேசாமல் இருந்துவிடுவாள். இப்போதுதான் அவளை அதட்டவோ, கேள்வி கேட்கவோ யாருமில்லையே. ரயிலை எவ்வளவு நேரம் வேண்டுமானாலும் பார்க்கலாம். விடியவிடியக் கூட உட்கார்ந்து பார்த்துக்கொண்டிருக்கலாம். யார் அவளை தடுக்கப் போகிறார்கள்?

மலர்க்கொடி ரயில் ஓடும் சத்தம் கேட்ட திசையை நோக்கி நடக்கத் துவங்கினாள். தண்டவாளத்தைத் தொட்டபோது அவளுக்கு அதைப்பார்க்க புதுமையாக இருந்தது. அவளுடன் ஊரில் விளையாடிய பிள்ளைகள் எப்போதோ சொன்னது இப்போது நினைவுக்கு வந்தது. தண்டவாளத்தில் காதை வைத்துக் கேட்டாள். எங்கோ வெகு தொலைவுக்கு ஓடிவிட்ட ரயிலின் சத்தம் துல்லியமாய்க் கேட்டது.

எங்கே செல்வதென்று இலக்கற்று நின்ற அவளுக்கு 'நான் வழிகாட்டிக் கூட்டிச் செல்கிறேன். என்னுடன் வா' என்று

தண்டவாளம் அழைப்பதுபோல இருந்தது. தண்டவாளத்திற்கு இரு திசை இருந்ததால் எந்தத் திசையில் போவதென்று ஒரு கணம் குழப்பமுற வேண்டியிருந்தது. ஆழ்ந்து யோசிப்பது போன்றதொரு பாவனை ஏற்பட்டபோதும் எந்த முடிவுக்கும் வராமல் வடக்கு நோக்கி நடந்தாள்.

தண்டவாளத்துக்குள் கிடந்த கரிக்கட்டிகளையும் ஆங்காங்கே கிடந்த சிறுசிறு இரும்புப் பட்டைகளையும் பொறுக்கியபடி நடந்தாள். அதிக தூரம் நடந்ததாய் அவளுக்குத் தோன்றவில்லை. அதற்குள் ரயில் நிலையம் வந்திருந்தது. சனங்கள் போய்க்கொண்டும் வந்துகொண்டும் இருந்தார்கள். ஓரிரண்டு கடைகள், உட்காரும் சிமெண்ட் கட்டைகள் இடையிடையே வேப்ப மரங்கள் எல்லாம் இருந்தன. பார்ப்பதற்கு அந்த இடம் நன்றாக இருந்தது. திருகுக் குழாயில் தண்ணீர் வந்து கொண்டிருந்தது. ஓடிப்போய் குழாயைத் திருகி வயிறுமுட்ட தண்ணீரைக் குடித்தாள். யாரும் உட்காராத சிமெண்ட் கட்டையொன்றில் போய் உட்கார்ந்து கொண்டாள்.

வடக்கேயிருந்து பெரும் சத்தத்துடன் வேகமாக வந்த ரயில்வண்டி அவளின்முன்னே தண்டவாளத்தில் நின்றது. ரயில் வண்டியின் பிரம்மாண்ட நீளமும் அது ஏற்படுத்திய அதிர்வும் அவள் விழிகளை விரிய வைத்தது. இரண்டு நிமிடம்தான் இருக்கும். மறுபடியும் கூவியபடி புறப்பட்டுப் போனது. அடுத்தடுத்த வண்டிகள் வருவதையும் போவதையும் வியப்போடும் ஒருவித லயிப்போடும் பார்த்துக் கொண்டிருந்தாள் மலர்க்கொடி. உலகத்தில் உள்ள எல்லா மனிதர்களுக்குமே ஏதோ ஒன்று மிகமிகப் பிரம்மாண்டமானதாய்த் தெரிவதும் அதனோடு ஒப்பிடும்போது தன்னை ஒரு சிறு துரும்பாய் நினைத்து விலகிநின்று வேறுபடுத்திப் பார்த்து வியப்பதும் உண்டுதான். மலர்க்கொடிக்கு ரயில்வண்டிகள் அவ்விதமான ஒரு வியப்பையும் லயிப்பையும் ஏற்படுத்தி இருந்தன. அவள், தான் எங்கிருக்கிறோம், எதற்காக இங்கு உட்கார்ந்திருக்கிறோம், இரவானால் எங்கே போவது என்ற சிந்தனைகள் எதுவும் இல்லாதவளாய் வேடிக்கை பார்த்துக்கொண்டு உட்கார்ந்திருந்தாள்.

அடுத்தவேளை உணவில்லை. பாதுகாப்பாய் சுருண்டுகொள்ள ஓர் இடமில்லை. தேம்பினால் தட்டிக்கொடுத்து ஆறுதல் வார்த்தை சொல்ல யாருமில்லை. இருந்தபோதும் அவ்வேளையில் பூவின் இதழில் படர்ந்திருக்கும் சிறு பனித்துளியின் பாரம்கூட இல்லாததுபோல இருந்தது அவளின் மனது. இந்தநிலை தற்காலிகமானதுதான். ஒரு வினாடியிலோ, ஒரு நிமிடத்திலோ அல்லது ஒருமணி நேரத்திலோ

மாறிவிடக்கூடியதுதான் என்றபோதும் ஏக்கமில்லாமல், எதிர்பார்ப்பு இல்லாமல், கலக்கமில்லாமல் மிகத்தெளிவாக இருந்தது அது.

மலர்க்கொடி உட்கார்ந்திருந்த இடத்திற்கும் சற்று தூரத்தில் உட்கார்ந்து வெள்ளரிப்பிஞ்சு விற்றுக் கொண்டிருந்தாள் கிழவி மங்களம். நீண்டநேரமாக உட்கார்ந்து கிடந்ததால் இடுப்புக்குள் வலி ஏற்பட்டிருந்தது அவளுக்கு. நேரத்தோடு வீட்டிற்குப் போனாலும் உடம்பைக் கிடத்தி சற்று இடுப்பை ஆற்றலாம் என்று நினைத்தாள். கூடைக்குள் இன்னும் கொஞ்சம் பிஞ்சுகள் கிடந்தன. விற்காமல் அவற்றை திரும்பவும் எடுத்துக்கொண்டு போக அவளுக்கு மனம் ஒப்பவில்லை. இவற்றை எடுத்துக் கொண்டுபோய் என்ன செய்வது? நாளைக்குள் வதங்கப் போய்விடும். இவைகளையும் எப்படியாவது விற்றுவிட்டுப் போய்விட்டால் பரவாயில்லை என்று நினைத்தாள்.

இனிமேல் இங்கு வருவோர் போவோர் யாரும் இதனை வாங்கமாட்டார்கள். பொழுதுபோகும் நேரத்தில் மதுரைக்குப் போகும் வண்டியொன்று வடக்கேயிருந்து வரும். அதில் ஓடிக் கூவிப்பார்த்தால் இருப்பதில் பாதியாவது காசாகிவிடும். இரண்டு நிமிடம்தான் ரயில் இங்கே நிற்கும். கிழவியால் ஓடி ஓடி விற்கவும் முடிவதில்லை. உள்ளே இருப்பவர்களுக்கு கிழவியின் சிரமம் எங்கே புரியப்போகிறது. வெள்ளரிப் பிஞ்சை சட்டி பானை வாங்குவதுபோல இப்படியும் அப்படியும் திருப்பித்திருப்பிப் பார்த்துவிட்டு வாங்கலாமா வேண்டாமா என யோசித்து சில்லறையைத் தேடி எடுத்து வாங்குவதற்குள் வண்டி ஊதிக்கொண்டு கிளம்பிவிடும். சிலர் கடைசிநேரத்தில் பிஞ்சை மட்டும் வாங்கிக் கொண்டு காசு கொடுக்காமலே போய்விடுவதும் உண்டு. கிழவியால் வண்டியோடு ஓடி வாங்கவும் முடியாது.

வண்டி ஒரு அஞ்சி நிமிசம் நிக்கிறமாதிரி இருந்தாக்கூட ஊருப்பட்ட பிஞ்ச வித்துடலாம். என்ன செய்றது. வயசோட வாலிபமாவா இருக்குறம் நம்ம? என்று நினைத்துக்கொண்டாள்.

ரூபாய்க்கு நான்கு பிஞ்சுகள் வைத்துக் கொடுக்கும்போது, என்னதான் நல்ல பிஞ்சுகளாக வைத்துக் கொடுத்தாலும் வாங்குபவர்களுக்குக் கண் கூடையில் கிடக்கும் மற்ற பிஞ்சுகளின் மீதுதான் பதிந்திருக்கும். 'இது வேண்டாம் அதக் குடு. அதுவும் நல்லால்ல வேற எடு' என்று நாலு பிஞ்சுகளையும் நாற்பது முறை மாற்றுவார்கள். பொழுதுபோகும் நேரத்தில் மாற்றிக் கொடுத்துக்கொண்டிருக்க முடியாது. நான்கு நான்காய் வைத்து நாமே கட்டிவிடுவோம் என்று நினைத்தவள் கூடைக்குள் போட்டு வைத்திருந்த வாழைப்பட்டை நாரைக்கிழித்து நான்குநான்காய் வைத்துக் கட்டினாள். ஆறு கூறுகள்தான் இருந்தன.

‘ஆறயும் ஆறு பேருக்கிட்ட குடுத்துட்டா சோலி முடிஞ்சிடும். எப்புடி குடுக்குறது?’ என்று யோசித்தாள் மங்களம்.

வெகு நேரத்திற்கு முன்பிருந்தே சிமெண்ட் கட்டையில் உட்கார்ந்து கிடக்கும் மலர்க்கொடியை கிழவி கவனித்துக் கொண்டுதான் இருந்தாள். இருந்தபோதும் இப்போதுதான் அந்த யோசனை தோன்றியது அவளுக்கு.

மலர்க்கொடியை கிட்டே வரும்படி கையைக்காட்டி கூப்பிட்டாள். தன்னை வெள்ளரிக்காய் விற்கும் கிழவி அழைப்பதைப் பார்த்து என்ன ஏதென்று புரியாமல் விழித்தாள் மலர்க்கொடி. யாரென்று கேட்பாளோ? இங்கே ஏன் உட்கார்ந்து கிடக்கிறாய் என்று விசாரிப்பாளோ எனப் பயந்தாள். அவளிடம் என்ன சொல்வது என்று யோசித்தவளுக்கு ஏனோ அழுகை வருவதுபோல இருந்தது. தயங்கியபடியே கிழவியின் அருகில் வந்தாள்.

மங்களமோ, மலர்க்கொடியின் முகம் எப்படியிருக்கிறது என்பது பற்றியெல்லாம் கவனிக்கும் நிலையில் இல்லை. அவள் தன் வியாபாரத்திலேயே குறியாய் இருந்தாள்.

“ஆயி இங்க பாரும்மா. நீ சும்மாதான வேடிக்க பாத்துக்கிட்டு ஒக்காந்துருக்குற. இப்ப வடக்கேருந்து ஒரு வண்டி வந்து நிக்கிம். சன்னல் ஓரமாப் போயி வெள்ளரிப் பிஞ்சு வெள்ளரிப் பிஞ்சுன்னு சொன்னியானா வாங்கிக்குவாங்க ஒரு கட்டு ஒரு ரூவான்னு கேக்குறவங்களுக்குக் குடுத்துட்டு காசு வாங்கிவந்து தர்றியா?” கெஞ்சுவதுபோல கேட்டாள் கிழவி.

மலர்க்கொடிக்கு அப்பாடா என்றிருந்தது. நல்லவேளையாக நம்மைப்பற்றி இவள் எதுவும் விசாரிக்கவில்லை என்று நிம்மதியடைந்தாள். லேசாக இருட்ட ஆரம்பித்திருந்தது. நிலையத்தின் மின்விளக்குகள் அணைத்தும் போடப்பட்டன. வடக்கேயிருந்து வண்டிவரும் சத்தம் கேட்டது.

“வண்டி வருது குடுங்க ஆயா” என்றவாறே கிழவியிடமிருந்து மூன்று கட்டுகளை தன் கையில் வாங்கிக்கொண்டாள். இதற்கு முந்தைய ரயில்வண்டிகளில் கிழவி வெள்ளரிக்காய் விற்றதையும் ரொட்டிக்காரன் பன் விற்றதையும் சுண்டல் பொட்டலம் விற்றதையும் கவனித்துக்கொண்டுதான் இருந்தாள். அதனால் இது ஒன்றும் பெரிய வேலையாகத் தெரியவில்லை அவளுக்கு.

வண்டி வந்து நின்றதும் வெள்ளரிப் பிஞ்சுடன் சன்னலுக்கு சன்னல் ஓடினாள். நிமிட நேரத்திற்குள் மூன்று கட்டுகளை

விற்றுவிட்டு கிழவியைப் பார்த்தாள். கிழவி ஒரு கட்டை மட்டுமே விற்றிருந்தாள். அவள் கையில் இரண்டு கட்டுகள் அப்படியே இருந்தன. ஓடிவந்து அவற்றை வாங்கிய மலர்க்கொடி, வண்டி கிளம்புவதற்குள்ளாக அவற்றையும் விற்றுவிட்டு காசுடன் கிழவியிடம் வந்தாள்.

கிழவிக்கு வாயெல்லாம் பல்லாக இருந்தது.

“நல்லாருப்ப ஆயி. ஒனக்கு புண்ணியமாப் போவும்” என்றவள்,

“நீ சின்னப்புள்ள சிட்டாட்டம் ஓடி படபடன்னு வித்துட்டு வந்துட்ட. நீ இல்லயின்னா ஒரு கட்டு வித்ததோட வூட்டுக்குப் போயிருப்பன். அஞ்சி ரூவா பிஞ்சு வீணாவே போயிருக்கும். ஏதோ சமயபுரத்து மாரியம்மனாட்டம் நீ வந்து வித்துக்குடுத்துட்ட” என்றாள். சில்லறையை முந்தானையில் கவனமாய் முடிந்துகொண்டாள். நன்றாக இருட்டிப் போயிருந்தது.

மின் விளக்குகளின் வெளிச்சத்தில் மலர்க்கொடியைப் பார்த்தாள். ஐந்து கட்டுகளை விற்றுக்கொடுத்த அவளுக்கு ஒரு பிஞ்சு இருந்தால் கொடுக்கலாமே என்று தோன்றியது கிழவிக்கு. கூடையைப் பார்த்தாள். வியாபாரக் கூடையை ஒட்ட துடைக்கக் கூடாது என்பதற்காக கடைசியில் கூடையில் ஒதுக்கிப் போட்டு வைத்திருந்த பிஞ்சு ஒன்று மட்டும் கிடந்தது. அதை கையில் எடுத்துப் பார்த்தாள். பூச்சிபிடித்து சுருண்டு போயிருந்தது அது. அதை மலர்க்கொடியிடம் காட்டி “இதத் திங்க முடியாது ஆயி முழுசும் பூச்சி” என்றாள் சற்று வருத்தமான குரலில்.

“இருந்தா போவுது ஆயா. எனக்கு வேண்டாம்” என்றாள். இப்போது கிழவி தன்னைப்பற்றி விசாரித்தால் தேவலாம் என்பதுபோல இருந்தது அவளுக்கு.

கூடையை எடுத்து கக்கத்தில் வைத்துக்கொண்டு நடக்க ஆரம்பித்தாள் மங்களம்.

“நம்மைப் பற்றி ஒன்றும் விசாரிக்காமலேயே போகிறதே இந்த ஆயா” என்று நினைத்தவள், ஒருவிதமான ஏக்கத்தோடு அவளுக்குப் பின்னால் வந்து “ஆயா” என்றாள்.

“என்ன ஆயி?”

“நாளைக்கும் வருவீங்களா?”

“ம். வருவன் வருவன். எதையாவது வித்தாத்தான சோறு திங்க முடியும். ஏதோ நம்மால முடிஞ்சது. கைகால் முடியிற வரைக்கும் செய்யத்தான வேணும்.”

“நாளைக்கும் நான் வித்துத்தர்றன்.”

“நாளைக்கிம் நீ வருவியா?” என்றவள் “அதுசரி, நீ யாரு? ஒங்க வூடு எங்கருக்கு? நான் இதுக்கு முன்ன ஒன்ன இங்க பாத்ததில்லயே” என்றாள்.

இந்தக் கேள்விகள் அவள் வாயிலிருந்து எப்போது வரும் என்று காத்திருந்தவளைப்போல சட்டென உடைந்து அழ ஆரம்பித்தாள். அவளால் அழுகையை கட்டுப்படுத்த முடியவில்லை. இவ்வளவு அழுகையும் இத்தனை நேரம் அவளுக்குள் எங்கே அழுந்திக்கிடந்ததோ தெரியவில்லை.

இந்தப் பெண் எதற்காக அழுகிறது? யாரையாவது எதிர்பார்த்துக் காத்துக்கொண்டு இருந்ததா இவ்வளவு நேரமும். ரயிலில் அவர்கள் வந்து இறங்கவில்லை என்ற ஏமாற்றத்தில் அழுகிறதா? அல்லது வேறு ஏதாவது பிரச்சனையாக இருக்குமா? கிழவியால் அவளைப் பற்றி எதுவும் யூகிக்க முடியவில்லை. கொஞ்சம் அழுது ஓயட்டுமென்று காத்திருந்தவள் பிறகு மெதுவாக அவளை சமாதானப்படுத்தினாள். அழுகை ஓரளவு ஓய்ந்தபின் தேம்பலுடன் தன்னைப்பற்றி ஒன்றுவிடாமல் எல்லாவற்றையும் கூறினாள். கிழவி தனக்கு பலவிதமான ஆறுதல் வார்த்தைகளைச் சொல்லி தேற்றமாட்டாளா? நமக்கு ஒரு வழியைக் காட்டிவிட மாட்டாளா? என்ற நப்பாசையில் கிழவியின் முகத்தையே பார்த்துக்கொண்டு நின்றாள் மலர்க்கொடி.

“என்னையொத்த பாவிதான் போலருக்கு நீயும். இனிமே ஒனக்கு நான் தொண. எனக்கு நீ தொண. நட எம்பின்னால” என்றவாறே கிழவி முன்னே நடந்தாள். கிழவி சொன்னதை மலர்க்கொடியால் நம்பமுடியவில்லை. தான் உள்ளூர எதிர்பார்த்ததைத்தான் கிழவி செய்கிறாள் என்றபோதும் சட்டென்று அதை நம்பவும் ஏற்றுக்கொள்ளவும் முடியாமல் திணறிவிட்டாள்.

மெர்க்குரி விளக்கின் வெளிச்சத்தாலும், இருளாலும் நிரம்பிக் கிடந்தது கிழவி நடந்துசென்ற பாதை. கனத்த மௌனத்துடன் நடந்து செல்லும் மங்களத்தின் பின்னால் ஒரு நன்றியுள்ள நாய்க்குட்டியைப் போல நடந்து வந்தாள் மலர்க்கொடி.

அன்றைக்கும் இதே போலத்தான் பிள்ளைகள் தெருவிளக்கு வெளிச்சத்தில் விளையாடிக்கொண்டிருந்தார்கள். மங்களத்தோடு தயங்கித் தயங்கி வந்த மலர்க்கொடியைப் பார்த்துவிட்டு “இது யாராயா? வெள்ளரிப்பிஞ்சுக்கு வெலயா இந்தக்காவ வாங்கியாந்துட்டியா ஆயா” என்று கேட்டுக்கொண்டு பின்னாலேயே வந்து சூழ்ந்து கொண்டார்கள்.

"யான் ஆயி, வந்து படுக்கலயா? வேடிக்க பாத்துக்கிட்டு ஒக்காந்துட்ட" பாயை விரித்துப்போட்ட மங்களம் மலர்க்கொடியைக் கூப்பிட்டாள்.

"நீ படாயா."

"வெளக்கு இன்னும் எவ்வள நேரத்துக்கு எரியிறது?"

"இந்தா வர்றன். நானும் வந்து படுக்குறன்" என்றபடி எழுந்து உள்ளே வந்தாள் மலர்க்கொடி. வெளியே பிள்ளைகளின் ஆரவாரமான விளையாட்டுச் சத்தத்தை கேட்டுக்கொண்டேயிருந்தாள்.

✳

3

தாசல் செராமிக்கில் மயில் மோல்டுகளை உருவாக்கிக் கொண்டிருந்தான் மாயவன். இதுவரை இல்லாத விதமாக மயிலின் வடிவமைப்பு மிகவும் அழகாய் இருந்தது. தஞ்சாவூர் சென்ற டிசைனர் ரவி அங்கு அரண்மனைக் கதவிலோ, வேறு எதிலோ வேலைப்பாடாய் செய்திருந்த மயிலின் உருவத்தைப் பார்த்துவிட்டு வந்து அதே போன்றதொரு மயில் மாதிரியை உருவாக்கியிருந்தான். இந்த மாதிரியை வாங்கிக்கொள்ள இரண்டு மூன்று கம்பெனிகளுக்கிடையே போட்டியாம். கடைசியாய் ஆயிரத்து நூறு கொடுத்து தாசல் கம்பெனி முதலாளி வாங்கிவிட்டார்.

மாதிரியை வாங்கியதும் உடனே அதற்கு மோல்டு எடுத்து நான்கே நாட்களுக்குள் பொம்மைகளை உருவாக்கிப் பார்த்துவிட வேண்டும் என்ற பரபரப்பு தாசல் கம்பெனி முதலாளிக்கு ஏற்பட்டிருந்தது. மாயவனைக் கூப்பிட்டு மோல்டு எடுக்கச் சொல்லியிருந்தார்.

இந்த மயில் மாதிரிக்கு மோல்டை மூன்று பகுதிகளாக உருவாக்க வேண்டும். ஒரு பகுதி உருவாக்க ஐந்துரூபாய். மூன்று பகுதிகளுக்கும் சேர்த்து பதினைந்து ரூபாய். ஒரு மாதிரிக்கு இருபது மோல்டுகளை உருவாக்குவதுதான் வழக்கம். மாதிரியைக் கொண்டு முதன்முதலாக ஒரு தாய் மோல்டை உருவாக்குவதுதான் சற்று சிரமமான வேலை. தாய்மோல்டை எடுத்துவிட்டால் அதைக்கொண்டு மற்ற மோல்டுகளை சுலபமாய் உருவாக்கிவிடலாம். பிளாஸ்ட்டாப் பாரீசைக் கொண்டு இருபது மோல்டுகளையும் ஊற்றியெடுக்க மாயவனுக்கு அதிக நேரம் ஆகாது. ஒரே நேரத்தில் நான்கை ஊற்றி வைத்துவிட்டு அடுத்த நான்கை ஊற்றுவான். இவை ஊற்றி முடிவதற்குள் முன்பு ஊற்றியவை இறுகிக் கெட்டிப்பட்டுப் போயிருக்கும். இவற்றை பிரித்து எடுத்துவிட்டு இன்னும் நான்கை ஊற்றுவான். கைக்கு ஓய்வே இருக்காது. எச்சில் துப்பக்கூட நேரங்கொடுக்காமல் செய்யக்கூடிய வேலை. மெதுவாய் செய்யக்கூடியவர்களும் இருக்கிறார்கள். மாயவன் இயல்பிலேயே சுறுசுறுப்பாய் வேலை செய்யக்கூடியவன். இருந்தபோதும்

அவன் இன்னும் அதிகமான சுறுசுறுப்போடு செய்துகொண்டிருந்தான். அவன் வேகத்திற்கு பிளாஸ்ட் ஆப் பாரிஸ் இறுகுவதே தாமதமாய்த் தோன்றியது.

அவ்வளவு அவசரமாய் அவன் வேலை செய்ய வேண்டுமென்று எதுவும் கட்டாயமில்லை. இந்த வேலையை முடித்துவிட்டு அவன் செய்ய வேண்டிய அவசரமான வேலையென்று வேறெதுவும் அவனுக்கு இருக்கவுமில்லை. இருந்தபோதும் வேகவேகமாய்ச் செய்தான்.

இரண்டு நாட்களாய் அவன் மலர்க்கொடியைப் பார்க்கவில்லை. எத்தனையோ நாட்களாக அவன் அவளை பார்க்காமலேயே இருந்திருக்கிறான். இங்கு அடுத்தடுத்த கம்பெனிகளில் வேலை செய்யும் பலரும் தினந்தோறும் ஒருவரையொருவர் பார்த்துக்கொள்வதும் வாரம் பத்துநாளென்று பார்க்க சந்தர்ப்பம் இல்லாமலே போவதும் இயல்புதான். என்றாலும்கூட மாயவனுக்கு மலர்க்கொடியை பார்க்காமல் இருப்பது என்னவோமாதிரி இருந்தது. சதா அவளுடைய நினைப்பே அவனுக்கு வந்துகொண்டிருந்தது. அவளின்மீது வேறுவிதமான அபிப்பிராயம் கொள்ளவும் அவனுக்கு தயக்கமாக இருந்தது. என்ன இருந்தபோதும் அவளைப் பார்க்கவேண்டும்; ரெண்டு வார்த்தையாவது பேச வேண்டும் என்ற தவிப்பு மட்டும் அதிகமாகிக்கொண்டே இருந்தது. அவனுக்கு தன் உணர்வுகளை என்னவென்று வகைப்படுத்திப் பார்க்கத் தெரியவில்லை.

மாயவனுக்கு சொந்த ஊர் தொட்டிக்குப்பம். பிறக்கும்போதே தாயை இழந்துவிட்டான். அவனுடைய அப்பா கொளஞ்சிதான் வேறு கல்யாணம் எதுவும் செய்துகொள்ள நினைக்காமல் தானே மாயவனை வளர்க்கத் தலைப்பட்டான். அக்கம்பக்கத்துப் பெண்களும் தாயில்லா மாயவன்மீது பரிவுகொண்டார்கள். அவர்களில் கைக்குழந்தையுள்ள பெண்கள் அவ்வப்போது மாற்றிமாற்றி மாயவனைத் தூக்கி பால்கொடுத்து அவன் பசியைப் போக்கினார்கள். மாயவன் காலனிப் பெண்கள் பலபேரின் பாலைக் குடித்து வளர்ந்ததால் மற்ற குழந்தைகளைவிடவும் நன்றாகவே வளர்ந்தான். அவனுக்கு ஆறு வயது ஏழு வயதாகும்போது குப்பநத்தத்திலிருந்து போன அவனுடைய மாமா வீராச்சாமியும் அத்தை வனமயிலும் மாயவனை தங்களோடு அழைத்துக் கொண்டு வந்தார்கள். அவர்கள் பண்ணை வேலை செய்துகொண்டிருந்த குப்புசாமி படையாச்சியின் நடுமகன் சேதுபதி படையாச்சி வீட்டில் மாடுமேய்க்க அவனைச் சேர்த்துவிட்டார்கள். வீட்டோடு கிடந்து மாடுமேய்த்து சாணியள்ளிக் கொட்டிவிட்டு சோறு

வாங்கித் தின்றுகொண்டிருந்தான் மாயவன். வருடத்தில் இரண்டு மூன்றுமுறை புதுத்துணிமணியும் கிடைத்தது. அதுமட்டுமில்லாமல் வருட ஊதியமாய் ஐநூறு ரூபாயை சேதுபதி படையாச்சி கொளஞ்சியிடம் கொடுத்துக்கொண்டிருந்தார்.

மாயவன் மீசை முளைத்து பெரிய ஆளாய் ஆகும்வரை சேதுபதி படையாச்சி வீட்டிலேயேதான் இருந்தான். தன் மூத்த ஆண்டை ராசவேல் படையாச்சியின் மகள் கல்யாணத்தின்போது இந்த மலர்க்கொடியும் அவளுடைய அப்பா புளியங்குடியாரும் வந்திருந்தது மாயவனுக்கு இன்றும் அப்படியே நினைவில் இருக்கிறது. மாயவனும் அப்போது அங்குதான் இருந்தான். மலர்க்கொடிக்கு ஏழு வயதோ எட்டு வயதோதான் இருக்கும். விரும்பாத விருந்தாளியைப் போலத்தான் மூன்று வீடுகளிலும் புளியங்குடியாரையும் மலர்க்கொடியையும் நடத்தினார்கள். அது மாட்டுக்காரனாயிருந்த மாயவனுக்கு புரிந்த அளவுகூட மலர்க்கொடிக்கோ, புளியங்குடியாருக்கோ புரியவில்லை. தான் அந்த வீட்டின் மூத்த மருமகன் என்ற எண்ணம் புளியங்குடியாருக்கு இருந்தது. தன்னை எப்போதும் இக்குடும்பத்தினர் மதிப்பார்கள். மரியாதையாய் நடத்துவார்கள் என்றே நம்பிக்கொண்டிருந்தார். அவர் முகத்திற்குமுன் எல்லோரும் அப்படித்தான் பேசிக் கொண்டிருந்தார்கள். முதுகுக்குப் பின்னால் பேசுவதெல்லாம் அவருக்குத் தெரிந்தால்தானே. மலர்க்கொடி ஊருக்குப் போவோம் என்று அழைத்தாலும் வயசான காலத்தில் அடிக்கடி வரவா முடிகிறது. வந்தபோது காலில் வெந்நீரை ஊற்றிக்கொண்டு ஓடாமல் வாரம் பத்துநாள் தங்கி இருந்துவிட்டுத்தான் போவோமே என்று சொல்லுவார் அவர்.

குப்பநத்தத்தில் இருக்கும்வரை புளியங்குடியார் திண்ணையில் தான் படுத்துக்கொள்வார். திண்ண வைத்து உள்வாசல் வைத்து கட்டிய பெரிய ஓட்டுவீடு அது. அந்த ஓட்டு வீட்டை மூன்று பகுதிகளாகப் பிரித்துக்கொண்டு அண்ணன் தம்பிகள் மூன்றுபேரின் குடும்பமும் வசித்துவந்தது. மூன்று குடும்பங்களுக்கும் தலைவாசலும் தோட்டத்து வாசலும்தான் ஒன்று. மற்ற அத்தனையும் தனித்தனி. மேற்கால பக்கத்துத் திண்ணையில் புளியங்குடியார் மட்டும் படுத்திருக்க, கிழக்கால பக்கத்து திண்ணையில் குடும்பத்து ஆண்கள் எல்லாம் வரிசையாய்ப் படுத்திருந்தார்கள். தெற்குபார்த்த வீடு. உயரமான திண்ணைகள். காற்று சிலுசிலுவென்று வீசும் என்பதால் கோடைகாலம் முழுவதும் அந்த மூன்று குடும்பத்து ஆண்களுக்கும் திண்ணையில்தான் படுக்கை. மலர்க்கொடி பெண்களுடன் வீட்டிற்குள் படுத்திருந்தாள்.

இரவு உட்கொண்ட உணவு புளியங்குடியாருக்கு செரிமானம் ஆகவில்லை. நள்ளிரவு நேரத்தில் காலோடும் கையோடும் கழிந்து

வைத்துக்கொண்டு நினைவில்லாமல் கிடந்தார். கழிசல் நாற்றத்தை உணர்ந்த ஆண்கள், தூக்கமும் தாளாமல் உள்ளே போய் கிடைத்த இடங்களில் முடங்கிக் கொண்டார்கள். மலர்க்கொடியை எழுப்பி விஷயத்தைச் சொன்ன பெண்கள், அவளை வெளியே அனுப்பி அந்த இடத்தையும் கிழவரையும் நன்றாகச் சுத்தம் செய்துவிட்டு பிறகுதான் நீ உள்ளே வரவேண்டும் என்றார்கள். அதோடு அல்லாமல் நாற்றம் தாங்கமுடியவில்லை என்று சொல்லி நடைக் கதவை இழுத்து சாத்திவிட்டார்கள்.

நாற்றமடித்துக் கிடந்த புளியங்குடியாரை தூக்கவும் பிடிக்கவும் சிறுமியான மலர்க்கொடியால் முடியவில்லை. அவளைப் பார்க்க மாயவனுக்கு பாவமாக இருந்தது. அவனும் அப்போது அங்குதான் படுத்திருந்தான். இரண்டுபக்க திண்ணைகளுக்கும் இடையே உள்ள நடையில் படுத்திருந்தான். எல்லோரும் எழுந்து உள்ளே போகும்போதே இவனும் எழுந்துகொண்டான். அதற்குமேல் அவனாலும் அந்த இடத்தில் படுத்திருக்க முடியவில்லை. அவனுக்கு படுக்க வேறு இடமும் இல்லாததனால் என்ன செய்வதென்று திகைத்துப்போய் வேடிக்கை பார்த்துக்கொண்டு நின்றான். மலர்க்கொடி மட்டும் கிழவரோடு கிடந்து கஷ்டப்படுவதை பார்த்துக் கொண்டிருக்க முடியாதவனாக அவளுக்கு ஒத்தாசை செய்யலாமென்ற எண்ணம் கொண்டான்.

தூக்கவும், அவரை திண்ணையிலிருந்து இறக்கி வாசலுக்கு நடத்திச் செல்லவும் மலர்க்கொடிக்கு அவன்தான் உதவினான். அவரைக் கழுவி விடுவதற்கும், திண்ணையைக் கழுவி விடுவதற்கும் தேவையான தண்ணீரை அந்த நேரத்திலும் அவன்தான் ஏரியிலிருந்து தூக்கிவந்து கொடுத்தான். மாயவனின் உதவியுடன் மலர்க்கொடி புளியங்குடியாரை சுத்தமாய்க் குளிப்பாட்டிவிட்டாள். வேறு துணிகளை மாற்றிக் கட்டிவிட்டாள். அவர் படுத்திருந்த திண்ணையை சுத்தமாகக் கழுவிவிட்டாள். கழிச்சலில் நனைந்துபோயிருந்த துணிகளைத் துவைத்து கொடியில் போட்டாள். இத்தனை வேலைகளிலும் மாயவனின் உதவி பேருதவியாக இருந்தது அவளுக்கு.

அப்போதெல்லாம் மாயவன் தன் ஆண்டை வீட்டின் மற்ற பெண்பிள்ளைகளை பாப்பா என்று கூப்பிடுவது போல மலர்க்கொடியையும் புளியங்குடி பாப்பா என்றுதான் கூப்பிடுவான். அப்படி கூப்பிட்டுப் பழகியவனால் இப்போது மட்டும் எப்படி பெயர் சொல்லிக்கூப்பிட முடியும். மலர்க்கொடி சொல்லுவதுபோல பெயர்சொல்லிக் கூப்பிட்டாலும் அது குப்பநத்தம் ஆண்டைகளுக்குத் தெரிந்துபோனால் என்ன சொல்வார்கள் என்று நினைத்துப் பார்த்தான்.

என்ன சொல்ல முடியும்? அப்படி எதுவும் சொன்னால்தான் யார் அதை பொருட்படுத்தப்போகிறார்கள்?

முதன்முதலில் மலர்க்கொடியை செராமிக் கம்பெனியில் பார்த்தபோது மாயவனால் நம்பமுடியவில்லை. இது யாரு புளியங்குடி பாப்பாவா வேற யாருமா? புளியங்குடி பாப்பான்னா இங்க எப்புடி வந்துச்சி என்று தனக்குள்ளே யோசித்துக்கொண்டிருந்தவன், அவள் பெயரை எப்படியாவது தெரிந்துகொள்ள வேண்டுமென்று நினைத்தான். அவளுடன் வேலை செய்யும் பெண்கள் கூப்பிடுவதைக் கொண்டு அவள் பெயரையும் அறிந்துகொண்டான். அவள் புளியங்குடி பாப்பாதான் என்பது அவனுக்கு உறுதியாகிவிட்ட பிறகு அவளிடம் பேச்சுக் கொடுத்து விசாரித்தான்.

மலர்க்கொடி கம்பெனிக்கு புதிதாய் வந்து சேர்ந்திருந்த நேரம் அது. அவளுக்குமேகூட முதலில் மாயவனை இவன்தான் என்று அடையாளம் தெரியாமல் போயிருந்தது. அவன், தான் யாரென்று சொன்னவுடன் முதலில் அவளுக்கு நினைவுக்கு வந்தது அவன் செய்த உதவிகள்தான். அவளின் கண்களும் முகமும் ஒரு வினாடி பனித்து மலர்ந்ததை மாயவன் கவனிக்கத் தவறவில்லை. தன் கதை எல்லாவற்றையும் ஒன்றுவிடாமல் அவனிடம் சொன்னாள் மலர்க்கொடி. மாயவனால் அவளுடைய கஷ்டங்களை அவ்வளவு எளிதில் சீரணித்துக்கொள்ள முடியவில்லை.

"ஏம்பாப்பா இப்டி ஆச்சி?... ஏம்பாப்பா இப்புடி ஆச்சி?" என்று ஆத்தாத்துப் போனான்.

"நான் இங்க இருக்குறது குப்பநத்தத்துல யாருக்கும் தெரியாது. நீ சொல்லிடாத" என்றாள் கெஞ்சுவதுபோல.

"நான் எதுக்காவ பாப்பா சொல்லப் போறன். நீ பயப்புடாத. ஆனா என்னைக்கிருந்தாலும் நீ இங்க இருக்குறது அவங்களுக்குத் தெரியாமயா போயிடும்."

"..................."

"தெரிஞ்சாத்தான் தெரிஞ்சிட்டுப் போவுதே. ஒன்ன என்ன செய்யமுடியும்?"

"ஒண்ணும் செய்ய முடியாது. இருந்தாலும் எனக்கு என்னவோ மாதிரி இருக்கு. அதான்" என்றாள்.

மாயவன் தினமும் அவளை அக்கறையோடு வந்து விசாரித்து விட்டுப் போவான். ஒருநாள் அவனைப்பற்றி தெரிந்துகொள்ள வேண்டும் என்ற விருப்பத்தில்,

“ஓவ் வீடு எங்க இருக்கு?” என்று கேட்டாள்.

“வானம்பாடிக்கும் வல்லூருக்கும் கூடு ஒரு கேடா” என்றான் சிரித்துக்கொண்டே.

இதுமாதிரியெல்லாம் சினிமாவுலதான் பேசுவாங்க. இவன் பேசுறானே. அதிகமா சினிமா பாப்பானோ என்று தோன்றியது மலர்க்கொடிக்கு.

“திங்கிறது, தூங்குறதெல்லாம் எங்கன்னு கேட்டன்?”

“பண்ண மாட்டுக்கு மண்ணோ மசுரோ. சோறு கெடச்சாத் திம்பன். திண்ண கெடச்சாத் தூங்குவன். காசு பணம் பெருத்தவனா நான்? வச்சி எடுக்க வூடுவாசலும் பூட்டுத் தொறப்பும் வேணுங்குறத்துக்கு. சூத்துத் துணிக்கு மாத்துத்துணி வச்சிக்கிர்றது இல்ல. என்கிட்ட சொத்துன்னு இருக்குறது இந்த சைக்கிள் மட்டும்தான்.”

“……………….”

“வேல செய்வன். கடையில சாப்புடுவன். கையில காசில்லாம வேலயும் இல்லாமப் போனா, சைக்கிள் நேரா குப்பநத்தத்துல போயி நிக்கும். எங்க வனமயிலு அத்த என்னப் பாத்ததுமே தட்டு நெறைய சோத்தப்போட்டுக் கொண்டாந்து வச்சிடும். பானயில இல்லன்னாலும் அக்கம் பக்கம் யாரு வூட்லயாவது வாங்கிவந்து போட்டுடும்.”

“……..”

“அப்புடியும் இல்லயின்னா நேரா ஆண்ட வூட்ட வருவன். வெறவு ஒடைக்கணுமான்னு ஒருவார்த்த கேட்டாப் போதும் கோடாலிக்கு முன்னாடி பித்தள மரக்காலுல சோறு வந்துடும் நடைக்கி.”

“……………………”

“இப்புடியேத்தான் ஓடுது எங்காலம்” என்றான் தன் வாழ்வில் பெரிய சுவாரஸ்யம் எதுவும் இல்லை என்பதுபோல.

இதெல்லாம் அப்போது சொன்னது. ஆனால் இப்போது மாயவனுக்கு தங்கியிருக்க தனக்கென்று ஒரு சிறிய இடமாவது இருந்தால் தேவலாமென்று தோன்றுகிறது.

ஆலடி ரோட்டிலேயோ அல்லது நாச்சியார் பேட்டையிலேயோ சிறியதாக ஒரு இடம் கிடைத்தால் நன்றாக இருக்கும் என்று நினைத்தான். கரும்புவெட்டு சீசனில் வெளியூர் கூட்டாளிகளோடு கரும்புவெட்டப் போனவன் வெட்டுக்கூலியை முழுதாய் கணக்குப் பார்த்து வாங்காமல் வந்திருந்தான்.

“வேல செஞ்ச காசு எங்க பொயிடப் போவுது. குடுக்குறப்ப குடுக்கட்டுமே. இப்ப நமக்கென்ன புள்ளயா குட்டியா கையோட காச வாங்கிக் கொண்டுபோயிதான் கஞ்சிதண்ணி காச்சணுமுன்னு இல்லாத ஒண்டிக்கட்டதான?” என்ற பெரும்போக்கில் கூலி வாங்காமலே வந்திருந்தான்.

அந்த பாக்கிகளையெல்லாம் வாங்கிக்கொண்டு வந்தால் வீடு வாடகைக்கு எடுக்க முன்பணம் தரலாமே என்ற யோசனை வந்தது. இரண்டு நாட்களாய் அதற்காகத்தான் வெளியூர்களில் சுற்றிக் கொண்டிருந்துவிட்டு வந்திருக்கிறான். காலையில் இங்கு வந்ததும் ஓடிப்போய் ஒரு எட்டு மலர்க்கொடியைப் பார்த்துவிட்டு வந்திருக்கலாம்தான். ஆனால் தாசல் கம்பெனி முதலாளி, வழியிலேயே இவனை மறைத்துக் கொண்டது மட்டுமல்லாமல் மதியத்திற்குள் இருபது மோல்டுகளையும் போட்டுவிட்டுத்தான் நீ வெளியே போக வேண்டும் என்று அவனை கட்டாயப்படுத்திவிட்டார். அவருக்கு அந்த மோல்டுகளைக் கொண்டு புதுவிதமான மயில் பொம்மைகளை செய்து பார்த்துவிட வேண்டும் என்ற ஆர்வம் அதிகமாயிருந்தது.

மத்தியான சாப்பாட்டுக்குள் போட்டு முடித்துவிட்டால் இவனுக்கும்கூட நல்லதுதான். இருபது மோல்டுகளுக்கும் முன்னூறு ரூபாய் கிடைக்கும். கரும்புவெட்டிய பணத்தோடு சேர்த்து வீடு பிடித்தது போக மீதியில் வீட்டுக்குத் தேவையான பாய், தண்ணீர் பிடித்து வைத்துக்கொள்ள ஒரு குடம், சொம்பு முடிந்தால் சின்னதாய் ஒரு தகரப் பெட்டிகூட வாங்கி வைத்துக் கொள்ளலாம்.

காசு பணம் சேர்த்து வைக்க வேண்டும் என்ற ஆசைகூட மெல்ல மெல்ல மாயவன் மனதில் தோன்ற ஆரம்பித்திருந்தது. இதெல்லாம் எதற்காக? இவ்வளவு நாட்களும் இல்லாத இந்தக் கவனமும் அக்கறையும் திடீரென்று எங்கேயிருந்து வந்தது? மனதிற்குள் இந்தக்கேள்வி எழும்போதெல்லாம் மலர்க்கொடியின் முகம் சட்டென்று அவன் மனக்கண்ணில் தோன்றும். இதற்கெல்லாம் மலர்க்கொடிதான் காரணம் என்று உணருகின்ற வினாடியில் சுருக்கென்று ஒரு பீதி அவன் உடலை பதறவைத்துப் போகிறது.

என்ன ஆசை நம் ஆசை. நாம் எப்படி மலர்க்கொடியின் மேல் ஆசைப்பட முடியும்? இது ஊருக்கெல்லாம் தெரிந்தால் என்னவாகும் என்று நினைத்தான். ஊரறிய, உலகமறிய கூரைப்பேட்டையில் நடந்த சம்பவத்தை மறக்கமுடியுமா? அது நடந்து இன்னும் ஓராண்டுகூட ஆகாதநிலையில் இப்படியொரு ஆசை நம் மனதில் ஏற்படுவது சரியா?

என்னதான் படித்தவனாக இருந்தாலும் அவன் நம்மைப்போல கீழ்சாதிக்காரன் என்பதால்தானே படையாச்சி வீட்டுப் பெண்ணை அவன் விரும்பியதே பெரும் குற்றமாக ஆக்கப்பட்டது இருவரும் ஊரை விட்டு ஓடிப்போய் கல்யாணம் செய்துகொண்ட போதும் போனால் போகிறது என்று விட்டுவிட்டார்களா? துரத்திச் சென்று தேடிக் கண்டுபிடித்துக் கொண்டுவந்து கைகால்களைக் கட்டிப்போட்டார்களே! சுடுகாட்டிற்கு தூக்கிச்சென்று வாயில் விஷத்தை ஊற்றி, அதுவும் போதாதென்று மண்ணெண்ணெயை ஊற்றி உயிரோடு எரித்தார்களே! நினைத்தாலே ஈரல்குலையெல்லாம் நடுங்குகிறதே. அப்படியொரு சித்திரவதைக்கு நாமும் ஆளானால் என்ன செய்வது? நமக்கு மட்டும்தான் வதை என்றாலும்கூட தாங்கிக் கொள்ளலாம். நம்மோடு சேர்ந்து மலர்க்கொடியுமல்லவா வதைபட வேண்டிவரும். பாவம் மலர்க்கொடி சிறுவயது முதல் அது படும் துன்பங்கள் போதாதா? நம்மால் இதற்குமேலும் அது துயரங்களை அனுபவிக்க வேண்டுமா? பலவாறாக யோசித்த மாயவனின் கைவேலையில் தொய்வு ஏற்பட்டது. முன்புபோல அவனால் சுறுசுறுப்பாய் வேலையைச் செய்ய முடியவில்லை. இதுவரை போட்டிருந்த மோல்டுகளை எண்ணிப் பார்த்தான். பதினான்கு மோல்டுகளுக்கான வேலை முடிந்திருந்தது. இன்னும் ஆறு மோல்டுகள். ஒவ்வொன்றிலும் மூன்றுமூன்று. ஆறுமூணு பதினெட்டு முறை மோல்டுக்கான அட்டைகளை மடக்கி ரப்பர் போட்டுக்கட்டி, ஊற்றி, கெட்டியானதும் பிரித்து.... மாயவனுக்கு மலைப்பாக இருந்தது. இவ்வளவையும் எப்படிச் செய்யப்போகிறோம் என்று தோன்றியது. வெயில் படும்படி பிரித்து வைத்திருந்த மோல்டுகளை ஈரம் இருக்கும் பக்கம் பார்த்து திருப்பி அடுக்கினான். செய்யும் வேலையைப் போட்டுவிட்டு நேரம் ஒதுக்கிச் செய்யவேண்டிய வேலையில்லை இது. வழக்கமாக ஓடும் ஓட்டத்தில் அவன் செய்துவிடக்கூடிய வேலைதான். டீ குடித்தால் தேவலாம் போல இருந்தது அவனுக்கு. சைக்கிளை எடுத்துக்கொண்டு மூக்காயி கடைக்குப் போனான். கடையில் தித்திப்பு போண்டா இருந்தது. அப்போதுதான் போட்டு அடுக்கப்பட்டிருக்க வேண்டும். சூடாக இருந்தது. ஒரு போண்டாவை எடுத்து பிய்த்து வாயில் போட்டவனுக்கு மலர்க்கொடியின் நினைவு வந்தது. இது மலர்க்கொடிக்குப் பிடிக்குமே என்று நினைத்தான். அவளுக்கு இரண்டு வாங்கிக் கொண்டுபோய் கொடுக்கலாமா என்று யோசித்தான். இனிமேல் அவளைப் பற்றி அதிகமாய் நினைக்கக்கூடாது என்று இப்போதுதான் முடிவெடுத்தோம் அதற்குள்ளாகவே மறுபடியும் அவளுக்கு போண்டா வாங்குவது

குறித்து யோசிக்கிறோமே என்று தன்னைத்தானே கடிந்துகொண்டான். மூக்காயி டீயை ஆற்றி கிளாசில் ஊற்றி அவனுக்கு முன் கொண்டுவந்து நீட்டினாள். டீயை வாங்கிக்கொண்டவன் இன்னொரு கையில் இருந்த போண்டாவைப் பார்த்தான். இப்போது அதை திங்கவேண்டுமென்று அவனுக்குத் தோன்றவில்லை. அதை தூர வீசிவிட்டு டீயை உறிஞ்சத் தொடங்கினான். வீசிய போண்டா அவன் சைக்கிளின் பக்கமாக போய்க் கிடந்தது.

"சாப்புடுற பொருள இப்புடி வீணாக்குறது மலர்க்கொடிக்கு சுத்தமாப் புடிக்காது. போண்டாவ நான் இப்புடி வீசுனத்தப் பாத்திருந்திச்சின்னா கடுமையா ஏசும்" மறுபடியும் மறுபடியும் மலர்க்கொடி நினைவே வருவது குறித்து அவன் தனக்குள் ஆத்திரப்பட்டுக் கொண்டான். எந்தப் பொருளும் எந்த வேலையும் எந்த இடமும் அவளுடைய நினைவைத் தூண்டிவிடக் கூடியவையாகவே இருக்கின்றனவே. இதை எப்படி மாற்றிக்கொள்வது என்று யோசித்துக் கொண்டிருந்தான்.

பிளாஸ்ட் ஆப் பாரீசை தான் கரைத்து வைத்துவிட்டு வந்திருப்பது புத்தியில் உறைக்கவே, டீயையும் முழுதாய்க் குடிக்காமல் மூக்காயியிடம் காசைக் கொடுத்துவிட்டு கம்பெனியை நோக்கி விரைந்தான்.

இவன் ஊற்றிவைத்திருந்த மோல்டுகளை பார்த்துக் கொண்டு நின்ற முதலாளி இவனைக் கண்டவுடன் "பாடிய கரைச்சி வச்சிட்டு இப்புடியா பொறுப்பில்லாம போவ. நஷ்டம்னா அது நமக்கில்லங்குற துணிச்சல் தான?" என்று சத்தம்போட ஆரம்பித்தார்.

"ஏதோ சாப்பிட்ட சாப்பாடு ஒத்துக்கல. வயத்துவலி அதான் காட்டுப்பக்கம் போயிட்டு வர்றன் மொதலாளி."

*

4

ஞாயிற்றுக்கிழமையையும் விட்டுவைக்காமல் வாரத்தின் ஏழு நாட்களும் வேலைக்கு வந்ததால் முன்னூற்று ஐம்பது ரூபாய் மொத்தமாய்க் கிடைத்திருக்கிறது. முதலாளி எண்ணிக் கொடுத்த சம்பளத்தை வாங்கி, தானும் ஒருமுறை எண்ணிப் பார்த்துக் கொண்டாள் மலர்க்கொடி. ஆறு நாள் சம்பளம் வாங்கிய காந்தியும் ஐந்து நாள் சம்பளம் மட்டுமே வாங்கிய வாசுகியும் சற்று பொறாமையோடு பார்த்தார்கள். அவர்களின் எண்ண ஓட்டத்தை உணர்ந்துகொண்ட மலர்க்கொடி அதை மாற்ற விரும்பியவளாக,

"வாசுகி, நீ இப்ப கடத்தெருவுக்கு போகப்போறியா?" என்றாள்.

"எதுக்கு?"

"சாக்கெட்டுத் துணி எடுக்கணுமுன்னு சொன்னியே"

"ஆமா, அவ வாங்கியிருக்குற சம்பளத்துக்கு, சட்டத்துணியும் தாவணியும் எடுக்காட்டி கொறயாயிடப் போகுது பாரு" நொடித்தவாறே அவ்விடத்தைவிட்டு அகன்றுபோனாள் காந்தி.

"சாக்கெட்டுத் துணி ஒண்ணுகூட இல்ல. இங்க பாரு இத. ரெண்டு கையிலயும் பொறபொறன்னு பொயிட்டுது. அதுனாலதான் நேத்து சொன்னன். ஆனா இன்னக்கி இருக்குற நெலமயில அதுக்கெல்லாம் ஆசப்பட முடியாது போலருக்குது."

"ஏன் வாசுகி?"

"எங்கம்மா காலங்காத்தாலயே மொழங்கால புடிச்சிக்கிட்டு அழுவ ஆரம்பிச்சிட்டாங்க மலரு முட்டிவலி தாங்கமுடியலயாம்"

"அய்யய்யோ... அப்பறம் என்ன செய்யப்போற?"

"எலும்பு டாக்டர்கிட்ட இட்டுட்டுப்போயி காட்டணும். இந்நேரம் இந்தப் பணத்த எதிர்பாத்துக்கிட்டு ஒக்காந்துருப்பாங்க எங்கம்மா."

வாசுகியின் முகத்தில் இயலாமையால் ஏற்பட்ட ஆதங்கமும் அலுப்பும் அப்பட்டமாய்த் தெரிந்தது.

“அம்மா ஒடம்புதான் முக்கியம். நீ கூட்டிட்டுப் போயி காட்டி வைத்தியம் பண்ணிக்கிட்டு வா வாசுகி.”

“ம்... அதான் செஞ்சாவணும். வேற வழியில்ல.”

“நான் வேணுன்னா ஒனக்கு ஒரு சாக்கெட் துணி எடுத்தாறவா”

“அதெல்லாம் வேண்டாம்.”

“ஏன் வேண்டாங்குற? நான் எடுத்தாறன். ஒனக்கு என்ன கலருல வேணும். அத மட்டும் சொல்லு.”

“அடுத்த வாரம் சம்பளம் வாங்கிக்கொட என்னால குடுக்க முடியுமான்னு தெரியல. வேண்டாம் மலரு.”

“பரவால்ல. நான் எடுத்துத்தாறன். நீ முடியிறப்ப குடு.”

“டாக்டரு முட்டிய அழுத்திப்பாத்துட்டு மருந்து மாத்திர எழுதிக் குடுக்குறத்துக்கே எழுவது ரூபா வாங்குவாரு. அதுக்கு மேல எக்ஸ்ரே எடுக்கணும், அது இதுன்னு சொன்னா என்ன பண்றது. மருந்து மாத்திர வாங்கணுமுன்னா அதுக்குவேற தனியா நோட்ட எடுத்து வைக்கணும். எல்லாத்துக்கும் எங்க போறதுன்னு தெரியல. வர்ற வாரமாவுது லீவுபோடாம எல்லா நாளும் வேலக்கி வரணுன்னு நெனக்கிறன். எங்கம்மாவால அதுவும் முடியாமப் போயிடுமோ என்னமோ தெரியல.” வாசுகி புலம்ப ஆரம்பித்துவிட்டாள்.

மிஞ்சிமிஞ்சிப்போனால் வாசுகிக்கும் மலர்க்கொடியைப் போலவே பதினேழு வயதோ, பதினெட்டு வயதோ தான் ஆகும். அதற்குள் குடும்பபாரம் முழுவதையும் சுமக்கும்படியாக ஆனதில் தொட்டதற்கெல்லாம் புலம்ப ஆரம்பித்துவிடுகிறாள்.

வாசுகிக்கு அப்பா இல்லை. அம்மாவும் ஒரு தம்பியும் தான். தம்பி ஏழாம் வகுப்பு படித்துக்கொண்டிருக்கிறான். இரண்டு ஆண்டுகளுக்கு முன்புதான் வாசுகியின் அப்பா பழனி இறந்துபோனார். பழனி உயிரோடு இருந்தவரை கஷ்டம் எதுவும் தெரியாமல் இருந்தது வாசுகிக்கு. பெண்கள் பள்ளிக்கூடத்தில் ஒன்பதாம் வகுப்பு படித்துக்கொண்டிருந்தாள் அவள். குடும்பம் வறுமைப்பட்டதுதான் என்றபோதும் வாசுகியின் அப்பா அவளை தவறாமல் பள்ளிக்கூடம் அனுப்பிவைப்பதில் கவனமாய் இருந்தார். வாசுகியுமேகூட வருடத்தை தவறவிட்டு விடாமல் படித்து அடுத்தடுத்த வகுப்புகளுக்கு வந்துகொண்டிருந்தாள்.

பழனிக்கு, விருத்தாசலம் தெருக்களில் உப்பு விற்பதுதான் தொழில். மொத்தமாய் இரண்டு, மூன்று மூட்டைகளை வாங்கிவந்து

தெருக்களில் கூவிக்கூவி ஒருபடி இரண்டுபடி என்று விற்கும் சில்லரை வியாபாரம்.

பத்தாண்டுகளுக்கும் மேலாக உப்பு வியாபாரம் செய்தும்கூட தனக்கென்று சொந்தமாய் ஒரு சைக்கிள் வாங்கிக்கொள்ள முடியாத நிலை பழனிக்கு. வாடகை சைக்கிளில்தான் தினமும் சுற்றித்திரிந்து விற்றுவந்தான். நாள் வாடகை பத்து ரூபாய். இதுவரை வாடகை கொடுத்த பணத்தை மட்டுமே சேர்த்துவைத்திருந்தால்கூட பத்து சைக்கிள் வாங்கி வைத்துக்கொண்டு ஒரே இடத்தில் உட்கார்ந்து வாடகைக்குவிட்டு பிழைக்கலாமென்று அடிக்கடி அவன் பெண்டாட்டி நொந்துகொள்வாள். அது பழனிக்கும் சற்று வருத்தத்தினைக் கொடுக்கும் விஷயம்தான் என்றபோதும் சைக்கிள் வாடகையைப் பார்த்தால் பிழைப்பே கெட்டுப் போய்விடுமே என்று நினைத்து காலத்தை ஓட்டிக்கொண்டிருந்தான்.

கோடைகாலத்தை விடவும் மழைக் காலத்தில் உப்பு வியாபாரத்தில் சற்று கூடுதலாய் சில்லறையை பார்க்கமுடிந்தது பழனிக்கு. இந்த நேரத்தை பயன்படுத்திக் கொண்டு எப்படியாவது தனக்கொரு சைக்கிளை சொந்தமாய் வாங்கிவிட வேண்டுமென்று திட்டமிட்டிருந்தான்.

அந்த ஆண்டு மழைக்காலத்தில் மணிமுத்தாற்றில் வெள்ளம் பெருக்கெடுத்து ஓடியது. எப்போதும்போல தண்ணீரோடு பல பொருட்களும் மிதந்துவந்தது. இதை வேடிக்கை பார்க்கவென்றே கரைநெடுகிலும் மக்கள் பெருங்கூட்டம் இருந்துகொண்டே இருக்கும். உப்பு விற்றுவிட்டு களைத்துப்போய் வீடு திரும்பிக்கொண்டிருந்த பழனியும் எட்டிப் பார்த்துவிட்டுப் போவோமே என்ற எண்ணத்தில் ஆற்றங்கரைக்கு வந்தான். அவன் வந்தநேரம் பார்த்தா தண்ணீரோடு ஒரு சைக்கிள் அடித்துக்கொண்டு வந்தது. பசித்த வயிற்றுக்கு பழம்தான் தெரியும் அதிலுள்ள விஷம் தெரியாது என்பது எவ்வளவு உண்மை.

பழனிக்கு சட்டென்று அந்த யோசனை ஏற்பட்டது. முழுப் பணமும் சேர்த்து ஆயுசுக்கும் நம்மால் ஒரு சைக்கிள் வாங்க முடியாது. வெள்ளத்தோடு போகும் இந்த சைக்கிளை எப்படியாவது எடுத்துவிட்டால் சொந்தமாக்கிக் கொள்ளலாம். இனிமேல் வாடகையும் கொடுக்க வேண்டியிருக்காது என்று யோசித்தவனுக்கு ஆற்றின் ஆழம், தண்ணீரின் வேகம் பற்றிய சிந்தனை மட்டும் ஏற்படாமல் போய்விட்டது. கண்ணிமைக்கும் நேரத்திற்குள் குபீரென்று

வெள்ளத்திற்குள் பாய்ந்துவிட்டான். பக்கத்தில் நின்றவர்கள் யாரும் இதை எதிர்பார்க்கவில்லை. என்ன நடக்கிறது என்று அவர்கள் புரிந்துகொள்வதற்குள்ளாகவே வெள்ளம் அவனை இழுத்துச்செல்ல ஆரம்பித்திருந்தது. கூச்சல் போட்டபடி கரையோடு ஓடினார்களே தவிர யாராலும் அவனைக் காப்பாற்ற முடியவில்லை.

கணவன் செத்துப்போன துக்கத்தில் பாதியாய் நோய்வாய்ப்பட்டுப் போனாள் வாசுகியின் அம்மா. எல்லா பாரமும் வாசுகியின் தலையில் விழுந்தது. அவள் ஒன்பதாம் வகுப்பு அரையாண்டுத் தேர்வு எழுதுவதற்குள்ளாகவே செராமிக் கம்பெனிக்கு வேலைக்குப் போக ஆரம்பித்துவிட்டாள். சாக்கெட் துணி எடுத்துத் தருவதோடு மட்டுமல்லாமல் வாசுகிக்கு வேறு எந்தவகையிலாவது மேலும் உதவவேண்டும் என்ற உந்துதல் ஏற்பட்டது மலர்க்கொடிக்கு.

“ஒங்கம்மாவோட வைத்தியச் செலவுக்கு வேணுமுன்னா இந்தப் பணத்தையும் எடுத்துக்கிட்டுப் போறியா வாசுகி”

மலர்க்கொடி சொல்லியதை நம்பமுடியாமல் திடுக்கிட்டவள்போல அவளைப் பார்த்தாள்.

“அய்யய்யோ அதெல்லாம் வேண்டாம் மலரு”

“ஏன் வேண்டாங்கிற?”

“வாங்குனா... பின்ன திருப்பிக் குடுக்குறதா இல்லயா?” “குடுத்துக்கலாம். இப்ப செய்யவேண்டியத செய்யி.” “வேண்டாம் மலரு.”

“அஞ்சு நாளு காச வச்சிக்கிட்டு நீ என்ன செய்வ? மூணுபேரு வயித்துக்கு அரிசி கொழம்பு சாமான் வாங்குவியா? அம்மாவோட வைத்தியத்தைப் பாப்பியா? அது எப்புடி பத்தும். இந்தா இதயும் வச்சிக்க.”

என்றவாறே அவளுடைய கையில் இரண்டு ஐம்பது ரூபாய்த் தாள்களை திணித்தாள்.

“வேண்டாம் மலரு. தேவப்பட்டா நான் நாளைக்கி வாங்கிக்கிர்றனே.”

“பரவால்ல இப்பவே கொண்டுபோ. மீந்தா தந்துரலாம்.”

“எங்க வூட்ட எவ்வளது எடுத்துட்டுப் போனாலும் மீறாது.”

“ஆவும்தான். பின்ன ஆகாதா? ‘ஆன அசஞ்சி தின்னும் நோவு நோகாமத் தின்னும்’ன்னு தெரியாமயா சொன்னாங்க.”

“அதுலயும் எங்கம்மா இருக்காங்களே... யப்பா மொழங்கால புடிச்சிக்கிட்டே எல்லாத்தயும் எடுத்துப்போட்டு முழுங்கிடுவாங்க. வுட்டா உசுரோட என்னயே எடுத்துத் தின்னுடுவாங்க போலருக்கு.”

“என்ன பேச்சுப் பேசுற. நீ பெத்த அம்மாவ யாராவது இப்புடியெல்லாம் பேசுவாங்களா?”

“நீ என்னோட எடத்துல இருந்து பார்த்தாத் தெரியும். என்னால சமாளிக்க முடியல மலர்க்கொடி.”

“கவலப்படாத வாசுகி. ஒங்கம்மாவுக்கு மூட்டுவலி சரியாப் பொயிடும் அவங்களும் ஒங்கூட வேலக்கி வருவாங்க.”

“ஆமா... எங்கம்மா வேலக்கி வந்துதான் சம்பாதிச்சி எனக்குப் பரிசம் போடப் போறாங்களாக்கும். முட்டிவலி முதுகுவலின்னு சூத்தால நக்கரிக்காம எழுந்திரிச்சி காலவூணி துணிமணிய ஒதறிக்கட்டி எடுத்தடிபோட்டு எல்லார மாதிரியும் நடமாட்டாமா இருந்துட்டா போதாதா?”

“நான் சொன்னேன்னு பாரு எல்லாம் சரியாயிரும்.”

“நீ வேற மலர்க்கொடி. அந்த ஆசயெல்லாம் எனக்கு இல்ல. தெனம் தெனம் எங்கம்மாவ கட்டிக்கிட்டு மாரடிக்கிறதுக்கு ஒரேயடியா எங்கம்மா செத்துத்தொலஞ்சிட்டாகூட தேவலாமேன்னு ஒரு நெனப்பு வரும். ஆனா அதுக்கப்பறம் யாருமில்லாத அனாதையா நிக்கணுமேன்னு நெனச்சி, அந்த பயத்துலதான் பாத்துப் பாத்து கவனிச்சிக்கிட்டு வாறன்.”

“இதுமாதிரியெல்லாம் வெறுத்துப் பேசாத.”

“வேற எப்புடிப் பேசுறது?”

“நீ அம்மாவால இவ்வளவு கஷ்டப்படுறன்னு சொல்லி அழுவுற. ஆனாலும் ஒன்னப்பாத்தா எனக்கு பொறாமையாத்தான் இருக்குது தெரியுமா?”

“என்னப் பாத்து பொறாமப்படுறியா? வேடிக்கயால்ல இருக்குது.”

“நெசமாத்தான் வாசுகி. கஷ்டப்படுத்தவாவது ஒனக்கு ஒன்னோட அம்மா இருக்காங்கல்ல. ஆனா எனக்கு? அம்மான்னா என்னன்னே தெரியாம இருக்குறன். எனக்கு இருக்குற ஆசக்கி, எங்கம்மா மட்டும் இப்ப இருந்தா நான் எப்புடியெல்லாம் கொண்டாடுவன் தெரியுமா? எங்கம்மாவ உள்ளங்கையில வச்சித் தாங்குவன்.” மலர்க்கொடியின் கண்கள் கலங்கியது.

இதுவரை சுய பச்சாதாபத்தில் கறுத்து சுருங்கிப்போயிருந்த வாசுகியின் முகத்தில்கூட சட்டென்று அந்த மாற்றம் ஏற்பட்டிருந்தது. மலர்க்கொடிமீது ஏற்பட்ட பரிதாப உணர்வின் ரேகைகள் அவள் முகத்தில் அப்பட்டமாகத் தெரிந்தன.

“அடக்கவுடளே! இதெல்லாம் ஒரு விஷயமா வாசுகி. நான் கெடந்து படுற பாட்ட நீ பாக்குறாயில்ல. இன்னுமா நீ இப்புடி எல்லாம் ஆசப்படுற.”

“................”

“அம்மாவாவது ஆட்டுக்குட்டியாவது. எல்லாம் சும்மா. யாராலயும் எந்தப் புண்ணியமும் கெடயாது. நம்ம ஒடம்புலதான் கண்ணு, காது, வயிறு எல்லாம் இருக்குது இருந்தும் வயத்துக்கு வஞ்சகம் பண்ணாம கஞ்சிய ஊத்துனாத்தான் காது தொறக்குது, கண்ணும் தொளங்குது. ஒரு நாளைக்கு பட்டினி போட்டுப்பாரு கண்ணுரெண்டும் இருண்டு காதடச்சிப் போவுதா இல்லயான்னு.” மலர்க்கொடியை ஆறுதல்படுத்தும் விதமாக ஏதேதோ சொல்லிக் கொண்டிருந்தாள் வாசுகி.

அந்த நேரத்தில் திடீரென்று தான் அனுபவம் மிக்கவளாய் பெரியவளாய் ஆகிவிட்டது போன்றதொரு உணர்வு வாசுகிக்குள் ஏற்பட்டிருந்தது. மற்றவர்கள்மீது பரிவும் கருணையும் காட்டத்தெரிந்த எந்த உயிரும் தரத்தில் ஒருபடி உயர்வான இடத்தில்தான் இருக்க முடியும்.

“நேரம் ஆகுதுபாரு. நீ இப்ப கடத்தெருவுக்கா போகப்போற?” பேச்சை மாற்ற விரும்பினாள் வாசுகி.

“நான் என்னக்கி கடத்தெருப் பக்கம் போனன், இன்னக்கிப் போறத்துக்கு. வூட்டபோயி ஆயாவதான் அனுப்பி வைக்கணும்.”

“ஏதாவது முக்கியமா வாங்கியார வேணுமா?”

“முக்கியமா எதுவுமில்ல. காலுல பித்தவெடிப்பு வந்துட்டுது. செருப்பில்லாம நடக்க முடியல. அதான் நீ போனியன்னா ஒரு சோடி வாங்கி வரச் சொல்லுவமுன்னு கேட்டன். அதான் ஒங்கம்மாவுக்கு ஒடம்பு முடியாமப் பொயிட்டுதே. நீ போயி வேலயப்பாரு நான் ஆயாவ வுட்டே வாங்கிவரச் சொல்லுறன்.”

“சரி மலர்க்கொடி. ஆயா போனா பாரு. இல்லன்னா நாள மத்தியானம் சாப்பாட்டு நேரத்துக்கு நான் ஓடிப் போயி வாங்கிவந்து தாறன்.”

"அதெல்லாம் ஆயா பொயிட்டு வந்துடும். எந்தப் பொருளா ருந்தாலும் சொன்னா சொன்னபடி கச்சிதமா வாங்கியாந்துரும். இதுலயெல்லாம் ஆயாவ கொறயே சொல்ல முடியாது. அது சரி, ஒனக்கு என்ன கலருல சாக்கெட்டுத் துணி வாங்கணும்? அதச்சொல்லு மொதல்ல."

"என்னா கலரு. பாவாட தாவணி மேச்சு மேச்சாவா போடப் போறம். நீலமோ, பச்சையோ பாக்க கண்ணுக்கு எடுப்பா இருக்குறத்த எடுத்தாரச்சொல்லு."

"ஆயா கெட்டிக்காரது. நல்ல துணியா பாத்துதான் எடுக்கும்."

"பணமாவும் தந்துருக்குற, சாக்கெட்டுத் துணி வேற எடுத்தாறன்னு சொல்லுற. பாவம் ஒனக்குத்தான் நான் ரொம்ப செரமத்தக் குடுக்குறன் இல்ல?"

"அதெல்லாம் ஒண்ணுமில்ல. இதுல எனக்கு என்ன செரமம் சொல்லு."

இருவரும் பேசியபடியே நாச்சியார்பேட்டையை நோக்கி நடந்தார்கள்.

*

5

"ஆயா.... இந்தா வெத்தல பாக்கு." என்றவாறே பொட்டலத்தை மங்களத்தின் கையில் கொடுத்துவிட்டு சடக்கென்று மெழுகிய தரையில் உட்கார்ந்து கால்களை நீட்டிப்போட்டாள் மலர்க்கொடி. "இன்னக்கி முச்சூடும் நின்னுக்கிட்டேதான் வேல. ஒக்காரச் சொல்லி காலு ரெண்டும் கெஞ்சி களைச்சிப்போச்சிது."

நீட்டிக்கிடந்த தன் கால்களை பாதத்திலிருந்து இரண்டு கைகளாலும் நீவிவிட்டுக் கொண்டாள்.

"செத்த நின்னு செஞ்சா, செத்தநேரம் ஒக்காந்து செஞ்சாத்தான் என்ன?"

"அதுமாதிரியெல்லாம் செய்ய முடியாது ஆயா. மோல்டு ஊத்துற வேலய எப்புடி ஒக்காந்துக்கிட்டுச் செய்ய முடியும். நின்னுக்கிட்டு செய்யும்போதே கையும் காலும் பறக்கணும். இதுல ஒக்காந்து செய்ய ஒத்துவருமா? வெற்றிலை பொட்டலத்தைப் பிரித்தாள் மங்களம்.

"இது யாம்மா இவ்வளது?"

"போட்டுக்க ஆயா. வெத்தலதான?"

"வெத்துலன்னாலும் ஒரு கணக்கு இல்லயா? எனக்கென்ன பத்து வாயா இருக்குது. இவ்வளத்தையும் மென்னு துப்ப"

"வச்சிருந்துதான் மெல்லேன்"

"கொழுந்து வெத்தலயாருக்கு. எத்துன நாளக்கி வச்சிருக்க முடியும்?"

"பரவால்ல ஆயா. போட முடிஞ்சதப் போடு. காஞ்சு போச்சின்னா தூக்கி குப்பையில போட்டுட்டுப் போ."

"காசி குடுத்து வாங்கி தூக்கிப் போடுறதா? வெத்துல செல்வத்த தூக்கி வீசுன்னு வார்த்தக்கிக்கூட சொல்லக் கூடாதுதாயி."

"எவ்வளது வாங்குறதுன்னு எனக்கு திட்டம் தெரியாமப் பொயிடுது ஆயா. இனிமே கொறவாவே வாங்கியாறன்."

“நானே வாங்கிக்கிர்றன்னாலும் கேக்கமாட்டங்குற.”

“இல்ல ஆயா. தெனமும் எங்கையால ஒனக்கு வாங்கியாந்து குடுத்தாத்தான் எனக்கு நிம்மதியா இருக்குது.”

“................”

“எங்க போறது. என்ன செய்யிறதுன்னு வழிதெரியாம நின்னப்ப என்ன கூட்டிவந்து கொண்டணச்சி இன்னக்கி வரைக்கும் பெத்த தாயி மாதிரி வச்சி வரமொற பண்றியே ஒனக்கு நான் என்ன செய்யப்போறன். இதையாவது செய்ய வுடு.”

“தொட்டதுக்கெல்லாம் இத ஒண்ண சொல்லிடுவ நீ. இப்ப ஒனக்கு நானா கஷ்டப்பட்டு கஞ்சி ஊத்துறன். ஒரு நாளாவுது எனக்கு நீ பாரமா இருந்துருக்குறியா. வந்தன்னையிலேருந்து இன்னைக்கி வரைக்கும் ஒங்கையாலயுந்தான் காசு கொண்டாந்து குடுக்குற. ஒரு நாளாவுது சும்மா ஒக்காந்து சோறு தின்னிருப்பியா? நீ சம்பாதிச்சி கொண்டாந்து குடுக்குற. நான் சோறாக்கிப் போடுறன். வேறென்னத்துல ஒன்ன நான் சொமக்குறன் சொல்லு.”

“எல்லாத்துக்கும் நீதான வழி காட்டுன. இல்லாட்டி இன்னைக்கி நான் இப்புடி சம்பாதிச்சிக்கிட்டு மானமா, கௌரவமா இருப்பேன்னு என்ன நிச்சயம்?”

“ஒனக்கு வழிகாட்டுனது இருக்கட்டும். எனக்கும் நீதான தொணயாருக்குற. கீழ வுழுந்தா தண்ணிவச்சிக் குடுப்ப, துணி தொவச்சிக்குடுப்பன்னு எதிர்பார்த்துதான இதயும் நான் செய்யிறன். நாளைக்கே நான் செத்துப் பொயிட்டாக்கூட கெடந்து நாறிப்போக விடாம நீதான இழுத்துப் போடப்போறவ.”

“எதுக்காயா இப்புடியெல்லாம் பேசுற.”

“வேற எந்த நாதிய நான் குடுத்து வச்சிருக்குறன் சொல்லு.”

மங்களத்தின் கண்கள் கலங்கின. அதை மறைத்துக்கொள்ள வேண்டி வீட்டிற்குள் சென்றவள், கண்ணீரைத் துடைத்துக்கொண்டாள். ஒரு தட்டில் அவித்த நிலக்கடலையை எடுத்துக் கொண்டுவந்து மலர்க்கொடியின் முன் வைத்தாள்.

“இந்தா இத உரிச்சித்தின்னு.”

“ஏதாயா பச்சமல்லாட்ட?”

“அந்த தம்பி மாயவன்தான் கொண்டாந்து குடுத்துட்டுப் போனான்.”

“மாயவனா?”

“ம்.”

“அதுக்கு எங்கேருந்து கெடச்சிதாம்.”

“குப்பநத்தத்துக்கு போச்சிதாம். அங்க யாரோ குடுத்தாங்கன்னு வாங்கிவந்து குடுத்துச்சி.”

“..................”

“மல்லாட்ட பெரிசு பெரிசா நல்ல முழிப்பா இருக்குது. பத்து உரிச்சித் தின்னுருக்க மாட்டன். வயிறு ரொம்பிப் போச்சுது”

“எப்ப வந்துது?”

“மத்தியான பள்ளிக்கூடம் கூடுன பெறவுதான் நான் யாவாரத்த முடிச்சிக்கிட்டு வூட்ட வந்தன். நானும் உள்ளவந்து நொழஞ்சன். பின்னாலயே வந்து வாசலுல நின்னு சைக்கிள் மணிய அடிச்சிது.”

“வெவிச்சி ரெண்டுபேரும் தின்னுங்காயா. மிச்சம் பண்ணிவச்சி பள்ளிக்கூடத்து வாசலுல கொண்டுபோயி வித்துடாதீங்க’ன்னு எங்கிட்டயே பகடி அடிச்சிட்டு இதக் குடுத்துட்டுப் போறான்னா பாரேன்.”

“அது சும்மா வெளயாட்டுக்குச் சொல்லியிருக்கும். நீ கோச்சிக்காத ஆயா.”

“நானா கோச்சிக்கிர்றவ. அவனப்பத்தி எனக்குத் தெரியாதா? இத நாங்க தின்னர்றம். நாளைக்கு யாவாரத்துக்கு ரெண்டுபடி கெடைச்சா வாங்கியாந்து குடுன்னு சொல்லி பையும் காசும் குடுத்துவுட்டுருக்குறன்.”

“அது வேலக்கிப் போவலயாமா?”

“வேலக்கிப் போனா இதுமாதிரி எப்புடி சுத்திவர முடியும்?”

“வேலக்கிப் போவணும், சம்பாதிக்கணும், நாலு காசு சேத்து வைக்கணுமுன்னு கொஞ்சமாவது பொறுப்பு இருந்தாத்தான.”

மங்களம், மலர்க்கொடியின் முகத்தை நிமிர்ந்து பார்த்தாள். அந்தப்பய சுத்துனா இந்தப் பொண்ணுக்கு என்ன வந்துச்சி! தமக்குள் எண்ணியவள் அதை மறைக்காமல் நேரடியாகவே கேட்டாள்.

“ஏம்மா, அந்த மாயவனப் பத்தி நீ ஓம் மனசுல என்ன நெனச்சிக்கிட்டு இருக்குற?”

கிழவி திடீரென்று இப்படி கேட்பாளென்று அவள் சிறிதும் எதிர்பார்க்கவில்லை. எதிர்கொண்டு பேச முடியாமல் சற்றுத் தடுமாறினாள் மலர்க்கொடி.

"அது ஒண்ணுமில்ல ஆயா. வேலவெட்டி எதுவும் செய்யாம ஊரச் சுத்தி வருதேன்னுதான் சொன்னன்."

அவளது பேச்சை நம்பவில்லை என்பதுபோல ஒரு பார்வை பார்த்துவிட்டு கிழவி தொடர்ந்தாள்.

"நானும் கொஞ்சநாளா கவனிச்சிக்கிட்டுதான் வாறன். அவனும் சரி, நீயும் சரி எதையோ மனசுல நெனச்சிக்கிட்டுதான் காரியம் செய்யிறமாதிரித் தெரியுது எனக்கு."

"அதெல்லாம் ஒண்ணுமில்ல ஆயா."

"ஒண்ணுமில்லன்னு சொல்லாத. எதுவாருந்தாலும் என்னய வேத்தாளுன்னு நெனக்காம சொல்லிடு ஆயி."

"அய்யோ.... ஆயா ஒன்னக்கிட்ட எதையும் நான் மறைப்பனா. ஒன்னவிட்டா எனக்கு மட்டும் வேற யாரு இருக்குறா?"

"அப்புடின்னா உண்மையச் சொல்லு?"

"என்ன உண்மய சொல்றது?"

"நீ என்ன நெனக்கிறியோ அதச்சொல்லு."

"நான் ஒண்ணும் நெனக்கல ஆயா. அது எங்க மாமன்வூட்ட வேல செஞ்ச பையன். அப்பயேபுடிச்சித் தெரிஞ்ச ஆளா.. அதான். வேற ஒண்ணுமில்ல.

"வேற ஒண்ணுமில்லயா?"

"சத்தியமா ஒண்ணுமில்ல ஆயா."

"நாங்கூட ஏதோன்னு ஆசப்பட்டுட்டன். நீதான் ஒண்ணுமே யில்லங்குறியே. சரி அத வுடு."

மலர்க்கொடி மங்களத்தை ஆச்சரியமாய்ப் பார்த்தாள். மங்களம் அதை அதோடு விட்டுவிட்டதுபோல தன் வியாபாரக் கூடையை எடுத்து வைத்துக்கொண்டு உட்கார்ந்தாள். விற்றதுபோக மீதமிருந்த மிட்டாய், எள்ளடை, கடலை உருண்டை போன்ற பண்டங்களை பாக்கெட்டுக்குள் எறும்பு புகுந்து தின்றுவிடாதபடி இறுகக்கட்டி பாதுகாப்பாய் வைப்பதில் ஈடுபட்டாள்.

கைகள் அனிச்சையாக அந்த வேலையைச் செய்தாலும் மனது மட்டும் மாயவன் மலர்க்கொடி பற்றிய சிந்தனையிலேயே சிக்குண்டு கிடந்தது.

இந்தப் பொண்ணுக்கும் யாருமில்ல. நம்ம நல்லா இருக்கக்குள்ளயே இதுக்கு ஒரு கல்யாணத்த பண்ணிவச்சிட்டம்னா, நமக்குப் பெறவும் அதுக்கு ஒரு தொணய தேடிவச்ச மாதிரி இருக்கும். காலம் கெட்டுக் கெடக்குற இந்தக் காலத்துல ஒரு பொம்புளப்புள்ள தன்னந்தனியா இருந்து எப்படி கரயேற முடியும்.

நம்மளே ஒரு அனாத. இந்தப் பொண்ணு அதுக்கும் மேல. நான் எங்கபோயி மாப்புள்ள தேடமுடியும். அப்புடியே தேடுனாலும் கேக்குற நகநட்டப்போட்டு என்னால கட்டிக்குடுக்க முடியுமா? மாயவன்னா எந்தப் பிரச்சனயும் இல்ல. நம்ம சொன்னா சொன்னதக்கேட்டு செய்வான். கூப்புட்டா கூப்புட்ட கொரலுக்கு ஓடி வருவான். இட்ட வேலய தட்டாம செய்யிறவன். தாலிய கட்டுடான்னா மட்டும் கட்டாமயா பொயிடப்போறான். நல்ல கொணமான பயதான். அக்குதொக்கு இல்லாத பயலாவும் இருக்குறான்.

இந்தப் பொண்ண கட்டிவச்சா தங்கமேன்னு தாங்குவான். இவன மாதிரி ஒரு தொணய எங்கபோயிம் தேட முடியுமா? இந்தப் பொண்ணு இதயெல்லாம் யோசிச்சிப் பாக்குறதில்ல. நம்ம நெலமய புரிஞ்சிக்கிட்டு நடந்துக்கிர்றதில்ல. இந்தப் பொண்ணுக்கு உண்மையாலயுமே புரியலயா? இல்ல எப்புடி இதயெல்லாம் வெளிய சொல்றதுன்னு நெனச்சி மறைக்கிதா? பேச்சுல கொஞ்சமாவது எடவெளி குடுத்துப் பேசினா நம்ம உள்ள பூந்து மனசமாத்திப் பாக்கலாம். இந்தப் பொண்ணுதான் புடிகுடுக்காம பேசுதே. எப்புடி நம்மளா மாயவன நீ கல்யாணம் பண்ணிக்கன்னு சொல்ல முடியும். நல்ல மனசோட நம்ம நெனக்கிறம், நாயிக்கும் தோலு மினுங்கணுமுன்னு. ஆனா அது மனசுல வேறமாதிரி யோசிச்சி நம்மள கீழ்சாதிப் பயலுக்கு கட்டிவைக்கப் பாக்குதே இந்தக் கெழவின்னு நம்மள தப்பா நெனச்சிட்டுதுன்னா என்ன செய்ய முடியும் இனிமே இதப்பத்தி இந்தப் பொண்ணுக்கிட்ட எதுவும் பேசக்கூடாது. அந்தப்பய மாயவன் வரட்டும். அவன் மனசுல என்ன இருக்குதுன்னு தெரிஞ்சிக்கிட்டு அவனவுட்டே நூல நொழச்சிப் பாப்பம். 'கிழவி பலவாறாக யோசித்தபடி தன் வேலையைச் செய்துகொண்டிருந்தாள்.'

மலர்க்கொடியின் மனதிலும் கிட்டத்தட்ட இதுபோன்ற சிந்தனைகளே ஓடிக்கொண்டிருந்தன.

ஆயா எத நெனச்சி இப்புடிச் சொன்னிச்சிது. எனக்கும் மாயவனுக்கும் கல்யாணம் பண்ணி வச்சிடலாமுன்னு நெனக்கிதா? நம்ம அப்புடி நெனச்சது ஆயாவுக்கு தெரிஞ்சி போயிருக்குமா. அது எப்புடி தெரிஞ்சிருக்கும். ஏதோ நெனப்புதான அதுபாட்டுக்கு வந்து தொலஞ்சிட்டுப் போவுதுன்னு வாயத் தொறக்காமயில்ல நான் இருக்குறன். இது எப்புடி ஆயாவுக்கு தெரிஞ்சிருக்கும். நம்மள தப்பா நெனச்சிருக்குமோ. நாங்கூட ஏதோன்னு ஆசப்பட்டுட்டன்னு சொன்னிச்சே... அப்புடின்னா ஆயாவுக்கும் அந்த ஆச மனசுல இருக்குதா? நம்மளா ஆசப்பட்டா அது தப்புதான். ஆனா ஆயாவே ஆசப்பட்டா அது தப்பா இருக்குமா? நிச்சயமா அது தப்பா இருக்காதுதான. இல்ல எப்புடியாவது நம்மகூட இருக்குற இந்தப் பொண்ணுக்கு ஒரு வாழ்க்கைய அமைச்சிக் குடுத்துறனுமுன்னு நெனக்கிதா? ஆயா ஆசப்படுறதுலயும் ஒண்ணும் தப்பில்ல. ரயிலடில ஒத்தயில எங்குட்டுப் போறதுன்னு தெரியாம முழுச்சிக்கிட்டு நின்னப்ப நம்மள அழச்சிக்கிட்டு வந்து பாத்துக்கிச்சி. நம்ம வயசுக்கி வந்தப்பகூட அனாதப்பொண்ணுக்கு இதெல்லாம் ஒரு கேடான்னு நெனக்காம, மண்ணள்ளிப் போட்டு மறைக்காம கண்ணு நெறைய அக்கம்பக்கத்து சனத்த கூட்டிவச்சி தண்ணிவூத்தி, புதுத்துணி எடுத்துக் குடுத்து, புட்டுகளி செஞ்சிபோட்டு ஒரு கொறயும் வைக்காம பாத்துக்கிட்ட ஆயா அதேமாதிரி எனக்கொரு கல்யாணத்தயும் செஞ்சி பாத்துடணுமுன்னு நெனக்கிறதுல என்ன தப்பு. அதுக்குப் பெறவு எனக்கொரு தொண வேணுமுன்னு எம்மேல உண்மையான அக்கறப் படுற ஆளுதான் இந்த ஆயா. அது எங்கபோயி மாப்புள்ள தேடும். கையில வெண்ணெய்ய வச்சிக்கிட்டு யாராவது நெய்யிக்கி அலைவாங்களா? மாயவனுக்கு என்ன கொறச்ச? கொணத்துல தங்கம். மனசு வச்சா மாடு மாதிரி ஒழைக்கிற ஆளுதான். இதுமாதிரி ஒரு ஆள எங்க தேடுனாலும் கண்டுபுடிக்க முடியுமா? என்று நினைத்தவள், நம்ம எதுக்காவ அவசரப்பட்டு மாயவனப்பத்தி ஒண்ணுமே நெனக்கலன்னு சொன்னம். பேச வெக்கப்படுற மாதிரி பேசாம இருந்திருந்தாலும்கூட ஆயா அதப்புரிஞ்சிக்கிட்டு ஆக வேண்டியத செய்திருக்குமே. கவுதாரி, தான் வாயாலயே கெடுத்துக்கிட்ட மாதிரி நானே பேசத் தெரியாம பேசி காரியத்த கெடுத்துட்டனே எத்தன தடவ ஆயா தடுத்துத்துடுத்துக் கேட்டிச்சிது. அத்தன தடவையும் ஒண்ணுமில்ல ஒண்ணுமில்லன்னு அதையே திரும்பத்திரும்ப சொல்லி ஆயாவயும் மறுபுடி பேசவுடாம பண்ணிட்டமே. ஆயா மறுபடியும் இந்தப்பேச்ச எடுத்தா நல்லாருக்கும். நம்ம ஆசய வாயவுட்டுச் சொல்லாட்டியும் பெருமாள்கோயில் மாடுமாதிரி கேக்குறத்துக்கெல்லாம் தலய தலய ஆட்டிக்கிட்டு ஒக்காந்துருக்கலாமே. கடவுளே...

கூரப்பேட்ட ஐயனாரே... மறுபடியும் ஆயா மாயவனப்பத்தி பேச்ச எடுக்கணும், கூரப்பேட்டை ஐயனாரை வேண்டியவாறே கடலையை உரித்து தின்றுகொண்டிருந்தாள் மலர்க்கொடி.

"இன்னக்கி என்னாயா கொழம்பு?" மலர்க்கொடிதான் மறுபடியும் பேச்சை ஆரம்பித்தாள்.

"வர்ற வழில ஒழிங்கியோரம் இருந்த சுண்டைக்கா செடில நாலு காயி பறிச்சாந்தன். அத நசுக்கிப்போட்டு புளிக்கொழம்பு வச்சிருக்குறன்."

"சுண்டக்கா கொழம்பு நல்லாருக்கும். ஆனா சோறு திங்கத்தான் வயத்துல எடம் இருக்காது போலருக்கு."

"சின்னஞ்செறு பொண்ணுக்கு தின்னது செரிக்காமயாப் பொயிடப் போவுது. செத்த இருந்து சாப்புடலாம்."

"இந்த மள்ளாட்டய திங்காம இருந்தா மேல ஒரு தட்டு சோறு சேத்து சாப்புடலாமுல்ல."

"படுக்கப் போவறதுக்குள்ள சாப்புட்டுப் பாரு. நீ ஆசப்படுற சோத்த திங்க முடியுதா இல்லயான்னு."

"ஒரு சேர அரிசி கூடப்போட்டு வடிச்சி வச்சிருக்குறன். அந்தப் பய மாயவன் வந்தா ரெண்டு வாயி சாப்புட்டுட்டுப் போவச் சொல்லணும்."

'மாயவனுக்கும் சேத்து ஆக்கி வச்சிருக்கிறியா? அந்த அளவுக்கு முத்திப் போச்சா. ஒறவு?' மனதிற்குள் சிரித்துக்கொண்டாள்.

"இதுக்கு மேல எங்க அது இந்தப்பக்கம் வரப்போவுது" என்றாள் மலர்க்கொடி.

"ஏன் வரமாட்டான். நான் ரெண்டுபடி மள்ளாட்ட வாங்கிட்டு வரச்சொல்லிருக்கன்ல்ல."

"நீ ரொம்ப ஆசப்பட்டுக்கிட்டு இருக்காத ஆயா. நாளைக்கு பள்ளிக்கொட புள்ளைங்ககிட்ட வெவிச்ச மள்ளாட்ட வித்து சில்லற எண்ணலாமுன்னு."

"ஏன் ஆயி இப்புடிச் சொல்லுற?"

"மாயவன் இந்நேரம் காடே சரணமுன்னு எங்க சுத்திக்கிட்டு நிக்கிதோ."

"நான் சொன்னேன்னு பாரு அவன் கண்டிப்பா மள்ளாட்ட வாங்கிக்கிட்டு வருவான்."

இவர்கள் இப்படிப் பேசிக்கொண்டிருந்த நேரம் வாசலில் வந்து நின்று கணக்காய் சைக்கிள் மணியை அடித்தான் மாயவன். மங்களம் கொடுத்தனுப்பிய பை நிறைய நிலக்கடலை இருந்தது. சைக்கிளை நிறுத்திவிட்டு பையை வந்து வாங்கிக்கொள்ளச் சொன்னான் மாயவன்.

"நீ உள்ள வாடா தம்பி. சுண்டைக்கா போட்டு புளிக்கொழம்பு வச்சிருக்குறன். ரெண்டுவாயி சோறு தின்னுட்டுப் போ."

"அதெல்லாம் வேண்டாம் - பையப் புடி. நான் போவணும்."

"இவன் ஒருத்தன், சொன்னா கேக்கமாட்டான்." தனக்குள் சொல்லிக் கொண்டாள் மங்களம், பிடிவாதமாய் அவனை உள்ளே கூப்பிட்டுக்கொண்டிருந்தாள். அவன் பிடிகொடுக்காமல் மறுத்துக் கொண்டே இருந்தான்

அதுவரை இருவரையும் பார்த்துக்கொண்டிருந்த மலர்க்கொடிக்கு எங்கே அவன் வீட்டிற்குள் வராமலே போய்விடுவானோ என்று தோன்றியது.

தலையை மட்டும் வெளியே நீட்டி,

"ஆயா இவ்வளது புடிவாதமா கூப்புடுதுல்ல. உள்ள வந்து ரெண்டுவாய் சாப்புட்டுட்டுதான் போறது" என்றாள்.

மாயவன் தயங்கியபடியே உள்ளே வந்து உட்கார்ந்தான். ஒரு தட்டில் சோறு போட்டுக்கொண்டுவந்து வைத்தாள் மங்களம்.

சொம்பில் தண்ணீரை எடுத்துவந்து வைத்துவிட்டு மாயவனைப் பார்த்து புன்னகைத்தாள் மலர்க்கொடி.

மாயவனுக்கு சங்கடமாக இருந்தது. இவர்கள் வீட்டிற்கு இதற்குமுன் எத்தனையோ முறை வந்திருக்கிறான். இதேபோல உள்ளே வந்து ஓரிருமுறை உட்கார்ந்து கிழவியிடம் பேசிக்கொண்டிருந்து விட்டுக்கூட போயிருக்கிறான். ஆனால் இதுவரை அவன், இவர்கள் வீட்டில் இதுபோல உட்கார்ந்து சாப்பிட்டது கிடையாது. மங்களம் சாப்பாட்டுத் தட்டை நகர்த்திவைத்து...

"இது என்ன சாமிக்கா போட்டுருக்கு. ஒனக்குத்தாண்டா எடுத்துச் சாப்புடு" என்றாள்.

அவன் வரும்போதெல்லாம் அவனுக்கு சோறு போட்டுக் கொடுத்து சாப்பிடச் சொல்லத்தான் மலர்க்கொடி நினைப்பாள்.

ஆனால் கிழவி வாயே திறக்கமாட்டாள். மங்களம் கிழவிக்குப் பயந்துகொண்டு மலர்க்கொடி பேசாமல் இருந்துவிடுவாள். ஆனால் இன்றைக்கு அவனுக்காகவே சேர்த்து அரிசிபோட்டு ஆக்கி வைத்து போட்டுக்கொடுத்து சாப்பிடச் சொல்வதைப் பார்த்து மகிழ்ச்சியில் திக்குமுக்காடிக் கொண்டிருந்தாள் மலர்க்கொடி. அவளின் மன ஓட்டத்தை புரிந்துகொண்டவன் போலத்தான் தெரிந்தான். தட்டில் கைவைக்கும் முன்பாகவே அவன் மனம் நிறைந்துபோயிருந்தது. மலர்க்கொடியை ஓரக்கண்ணால் பார்த்தபடி அவன் சாப்பிட்டுக் கொண்டிருந்தான்.

∗

6

ஒழுங்கையோரம் காடுபோல அடர்ந்திருந்தன புதர்ச்செடிகள். அவற்றிற்கிடையே ஆங்காங்கே சுண்டைக்காய்ச் செடிகள். அவற்றில் கொத்துக்கொத்தாய் காய்த்திருந்தன சுண்டைக்காய்கள். அவ்வழியே வருவோர் போவோரின் கண்களை அவை கவர்ந்தாலும்கூட அவற்றைப் பறிக்க யாரும் முனைவதில்லை. சுண்டைக்காய் பெரிய பண்டமில்லை என்பதால் மட்டுமல்ல. முள் மண்டிய புதருக்குள் மெனக்கெட்டு பறிக்க வேண்டியதில் ஏற்படும் சிரமம், சுண்டைக்காய்ச் செடியின் அரிப்பூட்டும் சொனை, குத்தும் முள் போன்றவையும் அவைகளின் மீதான விருப்பத்தைக் குறைத்திருக்க வேண்டும். சீந்துவாரில்லாத காட்டுச்செடியில் செழித்துக் காய்த்துக் குலுங்கியிருக்கும் சுண்டைக்காய்களை தன் வியாபாரம் முடித்து திரும்பி வரும் வழியில் மங்களம் பார்த்துவிட்டாள். முதலில் குழம்புக்கென்றுதான் நான்கு கொத்துகளை ஒடித்து தன் வியாபாரக் கூடைக்குள் போட்டுக்கொண்டு வந்தாள். அப்போது அதுபற்றி வேறெதுவும் தோன்றவில்லை அவளுக்கு. ஆனால் மறு ரெண்டாம் நாளே அந்த யோசனை ஏற்பட்டுவிட்டது அவளுக்கு. ஆனாலும் அடுத்தடுத்து மள்ளாட்டையும், பயத்தங்காயும் கொய்யாப்பழமும் தன் பள்ளிக்கூட வியாபாரத்திற்கு தட்டுப்பாடு இல்லாமல் பண்டங்கள் கிடைக்கவே சுண்டைக்காய் பறிக்கும் யோசனையை தள்ளிப்போட்டுக்கொண்டே போக வேண்டியதாயிற்று.

இன்றைக்கு எப்படியாவது சுண்டைக்காய்களை பறித்துக் கொண்டுவந்து சேர்த்துவிடுவது என்பதில் உறுதியாய் இருந்தாள். பள்ளிக்கூடம் கூடும்நேரம், மணியடித்து பிள்ளைகள் வெளியே வரும் நேரம் போக பள்ளிக்கூடம் நடக்கும் நேரம் முழுவதும் மரத்தடியில் முக்காட்டைப் போட்டுக்கொண்டு சும்மாதானே படுத்திருப்போம். அந்த நேரத்தில் டவுனைப் பார்க்க எடுத்துக்கொண்டு போனால் விற்றுவிடலாம்.

அக்கரகாரத்தெரு ரெட்டைத் தெருவில் கூவிக்கொண்டே போனால் கண்ணமூடி கண்ணத் தொறக்குற நேரத்துக்குள்ள வித்துப்பொயிடுமே என்று திட்டமிட்டிருந்தாள்.

ஆனால் அவ்வளவு அடம்பாய்க் கிடக்கும் முள்செடிகளுக்குள் எப்படிப் புகுந்து பறிப்பது என்றுதான் அவளுக்குப் புரிபடவில்லை. யோசித்துக் கொண்டே நின்றால் மலைப்புதான் ஏற்படும். வேலையாகாது என்று நினைத்தவள் இடுப்பிலிருந்த கூடையை ஓரமாய் வைத்துவிட்டு தான் கையோடு கொண்டு வந்திருந்த கவைக்கழி மற்றும் சிறிய அரிவாளால் பின்னிக்கிடந்த செடிகளை விலக்கி வழி ஏற்படுத்திக் கொண்டாள்.

சொனையும் முள்ளும் உடலில் குத்தி அரிப்பை ஏற்படுத்தியது என்றபோதும் பசபசவென்று காய்த்திருந்த இளம் சுண்டைக்காய்கள் மங்களத்தை வெகுவாக ஆசை கொள்ள வைத்தன. பூவோடும் படும் பிஞ்சாகவும் இருந்தவைகளை ஒதுக்கிவிட்டு மற்றவைகளை பறிக்கத் தொடங்கினாள். ஒவ்வொன்றாய் ஆய்ந்தெடுக்க இது நேரமில்லை எனக் கருதியவள் கொத்துக்கொத்தாய் ஒடித்துப் போட்டுக் கொண்டாள். அவளுடைய கவனம் முழுவதும் சுண்டைக்காய் பறிப்பதிலேயே இருந்ததால் ஒழுங்கையில் வந்துநின்ற மாயவனை அவள் கவனிக்கவில்லை. அவளை கூப்பிட்டு தான் வந்து நிற்பதை உணர்த்தும்விதமாக,

"ஒனக்கு எதுக்கு இந்த வேலயெல்லாம்" என்றான்.

குரல் ஒலி கேட்டு திடுக்கிட்டவள் மாயவன் நிற்பதைப் பார்த்துவிட்டு,

"என்னடா அரவம் தெரியாம திருட்டுப்பய மாதிரி வந்து நிக்கிற? என்றாள்.

"சும்மா இந்தப் பக்கம் வந்தன். நீ நிக்கிறதப் பாத்துட்டு சைக்கிள் நின்னுட்டுது. நீதான் அக்கம்பக்கம் என்ன நடக்குதுன்னுகூட தெரியாதளவுக்கு சுண்டைக்கா பறிக்கிறத்துலயே மும்மரமாயிட்ட."

மடி நிறைய சுண்டைக்காய் கொத்துகளோடு வெளியே வந்தவள் மடியை கூடையில் அவிழ்த்துவிட்டாள். அரை கூடையளவு நிரம்பியிருந்தது.

"ரெண்டு செடிலதான் கைய வச்சன். அரக்கூட ரொம்பிட்டுது பாரு. இன்னும் ரெண்டு செடிய பாத்தா கூட ரொம்பிடும் போலருக்கு" என்றவள்,

"நானே ஒன்ன தனியா பாத்து ஒரு விஷயம் பேசணுமுன்னு நெனச்சிருந்தன். நல்லநேரம் பாத்து நீயே வந்துட்ட" என்றாள். அவளுடைய கண்கள் மட்டும் கூடையிலேயே பதிந்து மின்னிக்கொண்டிருந்தன.

மங்களம் சொல்லியதைக் கேட்ட மாயவனின் உடம்பு ஒருகணம் லேசாய் படபடத்து ஓய்ந்ததுபோலிருந்தது.

கிழவி எதைப்பற்றி பேச நினைத்திருப்பாள் என்பதும் ஓரளவு அவனுக்குப் புரிந்திருந்தது.

"என்ன விஷயம் ஆயா?" என்று எதிர்க்கேள்வி கேட்டு விசாரிக்கக் கூட அவனுக்கு நாக்கு எழவில்லை.

கிழவியின் முகத்தைப் பார்க்கும் திராணியற்றவனாக மறுபக்க காட்டை வேடிக்கை பார்ப்பதுபோல திரும்பி நின்றுகொண்டான்.

"இன்னக்கி வேலக்கிப் போவணுந்தான?" அவன் எதுவும் பேசாமல் நிற்பதை உணர்ந்த மங்களம்தான் கேட்டாள்.

"கம்பெனிக்கு பொயிட்டுதான் வந்தன். பழனிச்சாமி கம்பெனில 48 மோல்டு எடுக்குற வேல. பாடி இல்ல. ரெண்டு மூட்ட எடுத்துப் போடுங்கன்னு சொல்லிட்டு வந்தன்."

"இந்தப் பக்கம் எதுக்காக வந்த?"

"பாடி வர்ற வரைக்கும் சும்மா ஒக்காந்து கெடக்க முடியல. அதான் ஒரு ரவுண்டு பொயிட்டு வரலாமேன்னு சைக்கிள எடுத்துக்கிட்டு வந்தன்."

"சோலியில்லாம சுத்திவாரதும் தீனியில்லாம அள்ளித் திங்கிறதும் ஒண்ணுதான. எப்புடி முடியுது ஒங்களால எல்லாம்?"

"அது பழக்கமா பொயிட்டுது ஆயா"

"வயசு. ரெத்த ஓட்டம். சூத்து ஒரு எடத்துல சும்மாருக்க வுடுமா?"

"........................"

"செத்தநேரம் நிக்கிறியா இன்னும் ரெண்டு செடிய பாத்துட்டு வந்தர்றன்."

"நீ இந்தப் பக்கம் வா ஆயா. நான் பறிச்சித் தர்றன்."

"நீ வேற எதுக்கு சொனயில நானே பறிச்சிக்கிர்றன். நீ அங்கயே நில்லு."

"சொனதான ஒட்டுனா ஒட்டிட்டுப் போவட்டும். நீ எட்ட வா நான் பறிக்கிறன்."

கிழவியின் கையிலிருந்த கவைக்கம்பையும் அரிவாளையும் தன் கையில் வாங்கிக்கொண்டு செடிகளை விலக்கிக் கொண்டு போனான்.

கூடையில் இருந்த காய்களை ஒழுங்கையோரம் நல்ல இடமாய்ப் பார்த்து கொட்டி வைத்துவிட்டு வெறும் கூடையை மாயவனை நோக்கி வீசினாள்.

“இந்தாப்பா இதப் புடிச்சிக்க.”

மாயவன் கூடையைப் பிடித்து வாகாய் வைத்துக்கொண்டான். கிழவியைவிடவும் சுறுசுறுப்பாய் சுண்டைக்காய் கொத்துகளை அவனால் ஒடித்துப்போட முடிந்தது என்றபோதும் ஒவ்வொரு முறையும் கிழவியைப் பார்ப்பதும் செடியில் கைவிட்டுப் பறிக்க நேர் பார்ப்பதும் காலடிக்கு தரையைப் பார்ப்பதுமாக கணிசமான நேரத்தைக் கழித்துக் கொண்டிருந்தான். அவன் அப்படிச் செய்ய காரணமில்லாமல் இல்லை. ஏதோ விஷயம் பேசவேண்டுமென்று சொன்ன கிழவி, அந்தப் பேச்சை ஆரம்பிக்க மாட்டாளா என்ற எதிர்பார்ப்பில்தான் அவன் அவ்வாறு செய்துகொண்டிருந்தான்.

கிழவியோ, அவன் பறித்துப் போடும் சுண்டைக்காய்களைப் பார்த்து சப்புக் கொட்டிக் கொண்டு நிற்பதைப்போல இருந்தது அவனுக்கு. மாயவனுக்குமேகூட அந்த காய்களைப் பார்க்க ஆசையாகத்தான் இருந்தது. இருப்பினும் காய்களை ரசிக்கும் நேரமா இது என்று நினைத்தவன், எப்படியாவது அவளை பேச வைக்க விரும்பியவனாக,

“ஆயா இந்தக் காயயெல்லாம் எங்க கொண்டுபோயி விக்கப் போற” என்றான்.

“ரெட்டத்தெரு பக்கம் போனா இப்புடிங்குறத்துக்குள்ள எல்லாம் வித்துப் போயிடும்ப்பா. காயப் பாத்தியா... பசபசன்னு எவ்வளது நல்லாருக்குன்னு” சும்மா நிற்கமுடியாமல் மடியில் ஆய்ந்து போட்டுக் கொண்டிருந்த காய்களைப் பார்த்தவாறே சொன்னாள்.

“ஆமாமா காயி நல்லாருக்குது. நல்ல வெல சொல்லி வித்துப்பூ. அதான் முக்கியம்.”

“எவ்வளவுதான் நல்லாருந்தாலும் சுண்டைக்காயிக்கும் சொரக்காயிக்கும் நம்ம வெல சொல்ல முடியாது. வாங்குறவங்க வைக்கிறதுதான் வெல.”

“ஏதோ பேசணுமுன்னு சொல்லிட்டு இந்த ஆயா வேற ஏதேதோ பேசுதே” என்று மனதிற்குள் புலம்பினாள். அவனுக்கு அந்தப் பேச்சை தானாக எப்படி ஆரம்பிப்பது என்றும் தெரியவில்லை. நாமாக ஆரம்பித்தால் ஆயா நம்மைப் பற்றி தவறாக நினைத்துவிடுமோ என்று தயக்கமாகவும் இருந்தது.

கூடை ஓரளவு நிரம்பி வந்ததுபோலிருந்தது. கூடையை தூக்கிக் காட்டினான் மாயவன்.

"ஆயா இங்க பாரு.. இவ்வளது இருக்குது. இது போதுமா இன்னும் பறிக்கணுமா?" என்றான்.

"இம்மாம் பறிச்சிட்டியா? போதும் போதும் மவராசனா இருப்ப. இதுபோதும் எடுத்துக்கிட்டு வா" என்றாள்

கூடை கவைக்கம்பு மற்றும் அரிவாளுடன் வெளியே வந்தான் மாயவன். அவனுடைய கைகளிலும் கால்களிலும் முள் கிழித்திருந்தது. ஓரிரு கீறல்களிலிருந்து மெலிதாய் ரத்தம் கசிந்துகொண்டிருந்தது. அதோடு அரிப்புவேறு அவன் உடலெங்கும் பிய்த்துத் தின்பது போலிருந்தது.

இதயும் அள்ளிப்போட்டா கூடை கொள்ளாது போலருக்கே என்றவளுக்கு வாயெல்லாம் பல்லாக இருந்தது. தூரத்திலிருந்து பார்த்தபோது கூடையில் இருந்த சுண்டைக்காயின் அளவு தெரியாமல் போயிருந்தது அவளுக்கு. இப்போது இவ்வளவு காய்களையும் மொத்தமாய்ப் பார்க்க மங்களத்திற்கு தாங்கமுடியாத மகிழ்ச்சியாகி விட்டது.

"ஒண்ணு ஒண்ணா ஆஞ்சி போட்டுப் பாத்தா பச்சமுத்துக் கணக்காக பாக்க என்னமாருக்குங்குற."

"........."

"இங்க பாரு... அள்ளுன கையி சோந்து பொயிரும் போலருக்கு" என்றவாறே மடியில் ஆய்ந்துபோட்டிருந்தவைகளை அள்ளிக் காண்பித்தாள். மாயவனுக்குத்தான் சங்கடமாக இருந்தது. என்னவோ பேசவேண்டுமென்று சொன்னவள் இதுவரை அதைப்பற்றி வாயைத் திறக்காமலே இருக்கிறாளே என்று குமைந்தான்.

"ஆயா இந்நேரம் பாடி வந்திருக்கும். நான் போவட்டா" என்றான்.

அப்போதாவது பேசவேண்டியதைப் பற்றி ஏதாவது சொல்வாளா என்ற நப்பாசையில்.

அவள் அப்போதும் தான் முன்பு சொன்னதுபற்றிய யோசனை யற்றவளாக,

"ஒன்னோட வேலய நான் கெடுக்கக்கூடாது. நீ போ போ. இனிமே நான் பாத்துக்கிர்றன்" என்றாள்.

“இனிமே இந்த சுண்டைக்காயெல்லாம் வித்து வெலயாகுற வரைக்கும் நம்மளப் பத்தி பேச நெனக்காது இந்தக் கெழவி” என வாய்க்குள் முணுமுணுத்துக் கொண்டான்.

“இதுக்கு மேல அடம்புல பூந்து காய் பறிக்காத ஆயா! பறிச்சதுபோதும். இன்னக்கி இத வித்துட்டு வா. நாளைக்கு வந்து நானே பறிச்சித்தாறன்” என்றான்.

“அடக்கடவுளே... முருகா.... இதுக்கு மேலயா நான் பறிக்கப் போறன். இதுபோதும் இன்னக்கி. இதக் கொண்டு போயி ஆஞ்சி எடுத்து அளந்து குடுத்துட்டு வந்துட்டன்னா போதாதா?”

“சரி நான் போவட்டுமா ஆயா?”

“நீ போ.”

சைக்கிளைத் தள்ளியவன் தயங்கி நின்றான்.

“என்னப்பா?”

“வூட்ட கொண்டுவந்து குடுத்துட்டு போகட்டா?”

“வேண்டாம். ஒனக்கு எதுக்கு இந்த வேல. நான் கொண்டு பொயிடுவென். நீ போ.”

“கூட கனமா இருக்கும் போலருக்கு. வூட்ட கொண்டுவந்து குடுத்துட்டுப் போவமுன்னு பாத்தன்.”

“ஒனக்கு வேலக்கு நேரமாவுதுன்னு சொன்னியே.”

“பாடி வந்துருக்குமுன்னு சொன்னன். எப்ப செய்தாலும் என்னோட வேலதான. மோல்டுதான் கணக்கு. நேரம் கணக்கில்ல. நான் வேலயில கையவச்சன்னா சரசரன்னு ரெண்டுமணி நேரத்துல இருவது மோல்டயும் ஊத்தி வச்சிருவன். காயத்தான் நேரம் ஆவும்.”

“அப்பன்னா சரி. இந்தா இத தூக்கி சைக்கிள்ல வச்சிக்க.”

கூடையைத் தூக்கி கேரியரில் வைத்துக்கொண்டவன் கவைக்கம்பையும் அரிவாளையும் வாங்கி கூடைமீது வாகாய் வைத்துக் கட்டிக்கொண்டான்.

“நீ ஓட்டிக்கிட்டுப் போ. நான் மெள்ளமா நடந்து வாறன்.”

“...........”

“வூட்ட கொண்டுபோயி தட்டிய தொறந்துக்கிட்டு மின்னாலயே எறக்கி வச்சிட்டுப் போ.”

“வேண்டாம் ஆயா. நானும் சைக்கிள தள்ளிக்கிட்டு நடந்தே வாறன்.”

“நீ எதுக்கு நடக்கணும். நீ ஓட்டிக்கிட்டுப் போயண்டா.”

“இல்லாயா. நான் கொண்டுபோயி வக்கிறத யாராவுது பாத்திருந்திட்டு நீ வந்து சேருறத்துக்குள்ள ஆளுக்கு நாலா அள்ளிக்கிட்டு பொயிட்டாங்கன்னா என்ன செய்றது. இவ்வளவு நேரம் பட்ட கஷ்டத்துக்கு பலன் இல்லாமப் பொயிடாதா?”

“நீ சொல்றதும் சரிதான். அதோட இல்லாம நீ கொண்டாந்து குடுக்குற பண்டமாயிருந்தா எல்லாருக்கும் பொதுவா பந்தில வைக்கணுமுங்குறாளுங்க அந்தத்தெரு பொட்டச்சிங்க.”

“..........”

“அன்னைக்குக்கூட நீ கொண்டாந்து குடுத்த மள்ளாட்டய பாத்துட்டு எதுத்த வூட்டு மாடு என்ன சொன்னா தெரியுமா?”

என்ன என்பதுபோல கிழவியின் முகத்தை அண்ணாந்து பார்த்தான்.

“மள்ளாட்டய நீங்க ரெண்டுபேரும் மட்டும்தான் தின்னு பாக்கணுமா! குடுத்தா நாங்கள்லாம் வேண்டான்னா சொல்லப்போறம். ஏதோ பாடிபரதேசி கொண்டாந்து குடுத்ததுதான. அக்கம் பக்கத்துல உள்ளவங்களுக்கும் நாலு நாலு அள்ளி குடுக்கக்கூடாதா. ஆசப்பட்ட பண்டம்தானன்னு நாளு முச்சூடும் ஓச்சயில்லாம பேசுனா தெரியுமா?”

“ஏன் அப்புடியெல்லாம் பேசுறாங்க.”

“நீ குடுத்தத அவங்களுக்கும் பங்குபோட்டுக் குடுக்கலயாம்.”

“ஒங்களுக்காகத்தான குடுத்தன். அதுல அவங்களுக்கு எதுக்காக பங்கு குடுக்கணும்?”

“ம். நீபாடி பரதேசியாம். எல்லாருக்கும் பொதுவான ஆளாம்.”

“அப்புடின்னா என்ன அர்த்தம்?”

“ம்.... எதிர்ல ஆம்புடக்குள்ள அவளுங்க ஏவுற வேலய தட்டாம செய்து குடுக்குறியில்ல. அதான்.”

“........”

“நாற மாட்டுவளுக்கு பேசுறத்துக்கு என்ன கொற?” “........”

“இதுக்குத்தான் மொதல்ல ஒன்ன வூட்ட சேக்கணுமுன்னு நான் சொன்னது.”

மாயவனின் நெஞ்சில் மறுபடியும் திடீரென்று அதிர்வை ஏற்படுத்தின கிழவியின் வார்த்தைகள். இருந்தபோதும் எதையும் வெளிக்காட்டிக் கொள்ளாதவன் போல சைக்கிளை தள்ளியபடி நடந்துகொண்டிருந்தான்.

“ஏண்டாப்பா நீ நம்ம மலர்க்கொடியப் பத்தி என்ன நெனக்கிற?”

கிழவி மலர்க்கொடியிடம் எப்படிக் கேட்டாளோ அதேபோல மாயவனிடமும் கேட்டாள். அவளுக்கு அதற்குமேல் வேறுமாதிரியாக பேசத் தெரியவில்லை என்றுதான் சொல்லவேண்டும்.

திடுதிப்பென்று இப்படிக் கேட்டால் என்னதான் பதில் சொல்ல முடியும். மாயவன் பதிலேதும் சொல்லாமல் கிழவியின் முகத்தையே பரிதாபமாகப் பார்த்தான். அவன் என்ன நினைக்கிறான் என்பது கிழவிக்கு புரிந்துபோனது. என்றாலும் சட்டென்று அவள் பேச்சை மாற்றினாள்.

“எனக்கு வயசாயிட்டுது. எத்துன நாளைக்கு நான் அந்தப் பொண்ணுக்கு காவலா இருந்துடமுடியும் சொல்லு. ஏங்காலத்துக்குப் பெறவு அதுக்கு ஒரு தொண வேண்டாமா?”

“.........”

“அந்தப் பொண்ண காலாகாலத்துல எவனாவது ஒருத்தன் கையில புடிச்சிக்குடுத்துட்டன்னா போதும். அதுக்குப் பெறவு எமன் எப்ப வந்து கூப்புட்டாலும் வர்றேன்னு சொல்லி சந்தோசமா பொயிடுவன்.”

“........”

“நான் சொல்றது சரிதானா?”

“அது சரிதான் ஆயா.”

“அவங்க மாமன்வூட்ட வேலசெஞ்சேன்னு சொன்னியே அங்க எதுவும் தோது இருக்குதா?”

“அவங்கள்லாம் ஏத்துக்கிட மாட்டாங்க ஆயா.”

பாகற்காயை மென்று விழுங்குவது போன்றதொரு சிரமத்துடன் வெளிப்பட்டன வார்த்தைகள்.

“அக்கு தொக்கு இல்லாத ஆளாருந்து புடிச்சிக்குடுத்துட்டா நல்லாருக்குமுல்ல.”

"........."

"எனக்கு மட்டும் இங்கு அக்குதொக்கும் ஆனசேனயும் இருக்குதாக்கும்" மனதிற்குள் சொல்லிக்கொண்டான்.

மாயவன் தானாக வாய்திறந்து ஏதாவது சொல்கிறானா என்று ஆராய்ந்தாள் கிழவி.

மாயவனுக்கோ, கிழவிமீது கோபமும் வெறுப்பும் ஏற்பட்டது. 'நல்லவ மாதிரி பழகிக்கிட்டே நம்ம கழுத்த அறுத்துருவா போலருக்கே இந்த கெழட்டு முண்ட' என்று எண்ணினான்.

"இப்புடி நம்மை பழிவாங்கும் கிழவிக்காகவா நாம் சுண்டைக்காய் அறுத்தோம். பறித்துக் கொடுத்தது போதாதென்று வீடு வரை அதை சைக்கிளில் வைத்து தள்ளிக்கொண்டு வருகிறோமே நமக்கென்ன தலையெழுத்தா மனது தவியாய் தவித்தது."

கம்பெனிக்குப் போக நேரமாகிறது என்று சொல்லி கூடையை கிழவியையே தூக்கிச்செல்லச் சொல்லிவிட்டு நாம் போய்விடலாமா என்றுகூட நினைத்தான். கம்பெனிக்குப் போக நேரமாகிவிட்டது என்பதும் உண்மைதானே என்றபோதும் அப்படிச் செய்தால் அது நாகரீகமாக இருக்குமா என்று நினைத்தான். பல்லைக் கடித்துக்கொண்டு சைக்கிளை தள்ளினான். அவன் வாயைத் திறந்து ஒரு வார்த்தையும் பேசவில்லை.

கிழவியும்கூட சிறிதுநேரம் எதுவும் பேசாமல் நடந்தாள். இன்னும் சிறிதுதூரம் சென்றபிறகு,

"ஏண்டா மாயவா இப்புடி செஞ்சான்ன?" என்றாள்.

கிழவியை நிமிர்ந்து பார்த்தால் பார்வையாலேயே அவளை எரித்துவிடுவோமோ என்று நினைத்தவன், கண்கள் சிவக்க பாதையிலிருந்து பார்வையை விலக்காமல்,

"என்ன?" என்றான்.

"வெண்ணெய கையில வச்சிக்கிட்டு யாராவது நெய்யிக்கி அலைவாங்களா?"

'என்ன சொல்கிறாள் இந்தக் கிழவி... எதற்காக இப்படியெல்லாம் புரட்டிப் புரட்டி பேசுகிறாள்' என்று அவன் யோசிப்பதற்குள்ளாகவே சடக்கென்று அடுத்த கேள்வியையும் கேட்டுவிட்டாள்.

"பேசாம நீனே அந்தப் பொண்ண கட்டிக்கிட்டான்ன?"

நடந்துகொண்டிருந்த மாயவன் படக்கென்று நின்றுவிட்டான். எத்தனையோ ஆயிரம் முறை மனதிற்குள் ஒத்திகை பார்த்துவிட்ட ஒரு விஷயம்தான் என்றபோதும் கிழவியின் இந்தக் கேள்வி அவன் உடல் முழுவதையும் ஒரு குலுக்கு குலுக்கி அதிரவைத்து உறைய வைத்துவிட்டது.

கிழவியின் முகத்தையே பார்த்துக்கொண்டிருந்தான்.

"என்னப்பா நீ இப்புடி அதிர்ச்சியாயிட்ட? ஒனக்கு அந்தப் பொண்ண புடிக்கலயா?"

"இல்ல.... இல்ல...."

"பெறவு என்ன யோசிக்கிற? தாழ்ந்த சாதிக்காரன் எப்புடி வேற சாதி பொண்ணக் கட்டிக்கிர்றதுன்னு யோசிக்கிறியா?"

"....................."

"சாதியில என்ன கெடக்கு? பறையனுக்கும் படையாச்சிக்கும் பெரிசா என்ன வித்தியாசம் இருக்கு சொல்லு. பறையன் முத்துனா படையாச்சின்னு ஒரு பழமொழியே இருக்கு தெரியுமா?"

"........................."

"ஒன்ன வேற, அந்தப் பொண்ண வேறயா பாக்க முடியல. எனக்கு ரெண்டு பேரும் ஒண்ணுமாதிரிதான் தெரியிது. நீங்க ரெண்டுபேரும் கல்யாணம் பண்ணிக்கிட்டா நல்லா வாழ்வீங்க."

மாயவனால் வாயைத் திறந்து எதுவும் சொல்லமுடியவில்லை. கிழவியின் கால்களைக் கட்டிப்பிடித்துக் கொண்டு அழுதால் தேவலாம்போல இருந்தது.

"எல்லாரும் ஒண்ணுபோலதான் இருக்குறம். இதுல என்ன நான் ஒசத்தி நீ தாழ்ச்சின்னு. இந்த பாழாப்போன சாதிய எந்த சின்னசாதிப் பய கண்டுபுடிச்சிருப்பான்னு தெரியலையே."

"..........."

"அந்த சாண்டகுடிச்சப் பய எங்கையில மாட்டுனான்னு வையி வெளக்குமாத்தாலயே சாத்துவன். அப்புடி வருது அவன்மேல எனக்கு."

கிழவி படித்தவளில்லை. என்ன ஏதென்று தெரியாமல் அது நல்லதா கெட்டதா என்று உணராமலேயே படிப்படியாய் ஊட்டப்பட்ட சாதி உணர்வுகள் தன்னிடமும் ஒட்டிக்கொள்ளும் சூழலில் வளர்ந்து

வந்தவள்தான் இந்த மங்களம் கிழவியும், இவளுக்கு மாத்திரம் எங்கேயிருந்து வந்தது இந்த அறிவும் தெளிவும். பல நாட்களாய் யோசித்து யோசித்துப் புழுங்கிப் போயிருக்கும் தான் பேச நேர்ந்திருந்தால் என்ன பேசியிருப்போமோ அதையே பேசுகிறாளே இந்தக் கிழவி என்று அவள்மீது மிகுந்த மரியாதையும் பாசமும் ஏற்பட்டது மாயவனுக்கு. ஒரு காவல் தெய்வத்தை பின்தொடரும் பக்தனின் பயபக்தியுடன் கிழவியின் பின்னால் நடந்துகொண்டிருந்தான் மாயவன்.

'எந்தக் காலத்துல எவன் கொளுத்திப் போட்டானோ இந்த நெருப்ப. இன்னைக்கு வரைக்கும் தலமுற தலமுறயா எல்லார் மனசையும் எரிச்சிக்கிட்டேதான் இருக்கு. இதுக்கு பயந்தா, அந்தப் பொண்ணுக்கு ஒரு ஞாயத்த பண்ணமுடியாமப் பொயிடும் நம்மால. அதுனால எதப்பத்தியும் யோசிக்காம ரெண்டுபேருக்கும் கல்யாணத்த பண்ணி வச்சிட வேண்டியதுதான்' என்று எண்ணமிட்டவளாய் முன்னே நடந்துகொண்டிருந்தாள்.

∗

7

மதியச் சாப்பாட்டின்போது ஒரு சிறிய தட்டில் இரண்டு வெற்றிலையும் அதன்மீது ஒரு பொட்டலம் பாக்கையும் வைத்து முதலில் முதலாளியிடம் நீட்டினாள் மலர்க்கொடி.

"என்னம்மா மலரு... பாக்கெல்லாம் வைக்கிற, சந்தோசமான சமாச்சாரமா?" என்றார் சிரித்தபடியே.

கம்பெனியில் வேலை செய்யும் மற்றவர்களுக்கு தெரிந்திருந்ததால் எதுவும் இதுவரை முதலாளிக்கு தெரியாமலே இருந்தது. மலர்க்கொடியின் திருமணம் பற்றிய எந்தச் செய்தியையும் அவர் யார் மூலமாகவும் அறிந்திருக்கவில்லை. மற்றவர்கள் புன்சிரிப்போடு மலர்க்கொடியையும் முதலாளியையும் வேடிக்கையாய்ப் பார்த்துக் கொண்டிருந்தார்கள்.

மலர்க்கொடிக்கு அப்படியொரு வெட்கம் எங்கிருந்துதான் வந்ததோ. அவளால் முதலாளியின் முகத்தை நிமிர்ந்து பார்க்க முடியவில்லை.

நீட்டிய தட்டிலிருந்த வெற்றிலை பாக்கை எடுத்துக்கொண்டார். இவளின் முகத்தில் தெரிந்த மகிழ்ச்சியையும் அவள் அடையும் வெட்கத்தையும் பார்த்தவர்,

"என்னம்மா ஒனக்கு கல்யாணமா?" என்றார்

"ம்" தலையை மட்டும்தான் அவளால் ஆட்ட முடிந்தது.

"அப்புடி போடு... வெரிகுட் வெரிகுட். எப்பம்மா கல்யாணம் யாரு மாப்புள்ள?"

என்ன விசேசம் என்று கேட்டதற்கே பதில் சொல்ல முடியாமல் வெட்கத்தில் விக்கித்துப்போய் நிற்பவளா அடுக்கடுக்காய் அவர் கேட்கும் கேள்விகளுக்குப் பதில் சொல்லிவிடப் போகிறாள் என்று நினைத்த காந்தி, சாப்பிடுவதற்காக திறந்துவைத்த டப்பாவை மூடி வைத்துவிட்டு எழுந்து வந்தாள்.

"மோல்டரு மாயவன்தான் சார் மலர்க்கொடிய கட்டிக்கப் போற மாப்புள்ள" என்றாள் சிரித்தபடியே.

"மாயவனா?"

"ஆமா சார்."

அதுவரை மலர்ச்சியாய் இருந்த அவரது முகத்தில் சட்டென்று அது காணாமல் போனதுபோலிருந்தது.

"யாரு செஞ்ச ஏற்பாடு இதெல்லாம்?"

"மலருகூட இருக்குற ஆயாதான் சார்."

"....................."

"அவங்க புடிவாதத்துலதான் சார் இந்தக் கல்யாணமே நடக்கப் போகுது."

"ஏம்மா ஒனக்கும் இந்தக் கல்யாணத்துல விருப்பம் தானா?" என்றார் இறுக்கமான முகத்துடன்.

"ம்" தலையாட்டினாள் மலர்க்கொடி.

"நல்லா யோசிச்சிப் பாத்துதான் ஒத்துக்கிட்டியா?"

முதலாளி படையாச்சியாய் இருந்து கிருஸ்துவராய் மதம் மாறியவர். என்ன படித்திருந்தாலும் பொருள்தேடி சம்பாதித்து உயர்ந்த நிலைக்கு வந்திருந்தாலும் சாதி விஷயத்தில் அப்படியேதான் இருக்கிறார்கள் எல்லோரும். இவரிடம் என்ன சொல்லி சமாளிப்பது என்று தெரியாமல் ஒரு வினாடி திகைத்துப்போய் நின்றாள் மலர்க்கொடி.

"கனத்த கனம் பாக்கும் கருவாட்டுக் கடைய நாய்தான் பாக்கும். கொடுப்பாரும் எடுப்பாரும் இல்லாத எனக்கு ஆயா தேடி இருக்குற மாப்புள்ள கணக்காத்தான் இருக்கும்" என்று பட்டென்று சொல்லிவிடலாமா என்றுகூட ஒருகணம் யோசித்தாள்.

"அவன் என்ன சாதிக்காரன்னு ஒனக்குத் தெரியுமா?"

"ம். தெரியும். எங்க மாமன்வூட்ட அது மாடு மேச்ச நாள்ல இருந்தே தெரியும்."

"தெரிஞ்சிமா ஒத்துக்கிட்ட?"

இப்படிக் கேட்பவரிடம் என்ன சொல்லிப் புரியவைப்பது? எதுவும் பேசாமல் நின்றாள் மலர்க்கொடி.

கையிலிருந்த வெற்றிலை பாக்கை பக்கத்தில் பொம்மை அடுக்கியிருந்த பலகையின்மீது வைத்தவர் பலத்த யோசனையுடன் வெளியே போனார்.

இந்தக் கம்பெனிக்கு வந்த புதிதிலேயே தோண்டித் துருவி மலர்க்கொடியிடம் கேள்விமேல் கேள்விகேட்டு, அவள் படையாச்சி என்பதையும் குப்பநத்தத்து படையாச்சிக்கு உறவுக்காரப் பெண் என்பதையும் தெரிந்துகொண்டார். அவள் அங்கு வந்து சேர்ந்தது கிழவியுடன் வசிப்பது எல்லாவற்றையும் அறிந்துகொண்டவர் அவளிடம் அன்பாகவும் பரிவுடனும் நடந்துகொண்டார். அதோடு அல்லாமல் அவள் அங்கு இருப்பதுபற்றி அவளது மாமன்களிடம் எதுவும் வாய் திறந்துவிடாமல் இருந்தார். தேடிப்போய் இது சம்பந்தமாக சொல்லுமளவிற்கு அவருக்கு அவர்கள் வேண்டப்பட்டவர்களாய் இருக்கவில்லை. இந்நாள்வரை அவரால் அவளுக்கு எந்த வில்லங்கமும் ஏற்பட்டது கிடையாது. ஆனால் இன்றைக்கு எல்லார் முன்னிலையிலும் அவர் இப்படி நடந்துகொள்வது அவளுக்கு மிகுந்த வேதனையை ஏற்படுத்தியது. தன் மாமன்களிடம் சொல்லி, கல்யாணத்தையே நிறுத்திவிடுவார்களோ என்ற பயம்கூட ஏற்பட்டது. செய்வதறியாது திகைத்துப் போய் நின்றாள் மலர்க்கொடி.

முதல் பாக்கை முதலாளிக்கு வைக்கவேண்டும். பிறகு தன்னுடன் வேலை பார்ப்பவர்களுக்கு ஒவ்வொருவருக்காக வைத்து கல்யாணத்திற்கு அழைக்கவேண்டும் என்ற திட்டத்துடன் இருந்தவளுக்கு முதலாளியைப் பார்க்கும் வரை சந்தோசத்தாலும் ஒருவித பரபரப்புணர்வாலும் உடலிலும் நடையிலும் ஒருவிதமான துள்ளல் சேர்ந்திருந்தது. முதலாளியிடமிருந்து இப்படி ஒரு எதிர்ப்பு வருமென்று கொஞ்சமும் தெரிந்திருக்கவில்லை. நாம் செய்வது தவறுதானோ என்ற குழப்பமும் கலவரமும் அவள் மனதை மெல்ல சூழ்ந்துகொள்ள ஆரம்பித்தது.

அதுவரை பக்கத்தில் நின்ற காந்தி, மலர்க்கொடியின் தோளில் ஆதரவாய் கைவைத்துக் கேட்டாள்

“என்ன மலரு... நீ இதுக்கே இப்புடி தெவச்சிப்போயி நின்னுட்ட?”

“காந்தியக்கா.”

மலர்க்கொடியால் மேற்கொண்டு பேசமுடியவில்லை “அவரு கெடந்தா போறாரு நீ வா.”

“இல்லக்கா... நான் தப்பு பண்ணுறனா?”

“அதெல்லாம் ஒண்ணுமில்ல. நீ என்ன தப்பு பண்ணுன.. மனசுக்குப் புடிச்ச ஒருத்தன கல்யாணம் பண்ணிக்கிர்றது தப்பா?”

“அப்பறம் ஏன் மொதலாளி வச்சபாக்க தூக்கிப் போட்டுட்டுப் போறாரு?”

“அவருக்குத் தெரிஞ்சது அவ்வளதுதான்.”

காந்திக்குமே கூட முதலாளி நடந்துகொண்டது அதிர்ச்சியாக இருந்தது. அவர்மீது கோபம் ஏற்பட்டது என்றுகூடச் சொல்லலாம்.

“பெரிய மனுஷங்களே இப்புடி நடந்துக்கிட்டா நம்ம மாதிரி நாதியத்த பொறப்பெல்லாம் எப்புடி கரயேறுறது” என்றவள், மலர்க்கொடியின் கையைப் பிடித்து இழுத்துக்கொண்டு போனாள்.

“ஒக்காந்து ரெண்டு வா சாப்புடு. வேகம் கொறயட்டும். அப்பறமா மத்தவங்களுக்கு பாக்கு வச்சி கூப்புட்டுக்கலாம். இதுக்குத்தான் பத்திரிக்க அடிக்கணுமிங்கிறது. பத்திரிக்கன்னா புடிக்கிதோ, புடிக்கலயோ... நம்ம பாட்டுக்கும் எடுத்துக் குடுத்துட்டு போயிக்கிட்டே இருக்கலாம். மாப்புள்ள யாரு? எந்த ஊரு? மச்சான் யாரு அவருக்கென்ன பேருன்னு வெளக்கஞ் சொல்லிக்கிட்டு நிக்கவேண்டியதில்ல” என்றாள். மலர்க்கொடியின் கல்யாணத்திற்கு யார் யாரை அழைக்க வேண்டுமென்று முன்கூட்டியே கிழவி திட்டமிட்டுச் சொல்லியிருந்தாள். மலர்க்கொடிக்கும் மாயவனுக்கும் நெருங்கிய உறவினர் என்று யாரும் கிடையாது. மாயவனுக்கு, அவன்மீது அக்கறை கொண்டவர்கள் அழைத்தால் வரக்கூடிய உறவினர்கள் குப்பநத்தத்தில் இருந்தபோதும் மலர்க்கொடிக்காக அவர்களை அழைக்கப் போவதில்லை என்று சொல்லியிருந்தான். அவனோடு வேலை செய்யும் ஒரு சிலருக்கு மட்டும் சொன்னால் போதுமென்று சொல்லிவிட்டான். மலர்க்கொடிக்கும் தெரிந்த இடம் கம்பெனி மட்டும்தான். அக்கம்பக்கத்து வீடுகள் மூன்றுக்குமேல் இல்லை. இருவருக்குமாக சேர்த்து அழைத்துப் பார்த்தாலும் பத்து பனிரெண்டு பேருக்குமேல் இருக்கமாட்டார்கள். இவர்களுக்காக என்னவென்று சொல்லி பத்திரிக்கை அடிப்பது. வாய்ச்சொல்லாய் சொல்லி அழைத்துக் கொள்ளலாம் என்று முடிவுசெய்து கொண்டார்கள். காலையில்தான் மாயவன் அரைக் கவுளி வெற்றிலையும் ஐம்பது கிராம் துவருப்பாக்கும் வாங்கிவந்து கொடுத்திருந்தான்.

சிறிய வயதுமுதல் எத்தனையோவிதமான கல்யாண பத்திரிகைகளை பார்த்திருக்கிறாள் மலர்க்கொடி. வள்ளி தெய்வானையுடன் முருகன் படம்போட்ட பத்திரிகைகள் பார்க்க அழகாயிருக்கும். பெரும்பாலானோர் இந்தப் படம் போட்ட பத்திரிகைகளைத்தான் விரும்பி அடிப்பார்கள். வெகுசில பத்திரிகைகள் வெங்கடாசலபதி படத்துடன் அச்சடிக்கப்படும். இவற்றையெல்லாம்விட அதிக பத்திரிகைகளில் புதுப்பெண்ணும் மாப்பிள்ளையும் கல்யாணம் செய்துகொள்வது போல இருக்கும்.

கழுத்தில் மாலையுடன் மிக அலங்காரமாக இருப்பார்கள். சிவப்புநிற புடவையிலோ அல்லது பச்சைநிற புடவையிலோதான் படங்கள் இருக்கும். பெண்ணும் மாப்பிள்ளையும் உட்கார்ந்திருப்பது போலவும் சிலவற்றில் நின்றுகொண்டிருப்பது போலவும் இருக்கும்.

பெண்களுக்கு அவர்களுடைய கல்யாணப் பத்திரிக்கை என்பதும் வாழ்க்கையில் ஒரு முக்கியமான விஷயமாய் இருக்கும். அதைப்பற்றிய கனவுகளும் கற்பனைகளும் எதிர்பார்ப்புகளும் அதிகமாய் இருக்கும். அச்சடித்த எழுத்தில் தம் பெயரை மாப்பிள்ளை பெயரோடு இணைத்துப் பார்க்கும்போது ஏற்படும் பரவசமான அனுபவங்கள் பெண்களுக்கு அபூர்வமான ஒன்றாக அமையும்.

மலர்க்கொடிக்கும் இதுபோன்ற கனவுகள் ஏராளமாய் இருந்ததென்றாலும்கூட அவள் சூழ்நிலையை உணர்ந்து அதைப்பற்றி பெரிதாய் யோசிக்காமல் இருந்தாள். இப்போது காந்தி அதை நினைவுபடுத்தியவுடன் லேசாக அந்த நப்பாசை அவள் மனதில் எட்டிப் பார்த்துவிட்டுப் போனது.

காந்தியும் மற்றவர்களும் எவ்வளவோ வற்புறுத்தியும்கூட மலர்க் கொடியால் சாப்பாட்டில் கைவைக்க முடியவில்லை. யாருடனும் கலகலப்பாய் பேசவும் முடியவில்லை. அவளுக்காக காந்திதான் எல்லோருக்கும் பாக்குவைத்து அழைத்துக் கொண்டிருந்தாள்.

மலர்க்கொடியின் முகத்தில் கல்யாணப் பெண்ணுக்கான மகிழ்ச்சி முற்றிலுமாக காணாமல் போயிருந்தது. அவள் சுட்டு வைத்திருந்த பொம்மைகளையே வெறித்துக்கொண்டிருந்தாள்.

“மொதலாளி ஒரு வார்த்த கேட்டதுக்கே இப்புடி வெசனப் பட்டுப்போயி ஒக்காந்துட்டியே. வாழ்க்கன்னா சும்மாவா. வாழப்பழம் திங்கிற கணக்கா அமஞ்சிருமா நமக்கெல்லாம். எவ்வளவு கஷ்டப்படணும் கசப்ப முழுங்கணுமுன்னு அப்பவே நம்ம தலயில எழுதித்தான ஆண்டவன் படைச்சிருப்பான்.”

“இந்தக் கல்யாணம் பிரச்சனயில்லாம நடக்குமா காந்தியக்கா?”

“ஒரு பிரச்சனயும் இருக்காது. நல்லா நடக்கும். நீ எதுக்கும் கவலப்படாத.”

“ஆணும் பொண்ணும் சேந்து வாழுற வாழ்க்கய நான் எங்கயும் கண்குளிரக் கண்டதுகூட இல்ல. எங்கம்மா அப்பா வாழ்ந்தத பாத்துருந்தாலாவது கஷ்ட நஷ்டம் தெரியும். எங்க வாழ்க்க நல்லாருக்குமாக்கா?”

“ஒன்னோட நல்ல மனசுக்கு ஒரு கொறயும் வராது மலரு. நீ கவலப்படாத. நீ நல்லா வாழுவ பாரு.”

மலர்க்கொடியின் கண்களில் நீர் தேங்கி நின்றது.

“என்ன மலரு நீ. மொதமொத ஒரு நல்ல காரியம் நடக்கப்போற நேரத்துல இப்புடி கண் கலங்கிக்கிட்டு நிக்கிற?”

மலர்க்கொடியின் கண்களிலிருந்து தாரைதாரையாக கண்ணீர் வடிந்துகொண்டிருந்தது. அவளால் அழுகையை கட்டுப்படுத்த முடியவில்லை என்பதைப் புரிந்து கொண்டாள் காந்தி. அந்தச் சூழ்நிலையை மாற்ற விரும்பியவளாக மற்றவர்களைப் பார்த்து கேட்டாள்.

“மலரு கல்யாணத்துக்கு நம்மல்லாம் என்ன செய்யலாம்?”

“கம்பெனிக்கு லீவு போட்டுட்டு கல்யாணத்துக்குப் போவலாம்?” என்றாள் கூட இருந்த வாசுகி.

“அய்யோ... கல்யாணத்துக்கு போறத்தப் பத்தியா கேட்டன். என்ன பொருளு வாங்கிக்குடுக்கலாம். இல்ல பணமா செஞ்சிடலாமான்னுதான கேட்டன். எதுவுமே வெளங்காத வெளக்கெண்ணெயால்ல இருக்குற நீ” என்றாள் காந்தி சற்றுக் கோபத்துடன்.

“யாரு நானா வெளங்காத வெளக்கெண்ணெய். நீதான் அது”

“நான் என்ன வெளங்கிக்கிடாம பேசிட்டன் இப்ப”

“பின்ன என்ன? மலர்க்கொடிய வச்சிக்கிட்டே அவளுக்கு என்ன செய்யலாமுன்னு கேக்குறியே. ஓம் புத்திய வண்ணான் வூட்ட வெளுக்கப் போட்டுட்டு வந்திட்டியாக்கும்.”

“மலரு நம்ம கூட்டாளிதான. அவள வச்சிக்கிட்டு பேசினா என்ன தப்பு?”

“தப்பு இல்லதான். ஆனா நாங்கல்லாம் இப்புடி பேசமாட்டம்.”

“பெரிய தொரவூட்டு பரம்பரதான் தெரியும் போங்க. இங்கிதம் சங்கதியெல்லாம் பாத்துப் பேசுறவுகதான் நீங்க. எங்களுக்கு தெரியாதாக்கும் ஒங்களப்பத்தி.”

“தெரிஞ்சா வச்சிக்கயேன். யாரு வேண்டாங்குறது.”

“ஒண்ணு சொன்னா லேசுல விடமாட்டியா வாசுகி நீ. அதையே புடிச்சிக்கிட்டு இழுக்குறனா அறுக்குறனா பாருன்னு நிக்கிறியே.”

“நீ பேசுற வரைக்கும் பேசியர்றே காந்தியக்கா. ஒன்னால பேச முடியாம போனாக்க அப்பயும் என்னய தொவச்சி தோளுல போட்டுக்கிறணுமுன்னு நெனக்கிற. இது சரியில்ல ஆமா”

“சரிடி வாசுகி. நீ சொல்றதுதான் சரி. நான் பேசுறது கேக்குறது வைக்கிறது எல்லாமே தப்புதான். நான் ஒத்துக்கிர்றன். யே பெரியவளா இருந்துட்டுப்போ. இப்ப நம்ப பிரச்சனைக்கு வா.” என்று காந்தி கூறியவுடன் வாசுகி கொல்லென்று சிரித்தாள். காந்திக்கு எதுவும் புரியவில்லை.

“காந்தியக்கா மறுபடியும் மொதல்லேருந்து சண்ட போட கூப்புடுறியளா?” என்றாள் சிரிப்பை அடக்க முடியாதவளைப் போல.

அதுவரை தனது பிரச்சனையை மறந்துவிட்டு வாக்குவாதத்தில் ஈடுபட்டிருந்த காந்தியையும் வாசுகியையும் வேடிக்கை பார்த்துக் கொண்டிருந்த மலர்க்கொடியுமேகூட வாசுகியோடு சேர்ந்து மெல்ல சிரித்து வைத்தாள்.

“எதுக்காவடி இப்ப லூசுமாதிரி சிரிக்கிற?” என்றாள் காந்தி அதட்டலாய்.

“எம் பேச்சுக்கு ஒத்துக்கிர்றன்னு சொல்லிட்டு திரும்பத் திரும்பவும் அந்த கேள்வியயே தான கேக்குறிக. அதுக்காவத்தான் சிரிச்சேன்.”

“சேரி இப்ப சொல்ல வேண்டாம் யோசிச்சி வையி. வூட்டுக்குப் போறப்ப பேசிகிடுவம் இதப்பத்தி” என்றான்

“காந்தியக்கா நீங்க எல்லோரும் வந்தாலே போதும் யாரும் எதுவும் செய்யவேண்டாம்” என்றாள் மலர்க்கொடி.

“எதுக்காவ எதுவும் செய்ய வேண்டாங்குற?”

“எல்லாரும் வச்சிக்கிட்டா இருக்குறீங்க செய்யிறத்துக்கு எவ்வளவு கஷ்டப்படுறீங்கன்னு நானும் பாத்துக்கிட்டுதான இருக்குறன். அதனாலதான் சொல்றன். காசு பணமோ பாத்திரபண்டமே செய்யணுமுன்னு ஆசப்படாதீங்க. ஒரு நாளு லீவு போடுறதே பெரிய விஷயம்.”

“மூட்ட கட்டி வச்சிருந்தாத்தான் செய்யணுமா? ஏதோ ஏழைக்குத் தகுந்த எள்ளுருண்டங்குற மாதிரி நாங்களும் எங்களால முடிஞ்சத செய்யணுமுன்னுதான் ஆசப்படுவோம். அத வேண்டான்னு நீ எப்புடி சொல்லுவ” என்றாள் வாசுகி.

"நீ ஒரு செட்டு வாலூசி வாங்கிக் குடுத்தாலும் நான் அத சந்தோசமா ஏத்துக்கிடுவேன். ஆனா ஓங்கம்மா முடியாம வூட்டக் கெடக்கக்குள்ள நீ தம்பி தங்கச்சிய வச்சிக்கிட்டு எவ்வளவு செரமப்படுற அதாண்டி சொன்னன்."

"எங்கம்மாவ ஒருநாளாவுது மாத்துர மருந்து இல்லாம போட்டு வச்சிருக்குறனா? எந்தம்பி தங்கச்சிய ஒரு நாளாவுது கெடந்துட்டுப் போகுதுங்கன்னு சோறுபோடாம பட்டினியா போட்டுருக்குறனா. முக்கியமுன்னு நெனக்கிறதயெல்லாம் செஞ்சிக்கிட்டுத்தான இருக்கேன். அதுமாதிரிதான் ஓங் கல்யாணத்துக்குச் செய்யிறதும் எனக்கு முக்கியம்" என்றாள்.

"அப்புடிச் சொல்லு வாசுகி" என்றாள் காந்தி.

"காந்தியக்கா, நான் ஒண்ணும் மலருமேல உள்ள பாசத்துல இப்புடி பேசுறேன்னு நெனச்சிடாதீங்க."

"அப்பறம்?" அதிர்ச்சியடைந்தவளைப் போல கேட்டாள் காந்தி.

"நாளைக்கு எனக்கும் இதுமாதிரி ஒரு கல்யாணம் காட்சி நடந்துச்சின்னா நீங்கள்லாம் வரணுமில்ல அதுக்காகத்தான் சொல்லுறன்."

"ஒனக்கு கல்யாணமுன்னா நாங்க வராம போயிடுவமா?"

"ஏதோ ஒரு காரணத்தால நீங்க வரமுடியாம போகுதுன்னு வச்சிக்கிடுங்க. செஞ்சத்த திருப்பி செய்யிறதுக்காகவாவது வருவீங்கல்ல. அதான்."

"அடிப்பாவி... நாங்க வரமுடியாத அளவுக்கு அப்புடி என்னடி நீ கந்தர்வ கல்யாணமாடி செய்துக்கிட்டு பொயிடப் போற?" என்றாள் காந்தி

"நாளக்கி என்ன நடக்குமுன்னு நம்மல்ல யாருக்குத்தான் தெரியும். எதுவும் நடக்கலாமுல்ல."

"ஒனக்கு மோசமா எதுவும் நடக்க வுடமாட்டண் வாசுகி. நானும் இங்கதான் இருக்குறன். நீயும் இங்கதான் இருக்கப்போற. எனக்கு என்ன அக்கு தொக்கு இருக்கு. ஒன்னயும் ஓங் குடும்பத்தயும் நானும் ஒரு பொண்ணாயிருந்து பாத்துட்டுப் போறன்" என்றாள் மலர்க்கொடி. அவள் பேச்சுக்காக அப்படிச் சொல்லவில்லை என்பதை அப்போது யாரும் அங்கே அறிந்திருக்க ஞாயமில்லை.

*

8

மலர்க்கொடி விடிந்ததும் விடியாததுமாக எழுந்துபோய் ஏரியில் குளித்துவிட்டு ஈரத்துணியோடு வந்திருந்தாள். தோளில் கிடந்த துணிகளை ஒவ்வொன்றாக உதறி கொடியில் போட்டுவிட்டு வீட்டிற்குள் நுழைந்தாள். கழுத்துக்குப் பின் போட்ட முடிச்சோடு தொங்கியது புதுத்தாலிக்கயிறு. கொளஞ்சியப்பர் கோயில் அய்யர் மஞ்சளில் தோய்த்த நூலைக் கத்தையாக்கி அதில் மாங்கல்யத்தை கோர்த்துக் கொடுத்திருந்தார். குளிக்கும்தோறும் மஞ்சள் இழைத்துப் பூசுவதால் அது கிட்டத்தட்ட மஞ்சள்நிறக் கயிறு போலவே ஆகியிருந்தது.

நனைந்த அந்த மஞ்சள் நூல் கயிறு மலர்க்கொடியின் மாநிறக் கழுத்தை அழகாக்கிக் காட்டியது.

காதுகளில் தொங்கும் கொஞ்சும் சலங்கைத் தோடும் மூக்கில் மின்னும் மயில்கல் மூக்குத்தியும் மலர்க்கொடியை மேலும் அழகாக்கிக் காட்டின. இந்தத் தோடும் மூக்குத்தியும் கிழவியே தன் சேமிப்பிலிருந்து அவளுக்கு ஆசைப்பட்டு வாங்கிப் போட்டவை.

கிழவி மலர்க்கொடியின் முகத்தை உற்றுப் பார்த்தாள். இருள் முற்றிலுமாக அகலாத அந்த விடிகாலைப் பொழுதில் மலர்க்கொடியின் மஞ்சள் பூசிய முகம் ஒரு தேவதையின் முகம்போலத் தெரிந்தது. “கொம்பாடிக்குப்பத்து செம்பாயி செலயே எழுந்து வந்த மாதிரி என்னமா இருக்கு இந்தப் பொண்ணு. தெய்வமே செம்பாயி அம்மா.... தாய், தகப்பனில்லாத இந்த பொண்ணுக்கு நீதான் தொணயாருக்கணும்” மனமுருக வேண்டிக் கொண்டாள் கிழவி.

“வூட்ட அது இல்லயா ஆயா?” என்றாள் மலர்க்கொடி.

“இல்ல ஆயி. நான்தான் பாலக்கர வரைக்கும் போயிவரச் சொல்லிருக்குறன்.”

“எதுக்காயா?”

“சந்தைக்கு மேக்குச் சீமயிலேருந்து சோளக்கருது வருதாம். சந்தக்குள்ள கொண்டு போறத்துக்குள்ள மடக்கிப் புடிச்சமுன்னா

கருதுக்கு பத்துக்காசு கொறச்சி வாங்கிப்புடலாம். நான் போவத்தான் கூடய எடுத்துக்கிட்டு கௌம்புனன். அந்தப் புள்ள பாத்துட்டு, நான் போயி வாங்கியாறன்னு சைக்கிள எடுத்துக்கிட்டு கௌம்பிப் போயிட்டுது."

"போவட்டும்... போவட்டும்... அது போனத்தப்பத்தி எதுவும் கொறயில்ல. ஆனா அதுக்குள்ள யாவாரத்துக்கு என்ன அவசரம்? பத்து நாளு வூட்ட சும்மாதான் இருந்தான்ன?"

சும்மா குந்தியிருந்து என்னம்மா செய்யிறது? காசு பணத்துக்காவ இல்லாட்டியும் யாவார கூடய தூக்குனாத்தான் சரிப்பட்டுவரும் போலருக்கு. வெட்டு வெட்டுன்னு ஒரே எடத்துல குந்தி கெடக்குறது நல்லாவா இருக்கு? ஒரு ஆத்திக்கு சுத்திப் பாத்துட்டு வந்தர்றன்" என்றவாறே துணி மாற்றிக் கொண்டிருக்கும் மலர்க்கொடியைத் திரும்பிப் பார்த்தாள் கிழவி.

வெளுத்து சாயம்போன பழைய புடவையொன்றை எடுத்து கட்டிக் கொண்டிருந்தாள் மலர்க்கொடி.

"எம்மாடி மலரு, அந்த வாடாமல்லி கலரு சேலய எடுத்து சுத்தம்மா" என்றாள் லேசாக கெஞ்சுவதுபோல.

"புதுச் சேலய எதுக்காயா கட்டச்சொல்லுற. அதெல்லாம் போதும் இது. வெளியூருக்கா போவப்போறன்."

"தாலி கட்டிக்கிட்ட மூணாம்நாளே பழச கட்டிக்கிட்டு நிக்கக்கூடாதும்மா. கட்டுன புருசனுக்கு கண்ணுக்கு நெறக்கத் தெரியணுமில்ல."

"........"

"பாக்குற சனம் பரியாசம் பண்ணக்கூடாதும்மா. சொன்னா கேளு. அந்தச் சேலய எடுத்துக் கட்டு."

கிழவி சொல்வதை தட்டமுடியாதவள்போல அவள் சுட்டிக்காட்டிய சேலையை எடுத்துக் கட்டிக்கொண்டாள்.

புடவையின் அடியிலிருந்து கொடிகொடியாய் மேல்நோக்கி சின்னச் சின்னதாய் பல வண்ணங்களிலும் பூ போட்டிருந்தது. அதை உற்றுப்பார்த்த கிழவி,

"இது என்ன சேலன்னு ஆயி கடக்காரன் சொல்லிக் குடுத்தான்?" என்றாள்.

"புது நெல்லு புதுநாத்து ஆயா"

“சேலக்கி பாரேன் பேர. புதுநெல்லு புதுநாத்து.”

தானும் ஒருமுறை சொல்லிப் பார்த்துக் கொண்டாள் கிழவி.

“இந்தப் பேருல ஒரு சினிமாப்படம் வந்துருக்கு ஆயா. அதுல நடிச்ச பொண்ணு இதுமாதிரி பூப்போட்ட சேலய கட்டியிருக்குமாம். அதுனாலதான் இந்தப் பேரு.”

“அப்புடியா சங்கதி. சூத்துத் துணிக்கெல்லாம் கொட சினிமாக்காரன் வைக்கிற பேர வச்சிக்கிட்டுத் திரிஞ்சா ஒலகம் எப்புடிம்மா உருப்படும்.”

“நம்ம பொழப்ப ஒழுங்கா பாத்தாக்க, இதுனாலயெல்லாம் ஒலகம் கெட்டுறவா ஆயா போவுது?” என்றவாறே அடுப்பைப் பற்றவைத்து பாலை ஊற்றி வைத்தாள்.

“நானுமேகூட இன்னக்கி கம்பெனிக்கு போவலாமுன்னு இருக்குறன் ஆயா.”

“நீனுமா? கம்பெனிக்கா?”

“ஆமாயா.”

“என்னம்மா இது கத. என்ன நெனச்சிக்கிட்டுருக்கிற ஓம் மனசுல? தாலி கட்டி மூணுநாளுகூட ஆவல. அதுக்குள்ள ஒனக்கு எங்கேருந்து வந்திச்சி வேல நெனப்பு?”

“வேலயப் பத்தி நெனக்காம, ஒக்காந்து திங்கிற வழியிலயா வந்துருக்குறன் நான்?”

“அதுக்காவ இன்னக்கே போயி நின்னாக்க பாக்குறவங்க என்ன நெனப்பாங்க?”

“யாரு என்ன நெனக்கப் போறாங்க ஆயா? எப்பவும் போற எடம்தான? எல்லாரும் பாத்துப் பழகுன சனங்க தான?”

“இருந்தாலும் மாலமயக்கம் தெளியிறத்துக்குள்ள வூட்டவுட்டு வெளிய போவக்கூடாதும்பாங்கம்மா.”

“அழைப்பு, அனுப்பு, மூணுவழின்னு கொண்டாடவும் விருந்தாக்கிப் போடவும் சனம்சாதி உள்ளவங்களுக்குத்தான் ஆயா மாலமயக்கம் மாசக்கணக்குல இருக்கும். நமக்கு அப்புடியா?”

“ஒனக்கென்ன கொற? சனஞ்சாதி இல்லாதுபோனா போகுது. அது பெரிய மொடயாக்கும்.”

“........”

ஊரே சேந்து பந்தப் போட்டாலும் தாலிகட்ட மாப்புள்ளதான் வந்தாவணும். மாப்புள்ள இல்லன்னாக்கதான் கவலப்படணும். கண்ணுக்கு நெறஞ்ச மன்னவன் மாதிரி மாயவன் ஒனக்கு கெடச்சிருக்கும்போது இல்லாததப் பத்தி என்னத்துக்குக் கவலப்படணும்.”

“கவலயெல்லாம் படல ஆயா. வூட்ட இருந்து என்ன செய்யப்போறம். அதான்.”

“புதுசா கட்டிக்கிட்டவங்க வூட்ட இருந்துதான் பேசி களிக்கணும். வேலக்கி வேலக்கின்னு என்னத்துக்கு பறக்குற?”

இருவரையும் மட்டும் தனியாக விட்டுவிட்டு, தான் எப்படியாவது வியாபாரத்திற்குப் போய்விட வேண்டும் என்ற திட்டம் கிழவியின் மனதில் நேற்றே உருவாகியிருந்தது. கல்யாணம் ஆகி மூன்று நாட்கள் ஆகிவிட்டபோதும் இதுவரை மாயவனும் மலர்க்கொடியும் ஒரு ஐந்து நிமிட நேரம்கூட தனியாய் நின்று பேசிக்கொள்ளவில்லை. அதற்கான சூழ்நிலையும் ஏற்படவில்லை. தனி அறையோ, கதவுகளோ இல்லாத இந்தச் சிறிய குடிசைக்குள் மாயவனுக்கும் மலர்க்கொடிக்கும் நெருக்கம் ஏற்பட முடியாதபடிக்கு தான் ஒருத்தி இருந்து கொண்டிருப்பதை கிழவியாலேயே சகித்துக்கொள்ள முடியவில்லை. அதேசமயம், நான் அக்கம் பக்கம் யார் வீட்டிலாவது போய் படுத்துக் கொள்கிறேன் என்று சொல்லிவிட்டுப் போகவும் அவளுக்கு முடியவில்லை. அப்படிப் போவது மலர்க்கொடியை கூச்சப்பட வைப்பதோடு, அதிகமாய் சங்கடப்படவும் வைக்கும் என்பதையும் கிழவி உணர்ந்தே யிருந்தாள். மலர்க்கொடியைப் பற்றி நன்றாகப் புரிந்து வைத்திருந்ததால் கிழவியால் கல்யாணத்தில் பேசியதைப் போல வெட்டு ஒண்ணு துண்டு ரெண்டு என்று பேசி இந்த விஷயத்தை புரியவைக்க முடியவில்லை. இயல்பாய் நடப்பதுபோல நடக்கவேண்டுமென்று விருப்பப்பட்டாள் கிழவி.

மலர்க்கொடி டீ போட்டு வடிகட்டி கிழவியின்முன் கொண்டுவந்து வைத்தாள். “ஏம்மா அப்புடியே கொண்டாந்து வைக்கிற? ஒரு தம்ளரு எனக்கு ஊத்திவச்சிட்டு, நீ குடி. அந்த தம்பி இப்ப வந்துடும். அதுக்கும் ஊத்தி ஆறாம அடுப்போரமா மூடி வையி.”

“காலக்கி சோறாக்கிறவா ஆயா?”

“என்னத்துக்கு சோறு? சோறு சோறுன்னுதான் தெனமும் திங்கிறமே.”

“......”

“உரிமத்துக்கு சோறாக்கிக்கலாம். இப்ப ரவா மாவு வாங்கியாந்து தாறன். தாளிச்சிக் கிண்டிரு.”

“ஆயா, நீ வரவர ரொம்ப மோசம் பண்ணுற.” என்றாள் சற்று பொய்க்கோபம் கலந்த குரலில்.

“என்ன சொல்லுற நீ?” கிழவிக்கு மலர்க்கொடி என்ன சொல்ல வருகிறாள் என்பது புரிந்தபோதும் புரியாததுபோலக் கேட்டாள்:

“இந்த வீடே என்னோடது மட்டுந்தான்ங்குற மாதிரி எல்லா வேலய்யும் என் கையால செய்ய விட்டுட்டு நீ ஒதுங்கிக்கப் பாக்குறயில்ல.”

“அப்புடியெல்லாம் ஒண்ணுமில்லம்மா. என்ன எட்டு பேரு பத்துப்பேரா இருக்குறம். ஒன்ன மட்டும் ஒத்தயில வேல செய்ய வுட்டுட்டு நான் வேடிக்கப் பாக்குறத்துக்கு. கட்டுன புருசனுக்கு வாயிக்கு ஒணக்கயா ஆக்கிப்போட்டு பழக வேண்டாமா? அதாம்மா நீ செய்யட்டுமேன்னு வுட்டுட்டு இருக்குறன். ஒன்னால முடியலன்னா சொல்லு.”

“நீயெல்லாம் ஓங்கல்யாண புதுசுல இப்புடித்தான் சோறாக்கிப் போட்டு தாத்தாவ மயக்குனியா ஆயா?”

“நல்ல கதய கெடுத்த போ... நானாவுது சோறாக்கிப் போட்டு மயக்குறதாவுது.”

“......”

“எங் கல்யாணத்தப்ப எனக்கு பதிமூணு வயசி. அவங்களுக்கு இருவத்தஞ்சி வயசி. எங்க வூடு கீழத் தெருவுல இருந்திச்சி. அவங்களுக்கு மேலத்தெருவு. பங்குனியில கல்யாணம். நாலு அக்காளுவக்கூட பொறந்துட்டதால கீரசாருகொட வைக்கத் தெரியாம வளத்துட்டாங்க - எங்கம்மா. கொல்லக்காட்டு வேலயும், குருவி வெரட்டுற வேலயுமா வெளயாட்டாவே வளந்துட்டன்.”

“......”

“புருசன் வூட்டுக்குப் போனா ஒன்னமாதிரியேதான் மாமியா கெடயாது, மாமனாரு கெடயாது. அண்ணன் பொண்டாட்டிங்க கையால வாங்கி சாப்புடக்கூடாதுன்னு தனியா சமச்சித் தின்னவரு. சமயல் பண்ணுறதுல சல்லிசானவரு. அவருதான் மொளவாத்திட்டமும் உப்புத்திட்டமும் மொறத்துல எடுத்துவச்சிக் காட்டுவாரு.”

“......”

“அவரு காட்டிக்குடுத்துத்தான் பயறு கொழம்பு வைக்கவும் பன்னிக்கறி ஆக்கவும் கத்துக்கிட்டன்.”.........................

“என்னாயா புதுசு புதுசா சொல்லுற? பன்னிக்கறி எல்லாம்கொட ஆக்கியிருக்கியா?”

“என்ன இப்புடி கேட்டுட்ட காலனித் தெருவுல மாடு அடிச்சான்ன... பன்னியடிச்சான்ன... நல்ல கறியெல்லாம் பண்ண பண்ணயா கட்டி ஊருத் தெருவுக்குத்தான் மொதல்ல வரும். ஆக்குறதும் திங்கிறதும் அடுத்த வூட்டுக்குத் தெரியாது.”

“......”

“மாட்டுக்கறின்னா நல்ல கள்ளங்கறியா பாத்து குடுத்துவிடணும். பன்னிக்கறின்னா சுட்டு வாறு வாறா அறுத்து குடுத்துவிடணும். காலனி ஆளுங்க இந்த சட்ட திட்டங்களையெல்லாம் எப்பவும் மீறுறது கெடயாது.”

“......”

“மாட்டுக்கறி திங்கிற பயலுவன்னு பொதுப்பட பேச்சு வாங்கிக் கட்டிக்கிர்ற காலனி ஆளுங்க எவ்வளவுதான் ஆசப்பட்டு அடிச்சாலும் ஆண்டைங்க வீட்டுக்கு கொடுத்தது போக அவங்களுக்கு மிஞ்சுறத்தப் பாக்கணுமே.”

“......”

“எலும்பும் தோலுமா, கொடலும் வாலுமா மோப்பம் புடிக்கிற போலீஸ்கார நாயிக்குப் போடுறது கணக்கா கக்கலும் கழிச்சலுமாத்தான் ஒதுங்கிக் கெடக்கும்.”

“ஒனக்கு எதுக்காயா இவ்வளவு கோவம் வருது. நீ அந்த சாதியில பொறந்தவளுமில்ல கட்டிக்கிட்டவளும் இல்லயே?”

“ஞாயத்த பேசுறத்துக்கு எந்தச் சாதியில பொறந்திருந்தாத்தான் என்ன?”

“என்னயிருந்தாலும் நீ ஒசந்த சாதியில பொறந்தவ தான?”

“ஒசந்த சாதி, தாழ்ந்த சாதியின்னு என்னத்துக்கு வார்த்தயால கூறுபோடணும். எல்லாரும் ஒரே மாதிரி ஓசிக் காத்த இழுத்துத்தான மூச்சு வுடுறம். சாதிக்கித் தக்கன வேற வேறத்தயா இழுத்து வுடுறம்? இல்ல கவட்டிக்கி எடயில தொங்குதே. அது ஒசந்த சாதிக்காரனுக்கு ஒண்ணுக்கு ரெண்டா தொங்குதான்னாவது காட்டச் சொல்லு உண்மையா, ஒசந்த சாதிதான்னு ஒத்துக்கிருவம்.”

கிழவி ஒவ்வொரு சமயமும் மாயவனை கட்டிக் கொள்வதால் நீ குறைந்துபோய்விட மாட்டாய். அவன் உனக்கு தகுதியானவன் தான் என்பதை மலர்க்கொடிக்கு உணர்த்துவதற்காக எவ்வளவு பிரயாசைப்படுகிறாள் என்பதை அவள் கவனிக்கத் தவறவில்லை என்றபோதும் அந்தப் பேச்சை மாற்ற வேண்டும் என நினைத்தவள்,

"ஆயா, நீ தாத்தாரப் பத்தி சொல்ல வந்துட்டு எதையெதையோ பேசிக்கிட்டுப் போறியே" என்றாள்.

"ஆமாமா... வந்த வேலய வுட்டுட்டு வண்ணான் பின்னாடி போன கதயா பேச்சு எங்கயோ போயிட்டுது."

"ஒங்க கல்யாண புதுசுல நீ என்ன சேல கட்டியிருப்ப?"

"கண்டாங்கி சேலதான். வெத்தல மடிப்பு, மல்லிக மொக்கு மடிப்பு வச்சி தச்ச ரவிக்கய போட்டுக்கிட்டு சேல கட்டிக்கிட்டு நின்னா என்னமா இருக்கும்பாரு தாத்தா தெரியுமா."

"சொல்லு ஆயா. என்ன சொல்லுவாரு?"

மாயவன் வீட்டு வாசலில் சைக்கிளை நிறுத்திவிட்டு சோளக்கருது மூட்டையோடு வீட்டிற்குள் நுழைந்தான்.

"தம்பி வந்துட்டுது அந்த மூத் தண்ணிய எடுத்தாந்து குடும்மா. குடிக்கட்டும்" என்றாள்.

"சரியான நேரத்துக்குப் போனத்தால நல்ல சோளமாப் பாத்து வாங்க முடிஞ்சுது" என்றான் மாயவன்.

ஒரு கதிரை எடுத்துப் பிரித்துப் பார்த்தாள் கிழவி. "கருது என்னமா முத்து முத்தாட்டம் முழிப்பா இருக்கு பாரேன்." என்றவள்.

"ஒனக்கு புண்ணியமா போவும்ப்பா" என்றாள் மாயவனைப் பார்த்து.

"அவுச்சிதான ஆயா எடுத்துக்கிட்டுப் போவணும்?" "ஆமாம்மா... உறிச்சி ஒரு ஆவி காட்டுனாப் போதும்."

"பள்ளிக்கொடத்து வாசலுக்கு கொண்டு போவ வேண்டியதுதான். பள்ளிக்கூடம் கூடுறதுக்கு மின்னாடியே போயிடணும். மக்கபடைவ பாத்தா வுட்டு வைக்காதுவ. பத்தே நிமிசத்துல பஞ்சாப் பறந்துரும்."

மூவரும் உட்கார்ந்து உரிக்க ஆரம்பித்தார்கள். பச்சைச் சோளத்தின் பால்மணம் அவ்விடமெங்கும் பரவியிருந்தது. சோளத்தை உரித்தபடியே மாயவன் மலர்க்கொடியை சாடையாய்ப் பார்த்தான்.

பால்மணம் மாறாத அந்த பச்சைச் சோளத்தைப் போலவே, புதுமணம் மாறாத பொலிவோடு தெரிந்தாள் மலர்க்கொடி. மாயவனால் நடப்பதெல்லாம் உண்மைதானா என நம்ப முடியவில்லை. 'நாம் மாடு மேய்த்துக் கொண்டிருந்த ஆண்டை வீட்டுக்கு விருந்தாளியாய் வந்திருந்த அந்த மலர்க்கொடியா! நம் கையால் தாலி கட்டிக்கொண்டு நம்முடைய பெண்டாட்டியாய் உட்கார்ந்திருக்கிறாள் இதெல்லாம் எப்படி நடந்தது எனக்கு மட்டும்' என்று வியப்பிலும் சிந்தனையிலும் ஆழ்ந்து போய்க் கொண்டிருந்தான் மாயவன்.

*

9

மாயவன் வீடு தேடும் வேலையில் தீவிரமாக ஈடுபட்டிருந்தான். தன்னுடன் வேலை செய்யும் மணி, ஆலடி ரோட்டில் வாடகைக்கு ஒரு வீடு இருப்பதாய்ச் சொல்லி அழைத்துக்கொண்டு போனான். வீடு பார்க்க மாயவனுடன் மலர்க்கொடியும் சென்றிருந்தாள். பழைய ஓட்டு வீடு. அந்த வீட்டை நான்கு பாகமாய்ப் பிரித்து நான்கு குடும்பங்களுக்கு வாடகைக்கு விட்டிருந்தார்கள். வீட்டுக்குச் சொந்தக்காரர் கருவேப்பிலங் குறிச்சியில் காய்கறிக்கடை வைத்துக்கொண்டு அங்கேயே தங்கியிருந்தார். வீடு முறையான பராமரிப்பின்றி சிதிலமடைந்திருந்தது. வரிச்சி மரங்கள் வலுவிழந்து போயிருந்தன. மழைக்காற்றுக்கு அவை ஓடுகளை தாங்கிக்கொள்ளுமா, சுவர்களைப் பாதுகாக்குமா என்று தெரியவில்லை. பழுது பார்க்கவென்று கைவைத்தால் வேண்டிய மட்டும் செலவு செய்ய வேண்டியதாகிவிடும். பழைய வீட்டை பழுது பார்க்கும் செலவில் புது வீடே கட்டிவிடலாம் என்பது வீட்டுக்காரரின் கணக்கு. தாங்கும் வரை தாங்கட்டும் என்பதுபோல விட்டிருந்தார். ஒவ்வொரு குடித்தனத்திற்கும் வாடகை ரூபாய் இருநூற்றைம்பது வீதம் மாதம் ஆயிரம் ரூபாயை அந்த வீடு அனாமத்தாய் அவருக்கு சம்பாதித்துக் கொடுத்துக் கொண்டிருந்தது. அதைக் கெடுத்துக்கொள்ள அவர் விரும்பவில்லை.

மலர்க்கொடிக்கு அந்த வீட்டைப் பார்த்ததும் தன்னுடைய புளியங்குடி வீடு நினைவுக்கு வந்தது. ஓடுகள் சரிந்துபோய் ஒழுகிய கூரைக்கும் கீழே உடம்பு முடியாத தன் அப்பாவை வைத்து பாதுகாத்த அந்தக் காட்சிகள் எல்லாம் ஒன்றன்பின் ஒன்றாக நினைவுக்கு வந்தன. அப்பாவை நினைத்ததும் குபுக்கென்று குளம் கட்டிக்கொண்டன கண்கள். தாளாத துக்கம் கன்னங்களில் கோடிட்டு வழிந்தன கண்ணீராய்.

மணியும் மாயவனும் பார்த்துவிடக் கூடாதே என்று அவசர அவசரமாக கண்களை துடைத்துக் கொண்டாள். அவர்கள் கவனித்து விடாதபடி வேறுபக்கமாய் முகத்தைத் திருப்பிக் கொண்டாள். மணியும் மாயவனும் அந்த விட்டில் குடியிருந்துவரும் அஞ்சலையிடம் விசாரித்துக் கொண்டிருந்தார்கள். அவளும் செராமிக்கில் வேலை செய்பவள்தான்.

வரிசையாய் மூன்று பிள்ளைகள். மூன்றும் பெண் பிள்ளைகள். அவளுடைய கணவன் பரமசிவத்துக்கு தென்னை மரங்களில் தெங்குமாத்தும் வேலை. கேரளாவுக்குப் போனால் நல்ல வருமானம் கிடைக்குமென்று குடும்பத்துடன் அங்கு செல்லத் திட்டமிட்டிருக்கிறான். அவன் காலி செய்த பிறகுதான் இவர்கள் வரமுடியும். அஞ்சலைக்கு கேரளா போக கொஞ்சமும் விருப்பமில்லை. கட்டிக்கொண்டவன் பிடிவாதத்தால் கிளம்பச் சம்மதித்திருப்பதாய் சொல்லிக் கொண்டிருந்தாள்.

"இங்க இருந்தவரைக்கும் மூத்த புள்ளைங்க ரெண்டுத்தயும் பள்ளிக்கொடம் அனுப்பிக்கிட்டுருந்தன். போற எடத்துல அதுக்கெல்லாம் வசதி இருக்குமான்னு தெரியல. பொட்டப் புள்ளைவளா வேற இருக்கு. நம்மதான் படிக்கல. அதுவளாவது கையெழுத்துப்போட, பத்திரிக்க படிக்க, போறவார பஸ்சுல ஊருபேரு படிக்கக் கத்துக்கட்டுமேன்னு ஆசப்பட்டன். அதுக்கும் வழியில்லாமப் போயிடும் போலருக்கு. நான் என்ன செய்யிறதுன்னு தெரியாமெ நின்று தவிக்கிறன். எவ்வளதோ எடுத்துச்சொல்லிப் பாத்துட்டன். பொட்டச்சிப் பேச்ச மனுசன் மண்டவரைக்கிம் எட்டவுட்டாத்தான?" என்று புலம்பிக் கொண்டிருந்தாள்.

"அவர மட்டும் அனுப்பி வச்சிட்டு நீங்க இங்கயே இருந்துட வேண்டியதுதான். அவரு போயி சம்பாதிச்சிக்கிட்டு வரட்டுமே"

"அது எப்புடிங்க முடியும். மனுசன் என்னதான் வீராப்பா பேசுனாலும் நம்ம இல்லாட்டி வேரறுந்த தென்னமரம் மாதிரி அல்லாடி போயிடுவாருங்க. குடிச்சிட்டு வந்து அடிச்சாலும் புடிச்சாலும் வூட்டுல பொம்புளன்னு நான் இருக்கணும். இல்லாட்டி மனுசனுக்கு தெம்பும் இருக்காது மொகத்துல தெளிவும் இருக்காது."

அஞ்சலைக்குத்தான் தன் கணவன் பரமசிவம் மீது எவ்வளவு அக்கறை. கொளஞ்சி, பெண்டாட்டியை அலட்சியம் செய்பவனாக, குடித்துவிட்டு வந்து அடித்து உதைப்பவனாக இருக்கின்றபோதும் அவனை தனியே விட்டால் தவித்துப் போய்விடுவான் என நினைத்து கவலைப்படும் அஞ்சலையும் பெண்தான். கட்டிய கணவனையும் பெற்ற குழந்தைகளையும் கொஞ்சமும் நினைத்துப் பார்க்காமல் ஈயம் பூசுபவனுடன் போய்விட்ட நம் அம்மாவும் ஒரு பெண்தான். அவளால் மட்டும் எப்படி துணிந்து போகமுடிந்தது. அம்மா மட்டும் அப்படிப் போகாமல் இருந்திருந்தால் நம் வாழ்க்கை எவ்வளவு இனிமையானதாக இருந்திருக்கும். மலர்க்கொடியின் கண்களில் மறுபடியும் நீர் தளும்பியது.

அம்மா நமக்காகவாவது இருந்திருக்கலாம். நம்மையும், அப்பாவையும் மீறிய ஏதோவொன்று ஈயம் பூசுபவனிடம் இருந்திருக்கிறது. அதனால்தான் அப்படி போய்விடத் துணிந்திருக்கிறாள். மலர்க்கொடிக்கு எத்தனை முறை தன் அம்மாவைப் பற்றி நினைத்தாலும் கண்ணீர்தான் வருகிறதே தவிர அவள்மீது கொஞ்சம்கூட கோபம் வரவில்லை.

ஈயம் பூசுபவன் அம்மாவை ஏதோ பொடிபோட்டு மயக்கிக் கூட்டிச்சென்றதாய் அக்கம்பக்கத்து பெண்கள் சொல்லியிருக்கிறார்கள். அது உண்மையாக இருக்குமா? பொடிபோட்டு ஒரு பெண்ணின் மனதை முழுவதுமாக மாற்றிவிட முடியுமா? என்று நினைத்தாள். நான் மாயவனிடம் மயங்கிவிட்டதாய் கம்பெனி முதலாளி சொல்லியிருக்கிறாரே. அப்படியானால் மாயவன் எனக்கு ஏதாவது பொடிபோட்டிருப்பானா? என்னை பெரிதாய் நினைத்து எப்போதும் என்னையே சுற்றிவரும் மாயவனுக்கு நானும்தானே பொடி போட்டிருக்கவேண்டும். நான் அப்படியெந்தப் பொடியையும் போடவில்லையே. பொடிபோடாமல், வசியம் செய்யாமல், முகமாத்து வேலையெதுவும் செய்யாமலே என்னால் மட்டும் எப்படி மாயவனை மயக்கி மடியில் போட்டுக்கொள்ள முடிந்தது.

எனக்கு ஒரு நல்ல வாழ்க்கை அமையவேண்டும் என்பதற்காக எனக்குத் தெரியாமலே ஆயா ஏதாவது மந்திரம் மாயம் செய்திருக்குமோ... எனக்கும் மாயவனுக்கும் ஒரே நேரத்தில் மந்திரத்தைச் செய்து இருவரையும் சேர்த்து வைத்திருக்குமோ... இப்படியெல்லாம் செய்யவேண்டுமென்று ஆயாவுக்கு அப்படியென்ன அவசியமிருக்கிறது.

அப்படியே ஆயா செய்திருந்தால்கூட அது, நம்மீதான அக்கறையால் மட்டும்தான் நடந்திருக்கும். மாயவனுக்கு ஒரு நல்லது செய்யவேண்டுமென்று ஆயா ஆசைப்பட எந்த அடிப்படையும் இல்லை. என் நலன் மட்டும்தான் ஆயாவுக்கு முக்கியமாக இருந்திருக்கும். என்ன இது, நாம் என்னென்னமோ யோசிக்கிறோமே என்று ஒருகணம் நிதானித்தாள்.

ஆயாவும் நானும் ஏன் மாயவனுமேகூட உறவுக்காரர்கள் என்று சொல்லிக்கொள்ள யாருமற்ற நிராதரவான நிலையில்தானே இருந்தோம்.

"அன்பும், அடுத்தவரின் ஆதரவும், பாதுகாப்பும் கிடைத்தால் போதுமென்ற சூழலில் இருந்த மூன்றுபேரும் எங்களுக்குள் இப்படியொரு பிணைப்பையும் உறவையும் ஏற்படுத்திக்கொள்ள விரும்பியது இயல்பானதுதானே. வலிந்தோ, கட்டாயப்படுத்தியோ இப்படியொரு அந்நியோன்யத்தை ஏற்படுத்திக் கொண்டிருக்க முடியுமா?

மூன்றுபேருடைய உள்மனமும் எதையெதை நினைத்து ஏங்கியதோ அதையெல்லாம் அடைந்துவிட வேண்டுமென்ற தவிப்பால் தானே ஒத்திசைந்து சேர்ந்திருக்கிறது. உள்மனமும் உணர்வுகளும் வழிகாட்டுவது தவறாகிவிடுமா? எல்லாம் சரியாக இருப்பதுபோலத்தானே தோன்றுகிறது. இதில் மூன்றுபேரும் யார் யாருக்கு வசியம் செய்திருக்க முடியும்? வசியம், முகமாற்று வேலையென்பதெல்லாம் சுத்தப் பொய். பித்தலாட்டம். அப்படியென்றால் அம்மா ஈயம் பூசுபவனுடன் சென்றது எதனால்? அம்மாவின் உள்மன விருப்பங்களையும் ஏக்கங்களையும் தீர்த்துவைப்பவனாக அவன் இருந்திருப்பானோ... என் பால்முகம் பார்த்தும்கூட மாற்றிக்கொள்ள முடியாத வேதனையை என் அம்மா அனுபவித்திருப்பாள் கடவுளே...."

"மலரு" மாயவனின் குரலுக்கு சிறியதொரு திடுக்கிடலுடன் சிந்தனை கலைந்தாள் மலர்க்கொடி.

"என்ன யோசன?"

"ஒண்ணுமில்ல."

"வூடு பரவாயில்லயா?"

"மழைக்குத் தாங்குமா?"

"அதுக்குள்ள வேற வீடு பாத்துக்க வேண்டியதுதான்."

"ரெண்டு மாசத்துக்காவ ஒரு வீடு. அப்பறம் ஒரு வீடா?" தயக்கமாய்க் கேட்டாள் மலர்க்கொடி.

"அப்புடின்னா வேண்டாங்குறியா?"

"வேண்டான்னு சொல்லல."

"......"

"வேற வீடு எதுவும் கெடக்கலையா?"

"இல்ல மலரு, ஒவ்வொரு தெருவா நானும் மணியும் சல்லட போட்டு சலிச்சிட்டம். இந்த வூடு மட்டும்தான் இருக்கு. இதுவுமே இவங்க இப்ப காலி பண்றங்குறதாலதான்."

"அஞ்சல புருசன் திடீருன்னு மனசுமாறி கேரளா போறதில்லன்னு முடிவு பண்ணினா இந்த வூடும் கெடைக்காது."

"இவ்வளவு பெரிய ஊருக்குள்ள நமக்கு ஒரு வூடு கெடைக்கல பாத்தியா?"

"வீடா கெடைக்கல. வீடெல்லாம் நெறயா இருக்கு மலரு. நம்ம பாக்குறமாதிரிதான் இல்ல. ஆயிரத்துக்கு மேல வாடக. ஐயாயிரம் பத்தாயிரம் முன்பணம் குடுக்க முடியுமுன்னா. உள்ளுக்குள்ளயே கக்கூசு, குளிக்கிற ரூமோட நல்ல நல்ல வீடா எத்தனையோ இருக்குது" என்றான் மணி.

"பேசாம நாம அதுமாதிரி ஒரு வூட்டயே பாத்துருவமா மலரு" என்றான் மாயவன்.

"ஒனக்கென்ன கிறுக்கா புடிச்சிருக்கு. நம்மால அவ்வளது முன்பணம் குடுக்கமுடியுமா? இல்ல மாசாமாசம் எண்ணூறு ஆயிரமுன்னு வாடகயத்தான் எண்ணிக் குடுக்க முடியுமா?"

"வசதியா இருக்கலாமுல்ல?"

"வசதியா வாழ ஆசப்பட்டா மாத்திரம் போதுமா? நம்ம என்ன ஜில்லா கலெக்ட்ரு உத்தியோகமா பாக்குறம்?"

"ஒனக்கு சம்மதமுன்னா சொல்லு. பணத்தப்பத்தி நீ எதுக்குக் கவலப்படுற. எப்புடியோ பெரட்டி முன்பணம் நான் குடுத்தர்றன்"

"......"

"ஓய்வு ஒழிச்சல பாக்காம ஓடியாடி வேல செஞ்சா வாடகப் பணத்தயும் மாசாமாசம் குடுத்துடலாம்" என்றான் மாயவன்.

"அது சரிதான். வாழ்க்க முழுக்க சம்பாதிக்கவும் வாடக குடுக்கவுமா நம்ம காலத்த ஓட்டிறலாமுன்னு சொல்ற போலருக்கு."

"வேற என்ன செய்யிறது."

"முன்பணம் ஆயிரம். வாடகை எறநூத்தம்பது. இதத்தாண்டி வீடு பாத்து வாழுற தகுதி நமக்கு இல்லங்குறத நெனப்புல வச்சிக்கிட்டு வீடு பாரு."

"பத்து நாளா சுத்தி வாறம். வீடு இருந்தா எங்க கண்ணுல மாட்டாதா. வேற எங்கயுமே வீடு இல்ல மலரு."

"இல்லாது போனா போகட்டும் விடு. நம்ம இப்ப இருக்குற வூட்டுலயே இருந்துட்டுப் போவம்" மலர்க்கொடி வார்த்தைக்காக இப்படிச் சொன்னாலுமேகூட கொஞ்சம்கூட அந்த வீட்டில் இருப்பதில் விருப்பமில்லை அவளுக்கு.

கல்யாணமான பிறகு கிழவி வியாபாரத்திற்கு என்று வெளிக்கிளம்பிவிடும் சந்தர்ப்பங்களில் அரிதாய் கிடைத்த மாயவனின்

அருகாமையும் அணைப்பும் தழுவலும் மிதமிஞ்சிய மயக்கத்தை அவளுக்குள் ஏற்படுத்தியிருந்தது. அந்த சுகத்திற்காக எப்போதும் ஏங்கித் தவிப்பவளாகவே ஒவ்வொரு நொடிப் பொழுதையும் கழிக்க வேண்டியதாயிருந்தது. அவளாவது பரவாயில்லை பெண். வெட்கத்திற்கு கட்டுப்பட்டு எல்லாவற்றையும் மனதிற்குள் அடக்கிக்கொண்டு நடமாடிவிடுகிறாள். ஆனால் மாயவனால் அவ்வாறு கட்டுப்பாட்டோடு நடந்துகொள்ள முடியவில்லை. மனதிற்கு பிடித்த பெண்டாட்டி தங்கச்சிலைபோல அங்குமிங்கும் நடமாடிக் கொண்டிருப்பதை எந்த ஆணால்தான் பார்த்துக்கொண்டு சும்மாயிருக்க முடியும்?

ஒவ்வொரு நாளும் மத்தியானச் சாப்பாட்டிற்கு வீட்டுக்கு வந்துவிட்டுத்தான் போகவேண்டும் என்று கட்டாயப்படுத்துகிறான். அப்போது மட்டும்தான் கிழவி வீட்டில் இருக்கமாட்டாள். வியாபாரக் கூடையோடு ரயில் நிலையத்திலோ, பள்ளிக்கூட வாசலிலோ உட்கார்ந்திருப்பாள். 'திருட்டு வாழ்க்கை வாழ்வதுபோல ஆளில்லா நேரத்தில் இது என்ன அசிங்கம்' என்று மலர்க்கொடி அடிக்கடி மாயவனை கடிந்துகொண்டாலும் அவளாலும் அந்த நேரத்து ஆசைகளுக்கு அணைபோட முடியாமலே போய்விடுகிறது.

"தடுப்புச் செவரும் தாப்பா வச்ச கதவுமா இருக்குற வூடுதான் நமக்கு இனிமே சரிப்பட்டு வரும். என்னால ராமுச்சூடும் ஒன்ன வுட்டுட்டுத் தனியா படுக்க முடியல" என்று மாயவன் சொன்னபோதுகூட லேசாக தயக்கம் ஏற்பட்டது மலர்க்கொடிக்கு.

"இப்ப இதுமாதிரி வீடு பாத்து போவணுமுன்னு சொன்னா ஆயா நம்மளப்பத்தி என்ன நெனக்கிம்" என மறுத்தாள். ஆனால் நாளாக ஆக, அவளுக்குமேகூட அப்படி ஒரு வீடு கிடைத்து மாறிப் போய்விட்டால் தேவலாம் என்று மனது ஏங்கத் துவங்கிவிட்டது.

போதாக்குறைக்கு கிழவி வேறு "தம்பி இதேமாதிரி இன்னொரு வூடு பாருப்பா. நான் அந்த வூட்டுக்குப் போயிக்கிர்றேன். இல்லாதுபோனா நீங்க போயி இருந்துக்கலாம்" என்று நச்சரிக்க ஆரம்பித்திருந்தாள். இதற்கு மேலும் இதே வீட்டில் மூவரும் வசிப்பது சரியில்லை என்பதில் உறுதியாய் இருந்தாள் கிழவி. இவ்வளவு நாட்களும் ஒன்றாக இருந்துவிட்டு இப்போது கல்யாணம் செய்து கொண்டதை முன்னிட்டு தனித்தனியாய் வசிப்பதா? அதெல்லாம் முடியாது. எங்கேயிருந்தாலும் மூன்றுபேரும் ஒரே வீட்டில்தான் இருக்கவேண்டும். ஒரே அடுப்புதான் எரிய வேண்டும் என்று முடிவாய்ச் சொல்லிவிட்டாள் மலர்க்கொடி. அதற்குத் தகுந்தாற்போல

குறுக்கே சுவரும் தாழ்ப்பாளுடன் கூடிய கதவு உள்ள வீடாக பார்க்கத் துவங்கியிருந்தான் மாயவன். இன்று வீடு பார்க்க மலர்க்கொடியையே கூட்டிக்கொண்டு வந்து நிற்கிறான்.

“என்னக்கி கௌம்புறதா இருக்கீங்க” என்று அஞ்சலையிடம் கேட்டான் மணி.

“ஏண்ணா இப்புடியா கேக்குறது? நம்ம சௌரியத்துக்காக அடுத்தவங்கள கௌப்பிவிட நெனக்கிறது சரியா? அவங்களே பாவம். புள்ளைங்களுக்காக இங்கயே இருந்துட்டா தேவலாமேன்னு நெனக்கிறாங்க”

மலர்க்கொடியின் அக்கறையான வார்த்தைகளைக் கேட்டவுடன் ஏனோ அந்தப் பெண்ணின் கண்களில் குபுக்கென்று கண்ணீர் வெளிப்பட்டது.

“அந்த மகமாயி மனசுவச்சி போகவுடாது பண்ணிட்டாத் தான் தேவலாமே. எம் புள்ளைங்க நல்லாருக்குமே.”

“ஏம்மா கேரளாபக்கம் போனா விடாம வேலவெட்டி செய்யலாம், நல்லா சம்பாரிக்கலாமுன்னுதான ஓம் புருசன் நெனக்கிறாரு.”

“இக்கரக்கி அக்கர பச்சதான். அங்கபோயி மட்டும் பெரிசா சம்பாரிச்சி பொண்டாட்டி புள்ளைவொளுக்கு செஞ்சிடவாப் போவுது.”

“......”

“துணிமணி நகநட்டுன்னு எங்களுக்கு எடுத்துக்குடுத்தா நாங்க வேண்டாமுன்னா சொல்லப்போறம். அதுக்கெல்லாம் ஒரு நாளும் அந்த மனுசனுக்கு மனசு வராது.”

“......”

“நம்ம மாட்டுக்கு சலங்க கட்டிப் பாத்தா நம்ம கண்ணுக்குத்தான் அழகுன்னு நெனக்கிற ஆளு கெடயாது எம்புருசன்.”

“சம்பாதிச்சி வேற யார்கிட்ட கொடுத்துடப் போறாரு. எல்லாம் ஒங்களுக்குத்தான?”

“கொட்டிக் குடுக்க மனுசனுக்கு எடமில்லன்னா நெனக்கிறீங்க. ஊருக்கு ஊருதான் எளவெடுத்தபய சாராயக்கட வச்சிருக்கானுவளே. ஒழச்ச காச பொண்டாட்டி புள்ளைவொளுக்கு எப்புடி ஒட்ட வுடுவானுங்க.”

"விடும்மா ஊருல யாருதான் குடிக்காம இருக்காங்க. இந்தக் காலத்துல குடிக்கிறதெல்லாம் பெரிய தப்புல்லம்மா!"

"அது சரிதான். குடிக்கிறது பெரிய தப்பில்லதான். தப்பாயிருந்தா அரசாங்கமே குடிக்கச்சொல்லி ஊத்திக் குடுக்குமா?"

"......"

"நான் சின்னப் புள்ளயா இருக்கக்குள்ள நாலஞ்சி ஊருக்கு பொதுவா ஒரேயொரு சாராயக்கடதான் இருக்கும். அதுவும் ஊருக்கு ஒதுக்குல யாரு கண்ணுலயும் படாம வச்சி விப்பாங்க. ஊருக்கு ஒருத்த ரெண்டுபேருதான் குடிகாரங்களா இருப்பாங்க. சாராயம் விக்கிறவன் கூடவோ அவன் பொண்டாட்டி புள்ளைங்ககூடவோ ஊருசனம் யாரும் பேச்சு வச்சிக்க மாட்டாங்க. பொம்புளங்க தாலியறுக்குற பொழப்பு சாராயம் விக்கிற பொழப்புன்னும் அது பாவத்த சேக்குற பொழப்புன்னும் சொல்லி அவங்க வச்ச அடிய மிதிச்சாக்கூட பாவம் ஒட்டிக்குமுன்னு ஒதுக்கி வச்சிடுவாங்க. ஆனா இன்னக்கிப் பாருங்க அரசாங்கமே ஊருக்கு நாலு தெசயிலயும் சாராயக்கடய வச்சிருக்கு. பட்டப்படிப்பெல்லாம் படிச்ச பெரிய மனுசங்கள வேலக்கி வச்சி அவங்கள ஊத்திக் குடுக்க வச்சிருக்கு அவங்களுக்கும் அரசாங்க சம்பளங்குற மரியாத."

"......"

"பள்ளிக்கொடம் போற கொராலுலேருந்து பல்லாக்குல போற கெழங்கட்ட வரைக்கும் எல்லாம் குடிக்கிது. இந்த நாட்டுல எப்புடி மழ பெய்யும். இந்த அநியாயத்த யாருகிட்ட போயி சொல்றது."

அஞ்சலையின் புலம்பலை சகித்துக்கொள்ள முடியாதவர்கள் போல மணியும் மாயவனும் முகத்தை சுழித்தபடி வேறுபக்கமாக திரும்பிக் கொண்டார்கள். இதை மலர்க்கொடி கவனிக்கத் தவறவில்லை. என்னதான் அழுது புலம்பினாலும் அஞ்சலையின் வார்த்தைகளில் இருக்கும் ஞாயம் யாருடைய மண்டைக்குள்ளும் உறைக்கப் போவதில்லை. சாராயக்கடயும், குடிப்பழக்கமும் சரியா தப்பா என்று யோசிக்கிற நிலையை எல்லாம் தாண்டி வெகுதூரத்திற்கு வந்துவிட்டது உலகம். டீ குடிப்பது காப்பி குடிப்பதுபோல அதுவும் ஒரு பழக்கமாகிவிட்டது, அதைப் பற்றிப் பேசினாலே ஏதோ ஒரு அருவருக்கத்தக்க ஜந்துவை பார்ப்பதுபோல பார்க்கிறார்கள், என எண்ணமும் அஞ்சலையின் பேச்சை மாற்ற விரும்பினாள்.

"ஏங்க்கா ஒங்க அம்மா அப்பா இருந்தா இங்க புள்ளைங்களுக்குத் தொணயா கொண்டாந்து வச்சிட்டு நீங்க ரெண்டு பேரும் மட்டும் கேரளா போகலாமுல்ல. படிப்பும் கெட்டுப் போகாது."

“எனக்கு யாருமில்ல மலரு. தாய் தகப்பன் வேண்டாம்,

அண்ணன் தம்பி வேண்டாம், அக்கா தங்கச்சி வேண்டாமுன்னு கட்டுன துணியோட வூட்டவுட்டு ஓடிவந்துட்டன்.”

“......”

“அப்ப இந்த மனுசன் மட்டும்தான் எங்கண்ணுக்கு ஓவியமா தெரிஞ்சிச்சி. இப்ப நெனச்சி கவலப்பட்டு என்ன பிரயோசனம் சொல்லு.”

“புள்ளங்க பொறந்த பெறகாவுது போயிருக்கலாம். பெத்தவங்ககூட ஒண்ணு சேந்துருக்கலாமுல்லக்கா.”

“அதெல்லாம் முடியாது மலரு. என்னோட கத பெரிய கத” என்றவள் காத கொஞ்சம் கிட்ட கொண்டாயேன் என்று மலர்க்கொடியின் கையைப் பிடித்து கிட்டே இழுத்தாள்.

“எங்க சாதியும் அது சாதியும் ஒண்ணு கூடிக்கிர்ற சாதியில்ல. ஊருக்குள்ள திரும்பிப் போனா வெட்டு குத்துன்னு களேபரம் ஆயிரும்.”

திகைத்துப் போய் நின்றாள் மலர்க்கொடி.

“ஆனாலும் மலரு நான் பொறந்த எடத்துல எவ்வளதோ சொத்து சொகம் கெடக்கு. இதுகூட ஓடிவந்து நானும் மூணுபுள்ளைக்கி தாயாயிட்டன். அடிச்சாலும் புடிச்சாலும் ஒரு நாளும் அடுத்தவங்ககிட்ட போயி என்னய கையேந்த விட்டதில்ல. நானும் அந்த மனுசன்மேல எதுவும் குத்தங்கொற சொல்லாம இருக்குறத்த வச்சி, குடும்பம் பண்ண பழகிக்கிட்டன்.”

“நம்ம ஆசப்பட்டு தேடிக்கிட்டது. நல்லதோ கெட்டதோ அது நம்ம ரெண்டுபேரோடயே இருக்கட்டுமுன்னு சொல்லிடுவன். நானும் எதையும் பெரிசு படுத்துறதில்ல.”

“நீங்க பரவால்லக்கா.”

“என்ன ஒண்ணு பெத்தவங்கள, பொறந்தவங்கள பிரிஞ்சிருக்குற ஏக்கம் போலருக்கு. யாராவுது அனுசரணையா ஒரு வார்த்த பேசிட்டாக்கூட போதும் மனசு தாங்கமாட்டங்குது. அழுக வந்துடுது. நீ பேசுனப்பகூட எனக்கு அந்த மாதிரிதான் ஆயிட்டுது. அதான் அழுதுட்டன்.”

“அதுனால என்னக்கா. என்னய ஒங்க தங்கச்சி மாரியே நெனச்சிக்குங்க. எப்பவும் ஒங்களுக்கு தொணயா நான் இருப்பன்.

ஒங்க கதயும் எங்கதயும் கிட்டத்தட்ட ஒண்ணுதான். ஒங்களுக்காவுது சண்டபோடவும் தொரத்தியடிக்கவும் ஆளுருக்கு. எனக்கு அதுக்குக்கூட யாருமில்ல'' ஏனோ மலர்க்கொடியின் கண்களிலிருந்தும் கண்ணீர் பெருகியது. துக்கத்தில தொண்டையை அடைப்பது போல வலித்தது.

மனதுக்குப் பிடித்த கணவனும் பிள்ளைகளும் இருந்தும் கூட அஞ்சலை, தன் ரத்த சொந்தங்களுக்காக ஏங்குவதை மலர்க்கொடியால் நன்றாக உணரமுடிந்தது. தானும் தன்னுடைய மனதிலும் அப்படியொரு தீராத ஏக்கம் எப்போதும் இருந்துகொண்டே இருப்பதை உணர்ந்தாள். அவளுடைய அம்மா எங்கோ இருக்கிறாள். அவளை ஒருமுறையாவது பார்க்க மாட்டோமா என்று நினைத்தாள்.

'அம்மா நீ எங்கே இருக்கிறாய். நீ பெற்ற மகள் நான். உன்னைப் பார்க்கவேண்டும், பேசவேண்டும், உன் மடியில் படுத்து அழ வேண்டுமென்று தவியாய் தவித்துக் கொண்டிருக்கிறேனம்மா என்னை நீ நினைத்துப் பார்ப்பாயா? என்னைப்போலவே நீயும் என்னைப்பார்க்க வேண்டுமென்று ஆசைப்படுவாயா அம்மா'

“என்னத்துக்கு நீ இப்ப கண்கலங்குற. அழாத வுடு. ஒண்ணப் பத்தி நானும் எல்லாத்தயும் கேள்விப்பட்டன். நம்ம நெஞ்சுக்குழி நெறையிற மாதிரி நம்ம நல்ல வாழ்க்கயத்தான் வாழுறம். ஊரு ஒலகம்தான் ஒண்ணும் தெரியாம நம்மள கொறச்சிப் பேசுது. பேசுனா பேசிட்டுப் போவுது வுடு.'' என்று மலர்க்கொடியின் கையைப் பிடித்து ஆறுதல் கூறினாள் அஞ்சலை.

“போவலாமா மலரு'' என்றான் மாயவன். அவனும் இவர்கள் பேசிக்கொண்டதை ஓரளவு புரிந்துகொண்டவனாய் இருந்தான்.

“ரெண்டு நாளுல சொல்லியனுப்புறன் எப்ப போறமுன்னு. நீ வந்து இந்த வூட்டயே இருந்துக்கலாம் போய்வா'' என்று அனுப்பிவைத்தாள் அஞ்சலை.

*

10

இடுப்பில் கனத்த வியாபாரக் கூடையுடன் வீட்டுக்குத் திரும்பிக்கொண்டிருந்தாள் மங்களத்துக்கிழவி. கால்கள் இரண்டும் சுத்தமாய் வலுவிழந்து போயிருந்தன. ஊன்றுகழியின் பலத்தில் ஒவ்வொரு அடியாக எடுத்துவைத்து மெதுவாக நடந்து வந்து கொண்டிருந்தாள்.

எதிரே வந்த அஞ்சலை கிழவியைப் பார்த்ததும் வழிமறைத்துக் கொண்டாள்.

“என்னாயா? இப்பதான் வந்தமாரி இருந்திச்சி. அதுக்குள்ள திரும்பிட்ட? கூடயில வேற கொண்டாந்தது அப்புடியே இருக்கும் போலருக்கு. ஒண்ணும் விக்கலயா?” என்றபடியே கிழவியைப் பார்த்தாள். அவள் முகம் வாடிப் போயிருந்தது.

“எறக்கி வைக்க வுட்டாத்தான விக்கிறதுக்கு”

“என்ன சொல்ற ஆயா?”

“பள்ளிக்கொட வாசலுல வச்சி இனிமே எதுவும் விக்கக்கூடாதாம். மேலேயிருந்து உத்தரவு போட்டு தாளு வந்திருக்காம்”

“யாரு சொன்னது?”

“ந்தோ எதுத்தமாரி புதுசா கட போட்டுக்கானே ஒரு வீங்கப்பய, அவன்தான் அடிக்காத கொறயா வெரட்டி வுடுறான்.”

“அவன் யாவாரம் கெட்டுப்போயிருங்குற பொச்செரிப்புல அப்புடி சொல்லிருப்பான். அவன் பேச்சக் கேட்டுக்கிட்டு நீ எதுக்கு பயந்து போயி வரணும். பள்ளிக்கூடத்து பெரிய வாத்தியாரு இருக்காருல்ல அவரு வந்து சொல்லட்டுமே”

“இவன் என்னய செத்த நேரமாவுது குந்தவுட்டாத்தானே? எச்சியெல நக்குற நாயிக்கணக்கா சல்லு சல்லுன்னுல்ல வுழுவுறான்.”

“......”

“பெரிசா கடபோட்டு யாவாரம் பண்ணுற கோம்ப பய, பேனா பென்சிலு நோட்டு புத்தகத்துலேருந்து மண்ணாங்கட்டி தெருப்புழுதி எல்லாத்தையும் பரப்பி வச்சிக்கிட்டு விக்கிறான். இவனப் பாத்து நான் பொச்சரிப்பு பொறாமப் படுறனா?”

“......”

“வெப்பத் தூத்தலுக்கு மொளச்ச அப்பக்கோவ கணக்கா இன்னக்கி வந்து நிக்கிறவன் யாவாரம் எத்துன நாளக்கி ஓடுதுன்னு பாக்குறன்.”

“......”

“என்ன பேச்சு பேசுறான். நெலச்சி நிக்கிறவன் பேச்சா அவன் பேச்சு”

“......”

“பள்ளிக்கொடத்து மக்களப்பத்தி இந்த பரதேசிப் பயலுக்கு என்ன தெரியும்.”

“......”

“பச்ச புள்ளைவொ திங்கிற பண்டத்தப் பாத்தா நாக்குல எச்சி ஊற வாங்கித்திங்கணுமுன்னு வந்து மின்னால நிக்கிங்க தான்.”

“......”

“அதது கையில இருக்குற காசுக்குப் பின்னாடி ஆயிரெத்தெட்டு கத இருக்கும். எல்லா காசயும் புடுங்கி நம்ம கல்லாப்பொட்டிய ரொப்பிக்கணுமுன்னு நெனக்கக் கூடாது.”

ஆற்றாமையால் கிழவியின் நெஞ்சு பதறித் துடித்தது. கோபத்தையும் வேதனையையும் சாபத்தையும் கலந்து பிசைந்து புலம்பலாக வெளிப்படுத்திக் கொண்டிருந்தது அவளது நெஞ்சம். அவளை ஒருவாறாக சமாளிக்க நினைத்த அஞ்சலை,

“பள்ளிக்கொடத்துல ஏதோ பொம்புளப் புள்ளைவெளுக்கு பணம் குடுக்குறாங்களாம். அதுக்கு அம்மா பேரு போஸ்ட்டாபீசு பாஸ் புத்தகம் வேணுமுன்னு கேட்டு வுட்டுருக்காங்க. என்னயேதுன்னு விசாரிச்சிட்டு கையெழுத்து கிய்யெழுத்து போடணுமுன்னா போட்டுட்டு வந்தர்றன். நீ இங்கயே இருக்கியா” என்றாள்.

“போயி வா நான் நிக்கிறன்.”

“சரி, நீதான் எங்கூட வாயேன். பெரிய வாத்தியாருக்கிட்ட நான் சொல்லிப்பாக்குறன்.”

“அதெல்லாம் வேண்டாம். இன்னிமேலுக்கு எடங்குடுத்து ஒக்காரச் சொன்னாலும் எலபோட்டு சாப்பாடே போட்டாலும் கொட இந்த எடத்த மிதிக்கமாட்டன்.”

“அப்பன்னா நீ இங்கயே ஒக்காந்ரு நான் இப்ப வந்துடுவன்.”

கிழவி வியாபாரக் கூடையை இறக்கி வைத்துவிட்டாள். தலைக்கு எடுத்துக்கொண்டு வந்த சும்மாட்டுத் துணியால் கூடையை பத்திரமாக மூடி வைத்துக் கொண்டாள். கிழவிக்கு அந்தக் கடைகாரன்மீது ஏற்பட்டிருந்த ஆத்திரம் சிறிதும் குறையாமல் அப்படியே கனன்று கொண்டிருந்தது. கூடைக்குள் இருந்த நார்த்தம் பழத்தின் நெடி. மூடிவைத்த துணியையும் துளைத்துக்கொண்டு அவ்விடமெங்கும் பரவியிருந்தது.

போன வேகத்தில் திரும்பி வந்துகொண்டிருந்தாள் அஞ்சலை. அவளைப் பார்த்தவுடன் கிழவியும் எழுந்துகொண்டு கூடையைத் தூக்கினாள்.

“நான்தான் வர்றனே ஆயா. அப்பறம் நீ எதுக்கு கூடயத் தூக்க மல்லுக்கட்டுற? வுடு. நானே தூக்கியாறன் என்று கூடையைத்தூக்கி இடுப்பில் வைத்துக்கொண்டாள்.

“எல்லாம் நல்ல பழமாருக்கு. எங்கேருந்து ஆயா வாங்கியாந்த இத.”

“இது கார்குடல் நார்த்தம்பழம். அந்தத் தம்பி மாயவன்தான் போயி வாங்கியாந்துது. ஒரு நாளுதான் ஊட்ட வச்சிருந்தன். என்னமா மஞ்ச மசேருன்னு பழுத்துருக்குன்னு பாரேன். ருசியில சாத்துக்குடி, ஆரஞ்சி தோத்துடும். நீ வேணுமுன்னா ஒண்ண உரிச்சி வாயிலபோட்டு சப்பிப் பாரேன். தித்திப்புன்னா தித்திப்பு அப்புடி ஒரு தித்திப்பு.”

“இது என்ன.... ஒரு அம்பது, அறுவது பழமிருக்குமா ஆயா.”

“அம்பதுதான்ம்மா இருக்குது.”

“......”

எறநூறுகிட்ட வாங்கியாந்துச்சி. நல்லா பழுத்தா பாத்து அம்பது எடுத்துக்கிட்டு வந்தன். மீதி வூட்ட இருக்குது.”

“அதயெல்லாம் என்ன பண்ணப் போற ஆயா?”

“இத என்ன பண்ணப்போறனோ.... அதே மாதிரிதான் அதயும் பண்ணனும்?”

“பள்ளிக்கொடத்து வாசலுலதான் ஒக்கார முடியாமப் போயிட்டுதே. வேற எங்க ஒக்காந்து விப்ப?”

“மேயப்போற மாடு கொம்புல பில்ல கட்டிக்கிட்டாப் போவுது? பாப்பம்.”

ஒரு நார்த்தம்பழத்தை எடுத்து உரித்து ருசித்துப் பார்த்தாள்.

“நீ ஏதோ ஒரு பேச்சுக்குத்தான் சொல்றன்னு பாத்தா. இம்புட்டு ருசியாருக்குதே.”

கிழவியின் முகம் பளிச்சிட்டது. அந்தப்பழங்கள் அனைத்தையும் தானே விளைவித்து, அவற்றிற்கு தானே ருசி கூட்டிவிட்டது போன்றதொரு பெருமிதம் அவளது முகத்தில் தோன்றியது.

“என்ன செய்யிறது ருசியாத்தான் இருக்கு. பள்ளிக்கொடத்து மக்களுக்குத்தான் குடுத்து வைக்கல. சாமி வரங்குடுத்தும் பூசாரி கெடுத்தகதயா கடக்காரப்பய கெடுத்துத் தொலச்சிட்டானே ம்....”

விற்க முடியாமல்போன ஏமாற்றம் பெருமூச்சாய் வெளிப்பட்டது கிழவியிடமிருந்து.

“இதையெல்லாம் எவ்வளத்துக்காயா வாங்குன? ஒவ்வொண்ணயும் எவ்வளத்துக்கு விக்கப்போற?”

“அறுவது காசிக்கி வாங்கியிருப்பம். விக்கிறப்ப ஒண்ணு ஒர்ரூவான்னு குடுப்பன்.”

“......”

“அதுலயும் காசில்லாத புள்ளைவொ, கடங்கேக்குற மக்கன்னு ஒரு அஞ்சி பத்து போயிரும். எப்புடி கெட்டுப்போனாலும் காயிக்கு நாலணா கண்டிப்பா கெடச்சிருமுன்னு வச்சுக்கயேன்.”

“எறநூறு பழமும் வித்தா அம்பது ரூபா கெடக்கிம் அதுக்குமேல கெடக்கிறதும் கெடக்காமப் போறதும் ஆண்டவன் அளக்குற படின்னு வச்சுக்கயேன்.”

“சரி வா போறவழியில தாசல் செராமிக்குல குடுத்துப் பாப்பம்.”

“அங்க யாரு வாங்கப்போறாங்க?”

“அது கல்லு கம்பெனி ஆயா. கல்லு வேல எப்புடியாப்பட்ட பலசாலியயும் சப்பிப் போட்டுரும். இந்தப் பழம்வேற நல்ல சாத்தோட தித்திப்பா இருக்குதா. ஒண்ணுக்கு நாலா வாங்கிப்பாங்க பாரேன்.”

“ஒனக்கு இந்தக் கம்பெனிய தெரியுமா அஞ்சல?”

“நல்ல கதய கெடுத்த போ. எனக்கு இந்தப் பேட்டயில தெரியாத கம்பெனி பாக்கியில்ல தெரியுமா? இந்தக் கம்பெனியிலகூட அஞ்சாறு மாசம் வேல செஞ்சிருக்கன்.”

அஞ்சலை வேகமாய் நடந்தாள். அவளின் பின்னால் கிழவியும் வேகமாய் நடந்தாள். கிழவி இதுவரை இந்த செராமிக் கம்பெனிகளை உள்ளே போய்ப் பார்த்ததில்லை. வெயிலில் வரிசை வரிசையாய் கற்களை அறுத்து போட்டுக்கொண்டே வந்தார்கள். வரிசைக்கு வரிசை ஆணும் பெண்ணுமாய் இரண்டு இரண்டுபேர் வீதம் நின்றார்கள். இருபது முப்பதுக்கும் மேற்பட்ட வரிசைகள் இருக்கும்போல தோன்றியது கிழவிக்கு.

வேறுபட்ட பல அளவுகளில் அறுக்கப்பட்ட கற்கள் வரிசையில் காய்ந்து கொண்டிருந்தன.

“செங்கல்லு மாதிரியும் இல்லாம, இவ்வளது கணவாரியா அழுத்தம் திருத்தமா இருக்குதே. இதெல்லாங்கூட வீடு கட்டுற கல்லுதானா அஞ்சல.”

“இதல்லாயா! இதெல்லாம் இரும்பு உருக்குற ஆலயில பயன்படுத்துற கல்லு. இப்ப அறுத்துப் போட்டுருக்குறதத்தான பாக்குற.”

“ஆமா”

இத கில்லன்ல்ல வச்சி சுட்டு எடுத்தப் பெறவு பாக்கணுமே. வழவழன்னு கெட்டியா இரும்ப உருக்கி ஊத்தி எடுத்தமாதிரி இருக்கும்.

“ஆயா நீ இங்கயே நில்லு. பழத்த நான் பங்குடு பண்ணிட்டு வாரன்” என்றவள் அங்கு வேலை செய்துகொண்டிருந்த பெண்களிடம் பழத்தைக் காண்பித்தாள். ஒரு பழத்தை உரித்து ஆளுக்கொரு சுளை கொடுத்தாள். ருசி பார்த்த பெண்கள் ஆளுக்கு ரெண்டாய் வாங்கிக் கொண்டார்கள். அடுத்தடுத்த வரிசைகளில் நின்ற பெண்களும் வாங்கிக்கொண்டார்கள். கண்ணிமைக்கும் நேரம்கூட ஆகியிருக்காது போலிருந்தது கிழவிக்கு. கூடை முழுவதும் காலியாகியிருந்தது.

வெற்றுக்கூடையோடும் சில்லறை சத்தத்தோடும் கிழவி நிற்குமிடத்திற்கு வந்தாள் அஞ்சலை.

“பாத்தியா ஆயா. நிமிச நேரம்கூட ஆகல. எல்லாம் பறந்து போயிட்டுது.”

“ஒனக்குப் புண்ணியமாப் போவும் அஞ்சல. இவ்வளவு பெரிய ஒத்தாச பண்ணிருக்குற எனக்கு.”

“என்ன ஒத்தாச பண்ணிட்டன் இப்ப. வுடு. எனக்குத் தெரியும் ஆயா. இங்க கொண்டு வந்தா எந்தப் பொருளயும் வித்து வெலயாக் கிடலாம்.”

“இனிமே பள்ளிக்கொடம்பக்கம் போறத்த இப்புடி வந்து ரோட்டோரமா மரத்து நெழலுல ஒக்காந்துடலாம் போலருக்கே.”

“ஆமாமா. நீ இப்புடி ஒக்காந்தே வித்துடலாம் ஆயா.”

வரும் வழியில் இருந்த மற்றொரு செராமிக் வாசலில் நின்றாள் அஞ்சலை.

“ஆயா உள்ள எம்புருசன் வேல செய்யிது. உரிமசோறு திங்க வூட்டுக்கு வாறியான்னு ஒரு வார்த்த கேட்டுட்டு வந்தர்றன். இப்புடியே செத்த நில்லு” என்றவள், கிழவி மேற்கொண்டு விவரம் கேட்பதற்குள்ளாக உள்ளே போய்விட்டாள்.

ரோட்டோரமிருந்த தூங்குமூஞ்சி மரநிழலில் உட்கார்ந்தாள் கிழவி. அவள் மடியில் பழம் விற்ற சில்லறை கனத்தது. கிழவியின் முகம் பிரகாசமாய் இருந்தது. இவ்வளவு சீக்கிரத்தில் அத்தனை பழங்களும் காசாகிவிடும் என்று அவள் கொஞ்சமும் எதிர்பார்க்கவில்லை.

“வா ஆயா. உரிமசோறு திங்க வூட்டுக்கு வாறேன்னுருக்குது. போயி எதாவது தொட்டுக்க செஞ்சி வைக்கணும்.”

“காலயிலேயே வெங்காயம் உரிச்ச மாதிரி இருந்திச்சி

“வெங்காயமும் பூண்டும் உரிச்சிப்போட்டு வெறும் கொழம்பாத்தான் கொதிக்க வச்சன்.”

“……”

முட்டகிட்ட வாங்கிட்டுப் போவணும். அவிச்சிக் குடுத்தா திங்காது. மஞ்ச கருவ நோவாம எட்ட எடுத்து வச்சிட்டு வெறும் வெள்ளைக்கருவ மட்டும் சாப்புடும். அதுல என்ன சத்து இருக்கும். மொளவு சீரத்த தூளு இல்லன்னா வெங்காயம் நறுக்கிப்போட்டு அடயா ஊத்திக் குடுக்கணும்.”

கிழவி அஞ்சலையின் முகத்தைப் பார்த்தாள்.

“மண்ணுலோடு எடபோடுற வேல ஆயா அதுக்கு. மூட்டய தூக்கவும் புடிக்கவுமா பொழுதுக்கும் சக்கயா புழிஞ்சி எடுக்குற மாதிரி

வேல செய்யணும். சோத்தப் போட்டு கண்டங்காயி எதுவுமில்லாத வெறும் கொழம்ப ஊத்திக் குடுத்தா அதுல என்ன சத்துருக்கும்.” கிழவியின் பார்வைக்கு பதில் சொல்லும் விதமாக இருந்தது அஞ்சலையின் பேச்சு.

“ஆமாமா... செய்யிற வேலக்கித்தக்கன சாப்புடணும்.”

“அனுமாருசாமி மாதிரி மரத்துக்கு மரம் தெங்கு மாத்துறன்னு தாவிக்கிட்டு ஒடம்பு வலிக்காம வேல செஞ்சிக்கிட்டுருந்த மனுசன். இன்னக்கி திடீருன்னு கம்பெனி வேலக்கிப் போறத்தப்பாத்தா பாவமா இருக்கு ஆயா.”

“இருந்தாலும் ஒனக்கு புருசன்மேல இவ்வளவு கரிசனம் கூடாது அஞ்சல. வேல வெட்டி செய்யிறத்தப் பாத்தே இப்புடி கவலப்படுறியே. பெத்த தாயி இருந்து பாத்தாக்கூட ஒன்ன மாதிரி உருகமாட்டா போ.”

என்ன ஆயா பண்ணுறது? நம்மள நம்பி இருக்குற மனுசன நம்மதான பாத்துக்கணும்.

நம்மளுக்கு ஒரு துக்கமுன்னா அழுது பொலம்பி ஒப்பாரி வச்சிக்கொட தீத்துக்கிருவம். ஆம்புளைவொ பாவமில்லயா ஆயா?”

“அப்புடியெல்லாம் நெனக்கக்கூடாது. கஷ்டமுன்னா அழுது தீத்துக்கவேண்டியதுதான். அதுல ஆம்புள யாருந்தான் பொம்புள யாருந்தான்னு வித்தியாசமெல்லாம் பாக்கக் கூடாது.”

“......”

“அது சரி. ஓம்புருசன் எப்புடி கம்பெனி வேலக்கி வர சம்மதிச்சிது?”

“ஒங்களுக்குத் தெரியாதா ஆயா.”

“தெரியாதேம்மா.”

“கேரளாவுக்குப் போவணுமுன்னு காலுல வெந்நீர ஊத்திக்கிட்டு நின்ன எம் புருசன, மலரும் மலரு புருசனுமா சேந்து பேசிப்பேசி மனச மாத்தியில்ல இங்கயே தங்க வச்சிருக்குதுவொ.”

“அப்புடியா”

“ஆமாயா. பத்தாதத்துக்கு இந்த கல்லுகுழா கம்பெனியில வேலயும் பாக்க வச்சிட்டுதுவொ.”

“மலருக்கு ஓம்புள்ளைவொ படிப்புமேல அவ்வள அக்கற தெரியுமா?”

“ஆமாமா... அது எல்லாருமேலயும் உசுர வைக்கிற பொண்ணா இருக்குது.”

“நீ வூட்ட காலி பண்ணுனாத்தான் நாங்களே இந்த வூட்டுக்கு வரமுடியுமுன்னு சொல்லிக்கிட்டுருந்தது. அதுக்கே மலரு பொலம்புன பொலப்பத்த பாக்கணுமே. ஏதோ கடவுள் புண்ணியத்துல ஒன்னயும் வூட்ட காலி பண்ணவுடாம எங்களுக்கும் இங்கயே வூடு கெடச்சிப் போச்சி.”

“எல்லாம் நம்ம நெனக்கிற மாதிரியேவா நடக்குது. செலது நினைக்கிறத்தவிடவும் நல்லா நடந்து போயிடுது. செலது நெனச்சிப் பாக்கவே முடியாத அளவுக்கு மோசமா நடந்துபோயிடுது.”

“ஆமாமா.... எது வேணுமுன்னாலும் எப்ப வேணுமுன்னாலும் நடக்கும். நம்ம கையில என்ன இருக்கு சொல்லு.”

“இந்த வூட்டுல குடியிருந்த பொண்ணும் அது புருசனும் இப்ப வூட்ட காலி பண்ணிக்குடுத்து ஒங்களுக்கு ஒதவுவாங்கன்னு நெனச்சிப் பாத்தமா.”

“ஆமாம்மா... அதுவ காலி பண்ணலன்னா நாங்க எப்புடி இங்க குடிவந்துருக்க முடியும்.”

“......”

“ஆமா நானும் அதப்பத்தி ஒன்னக்கிட்ட அப்பயே கேக்கணுமின்னு நெனச்சன். வேற வேற பேச்சுல அத மறந்துட்டன். எதுக்காவ திடீருன்னு வூட்ட காலி பண்ணுச்சுவொ. ஏதாவது பிரச்சனயா?”

“பிரச்சனயெல்லாம் ஒண்ணுமில்ல ஆயா?”

“அப்புறம்?”

“தள்ளுவண்டியில வச்சி பழ யாவாரம் செய்யிற வேலதான அந்தப் புள்ளக்கி.”

“கீழச் சீமயில ஏதோ ஒரு ஊரு. அந்த ஊரு கோயிலுல காப்பு கட்டுறத கேள்விப்பட்டு அங்க வண்டிய தள்ளிக்கிட்டு போயிருக்குது. மூணுநாள் திருவிழா. யாவாரம் நல்லா போயிருக்கு.”

“நம்ம ஆளுங்களாயிருந்தா போனமா, யாவாரத்த முடிச்சமா நாலுகாச பாத்தமான்னு சந்தோஷமா வூட்டுக்குத் திரும்பி வந்துருப்பாங்க. ஆனா அந்தப் புள்ள பொழக்கிறத்துக்கு இதுதான் எடமுன்னு முடிவு பண்ணி நெரந்தரமா அந்த பக்கத்துலயே

தங்கிட ஏற்பாடெல்லாம் செஞ்சிட்டுதாம். மொதல்ல தான் மட்டும் அங்க இருந்துக்கிட்டு யாவாரம் பாக்குறது வாரத்துக்கு ஒரு நாளு மட்டும் இங்க வந்து பொண்டாட்டிய பாத்துட்டு போவமுன்னுதான் திட்டம் போட்டுருக்குது. ஆனா காசிபணம் பெருவி வரும்போது கட்டுன பொண்டாட்டிகிட்ட இல்லன்னா வேண்டாத சகவாசமெல்லாம் வந்து ஒட்டிக்கிடுமுன்னு நெனச்சோ என்னவோ விடிஞ்சா கல்யாணம் புடிடா பாக்கு வெத்துலயங்குற மாதிரி ராவோட ராவா வந்து எல்லாத்தயும் வாரி சுருட்டிக்கிட்டு போயிட்டுதுவொ."

"அப்புடியா கத?"

"ஆமா ஆயா. அந்தப் பொண்ணுக்குத்தான் இந்த எடத்தவுட்டு போவவே மனசில்ல. மொகம் சோந்து போயித்தான் போகுது."

"கூரையும் சொந்தமில்ல, கூட்டி மொழுவுற மனையும் நம்மதில்லன்னா எந்த ஊரப் போயி இருந்தாத்தான் என்னா?"

"எங்கயிருந்தாலும் நல்லாருந்தா சரிதான். அந்த பொண்ணுக்காரி புண்ணியத்துல எப்புடியோ எங்களுக்கு ஒரு வூடு கெடச்சிப் போச்சி." மங்களத்துக் கிழவிக்கு எல்லாமே நல்லதாய் நடப்பதுபோலத் தோன்றியது. இன்றைக்கு அலைச்சல் இல்லாமல் பழம் விற்பனையான விதம் அவளுக்குள் அதுமாதிரியான எண்ணங்களை ஏற்படுத்தியிருக்க வேண்டும்.

✳

11

“மலரு நான் ஒண்ணு சொல்லுவன் கேளு. ஒண்ணும் கட்டாயமில்ல. ஒனக்குப் பிடிச்சா ஒத்துக்க. இல்லாது போனா வேண்டான்னு சொல்லிடு.”

“என்ன பீடிகையெல்லாம் பலமாருக்கு.”

“ஒண்ணுமில்ல” - மாயவன் என்றுமில்லாத வகையில் தயங்குவதைப் பார்த்த மலர்க்கொடியால் அவன் எதைப்பற்றி சொல்ல வருகிறான் என்று எதுவும் கணிக்க முடியவில்லை.

“ஏதோ சொல்ல வந்தியில்ல. எதுக்கு தயங்குற. நான் யாரு ஓம் பொண்டாட்டிதான, என்னக்கிட்ட சொல்ல ஒனக்கென்ன தயக்கம்”. இருவருக்கும் கல்யாணம் ஆனதிலிருந்து மலர்க்கொடி ஒரு நாளைக்கு ஒருமுறையாவது நான் யாரு ஓம் பொண்டாட்டிதான, நீ யாம் புருசன்ங்குறது நெனப்புல இருக்கட்டும் என்பது போன்ற வார்த்தைகளை பயன்படுத்தாமல் இருந்ததில்லை. எதற்காக நாம் இப்படிப் பேசுகிறோம் என்று அவளேகூட சிலநேரம் யோசிப்பாள். இருந்தபோதும் அவ்வார்த்தைகள் அவளுக்கு ஏதோ ஒரு வகையில் உதவுவதாகவே தோன்றும்.

“சித்திர பொறந்துட்டுதுல்ல.”

“ஆமா.... அதுக்கென்ன? பங்குனி முடிஞ்ச மறுநாளே தான் சித்திர பொறந்துட்டுதே.”

“ஒண்ணுமில்ல... இனிமே ஆவணி முடியிற வரைக்கும் ஒவ்வொரு ஊருலயும் கோயில் திருவிழா நடக்கும்.”

“ஆமா... நடக்குந்தான். நமக்கென்ன அதப்பத்திய கவலயெல்லாம் எந்த ஊரு கோயிலுல நமக்கு பங்கு இருக்கு. தலக்கட்டு வரி குடுக்கச் சொல்லி யாரு கேக்கப் போறாங்க?”

“குப்பநத்தத்து கச்சேரி செட்டு ஆளுக என்னயும் செட்டுல சேந்துக்கச் சொல்லி கூப்புடுறாங்க.”

“ஓ அதுதான் சங்கதியா?”

“நான் வரமுடியாதுன்னுதான் சொன்னன். ஆனா செட்டுக்கு ஆளு கொறயிது நீ வந்தாத்தான் நல்லாருக்குமுன்னு மருங்கூர் மணி சொல்றாரு.”

“எனக்கு இதப்பத்தியெல்லாம் ஒண்ணும் தெரியாது. நீ ஏற்கெனவே அவங்ககூட போயிருக்கல்ல?”

“மூணு வருசமா அந்த செட்டுல நானும் ஒரு ஆளுதான்.” “அப்பறம் என்னத்துக்கு என்னய கேக்குற?”

“அப்ப கல்யாணம் பண்ணிக்காம இருந்தன். தனியாளு ஊர் ஊரா சுத்திவர முடிஞ்சிது. இப்ப அப்புடியா ஒன்ன வுட்டுட்டு எப்புடிப் போறதுன்னு யோசிக்கிறன்”

“ஒனக்கு விருப்பமிருந்தா நீ போ. எனக்காக யோசிக்காத.”

“ஒன்ன தனியா விட்டு எப்புடி மலரு போறது?”

“தனியாவா விட்டுட்டுப் போற? ஆயாதான் தொணக்கி இருக்காங்களே.”

“நான் செட்டோட நல்லா பழகிட்டன். புதுசா ஆளு சேத்தா அவ்வளது சுலுவா ஒழுங்குபட்டு வராதுன்னுதான்”

“நீ இப்புடி தேவயில்லாம என்னப்பத்தி கவலப்படாத” “மலரு”

“நான்தான் சொல்லிட்டன்ல்ல. அப்பறம் எதுக்கு தயங்குற?”

“......”

“அது சரி வருமானமெல்லாம் எப்புடி இருக்கும்?”

“மத்த வேலக்கிப் போனா கெடைக்கிற மாதிரி திட்டவட்டமா இவ்வளது வருமுன்னு சொல்ல முடியாது.”

“......”

“ஊருக்கு தக்கன கெடைக்கும்.”

“......”

“கெடைக்கிற வரும்புடிய ஆறா பங்குபிரிச்சி ஆளுக்கு ஒரு பங்கா குடுத்துவாரு மணியண்ணன்.”

“......”

“போற எடத்துல ஊருக்கு ஊரு வகவகையா சாப்புட்டு ருசி பாக்கலாம்.”

"......"

"கச்சேரிக்காரங்களுக்குன்னு ஒவ்வொரு நாளும் ஒவ்வொரு தெருன்னு மொறவச்சி ஆக்கிப் போடுவாங்க."

"ஆக்கிப்போட்ட சாப்பாட்டு ருசி பத்தியும் பரிமாறுன பக்குவம் பத்தியும் அன்னைக்கி ராத்திரி கச்சேரியில மணி அண்ணன் பாராட்டியோ, பழிச்சோ சந்தடி சாக்குல அவுத்து வுட்டுருவாரு. அந்தக் காரணத்துக்காவயும் சாப்பாடு பிரமாதப்படும்."

"......"

"அதுமாதிரியெல்லாம் வகைவகையா நம்மள சமைச்சி ஒரு நாளும் சாப்புட முடியாது. காசு பணத்தக் குடுத்து ஓட்டல் கடயில வாங்குனாலும் அதுமாதிரி கெடைக்காது."

"......"

"நான் கேட்டத்துக்கு இன்னம் பதிலக் காணுமே" என்றாள் மாயவனை இடைமறித்து.

"என்ன கேட்ட?"

"வருமானத்தப் பத்திக் கேட்டன்."

"அதுதான் சொன்னனே"

"நீ சாப்பாட்ட பத்தி மட்டும்தான் சொன்ன"

"ஒரு ஊருல அதிகமா கொடுப்பாங்க. செல ஊருல கட்டவெரல அரிஞ்சி தர்ற மாதிரி பிசுவுவாங்க"

"அத வுடு, மூணு வருசமா தொடர்ந்து போயிருக்க. ஒவ்வொரு வருசமும் மூணுமாசம் முடிஞ்சி திரும்பி வரக்குள்ள ஓங்கையில எவ்வளது தேத்தி எடுத்தாந்த அதச்சொல்லு."

"வர்ற வரும்புடியெல்லாம் அப்பப்ப செலவாயிடும். கையில பெரிசா காசு இருக்காது. நெஞ்சு நெறஞ்சி பூரிச்சிப் போன மாதிரி இருக்கும். ஒடம்பு மினுமினுப்பாயிட்ட மாதிரி தெரியும்."

"அப்பப்ப செலவாயிடுமுன்னா என்ன செலவு பண்ணுவீங்க?"

"என்ன மலரு நீ இப்புடியெல்லாம் கேக்குற?"

"பரவால்ல சொல்லு"

"ஒரு நாளு ரெண்டு நாளு எடவெளி கெடச்சிதுன்னா பக்கத்துல இருக்குற டவுனுக்குப் போயி சினிமாப்படம் பாப்பம். ஓட்டல்

கடயில சாப்புடுவம். கச்சேரிக்குத் தேவையான உடுப்பு கலர்தாளு அது இதுன்னு ஏதாவது வாங்க வேண்டியிருக்கும். அதயெல்லாம் வாங்குவம். இப்புடித்தான் செலவாகும்."

"......"

"இவ்வளது நாளும் அப்புடி இருந்துட்டன். ஆனா இனிமே அப்படியெல்லாம் செலவு செய்யமாட்டன். கெடைக்கிற ஒவ்வொரு காசையும் சேத்துவச்சி ஒன்னக்கிட்ட கொண்டு வந்து கொடுத்தர்றன்" மாயவன் சொல்லிக்கொண்டு போவதைக் கேட்டு மலர்க்கொடி சிரித்துவிட்டாள்.

"கணக்குப் பாத்து காசுகுடுன்னு ஒன்ன நான் கேக்கல. எந்த வேலய செஞ்சாலும் அதுல இருக்குற நல்லது கெட்டத யோசிச்சிப் பாக்கணுமுல்ல அதான் கேட்டன்."

"இல்ல மலரு, இந்தத் தடவ எனக்குக் கெடைக்கிற வரும்புடி காசயெல்லாம் பத்தரமா சேத்து வச்சர்றன்."

"அய்யய்யோ.... அத வுடமாட்டியா. நான் காசப்பத்தியே கேக்கல. காசவிட ஒனக்கு இதுல கெடைக்கிற சந்தோஷம் பெருசாருக்கும் போலருக்கு."

"என்ன மலரு சொல்லுற?"

"நெசமாத்தான் சொல்லுறன். கேக்குற எனக்கே ஆசயாருக்கு. நானும் ஒன்னமாதிரி ஆம்புளயா இருந்திருக்கக் கூடாதான்னு நெனக்கிறன்."

"கல்யாணம் பண்ணிக்கிட்டு குடும்பத்துக்கு சம்பாதிச்சிக் குடுக்காம இருக்குறது தப்புல்லயா மலரு."

"நீ சம்பாதிச்சி குடுக்காமயா இருந்த? இவ்வளவு நாளும் சம்பாதிச்சத என்னக்கிட்டதான கொண்டாந்து குடுத்த!"

"எனக்கு அதுதான் யோசனயாருக்கு. செராமிக்கல வேலன்னா நாளு கூலியோ, வாரச் சம்பளமோ பத்துகாசுக்குக்கூட பழுதில்லாம ஒன்னக்கிட்ட குடுத்துற முடிஞ்சிது."

"கச்சேரிக்கு போறதால ஏது எப்புடி நடக்குமுன்னு எதையும் நெலமயா சொல்ல முடியலயே."

"அதப்பத்தியெல்லாம் யோசிக்காத. மூணுமாசம்தான. நீ சந்தோஷமா போயிட்டு வா."

"......"

“கூட்டாளிங்க கூட சேந்து கச்சேரி பண்றது, கரகாட்டம் ஆடுறது, மோளம் கொட்டுறது, பாரத பூசாரிக்கு பின்பாட்டு பாடுறதுன்னு எல்லாமே புடிச்ச விஷயம்தான. பிடிச்சத செய்யிறதுக்கு காசி கணக்கெல்லாம் பாக்கக் கூடாது.”

“ஒத்துக்கமாட்டன்னு நெனச்சன் மலரு. ஆனா நீ இப்புடி சொல்லுற.”

“இதுல என்னயிருக்கு. எனக்கு ஒரு விஷயம் நடக்கணுமுன்னா நீ எவ்வளவு மெனக்கெடுற. ஒனக்காவ இதுக்குக்கூட நான் ஒத்துக்கிட மாட்டனா?”

“அப்ப நானும் வர்றன்னு மணியண்ணங்கிட்ட சொல்லிடவா மலரு”

“சொல்லு சொல்லு கண்டிப்பா போய் வா. வாழ்க்கையில எத எத, எப்பப்ப செய்ய முடியுதோ அத அத அப்பப்பவே செய்துடணும். காசு பணம்ங்கிறது நெலச்சி நிக்கிற சொத்து கெடையாது. அனுபவிக்கிற சந்தோஷம் மட்டுந்தான் சாகுறவரைக்கும் நெஞ்சுக்குள்ள நெறஞ்சிருக்குற சொத்து. அதுதான் நம்ம சம்பாதிக்கிறதுலயே பெரிய சொத்து.”

“……”

“நீ குடுத்து வச்சவன். ஒனக்கு எல்லாம் வாய்க்கிது.”

“மணியண்ண இல்லயின்னா எனக்கும் இந்த வாய்ப்பெல்லாம் கெடச்சிருக்காது மலரு.”

“அது சரி. மணியண்ண பாரதம் பாட கச்சேரி பண்ணவெல்லாம் எங்க கத்துக்கிட்டாரு?”

அது பெரிய கத. அவருக்கு பத்து வயசோ என்னமோ தானாம். அப்ப மருங்கூரு கோயில் திருவிழாவுக்கு கரகாட்டம் ஆடவந்த சேப்ளாநத்தம் கொறவன் கொறத்திகூட வூட்டுக்குத் தெரியாம ஓடிட்டாராம். அப்பறம் சேலம் பக்கம் ஏதோ ஒரு ஊரு பேரு சொன்னாரு. அந்த ஊரு பாரத பூசாரிக்கிட்ட போயி சேந்து எடுபுடி வேல செஞ்சிக்கிட்டு இருந்துருக்காரு. கூடவேயிருந்து கொஞ்சம் கொஞ்சமா எல்லாத்தயும் கத்துக்கிட்டாராம். தெருக்கூத்துல அர்ச்சுனன் வேஷம் கட்டுற அளவுக்கு வளந்துட்டாராம். நீ பாத்திருக்கிறியோ இல்லயோ தெரியல. அவருக்கு நல்ல ஒடம்புவாகு. நீட்டு போக்குலயும் வாட்டசாட்டத்துலயும் எந்த ராஜா வேஷம் போட்டாலும் இவருக்குப் பொருத்தமா இருக்கும். தெறமசாலி வேற.

“……”

தலையாட்டியபடி மாயவனின் வாயையே பார்த்துக் கொண்டிருந்தாள் மலர்க்கொடி.

"விழுப்புரம் பக்கம் பத்து நாளு தெருக்கூத்து நடந்திருக்கு. அப்ப அவருக்கு பதினெட்டோ, இருபதோதானாம் வயசு. பாக்குறதுக்கு கோயில்காளை கணக்கா கம்பீரமா இருப்பாராம். வேஷம் கட்டிக்கிட்டு வந்து புழுதிப்பறக்க ஆடும்போது பாக்குற கண்ண யாரும் திருப்பமாட்டாங்களாம். வயசு பொண்ணுங்களுக்கு அவருமேல எப்பவும் ஒரு கண்ணுதானாம். ஊருல முக்கியப்பட்ட நாட்டாரோட பொண்ணுக்கு இவருமேல கிறுக்கு புடிச்சமாதிரி போயிட்டுது போலருக்கு. வூட்டுல செய்யிற பண்டம் பலகாரம் எல்லாத்தயும் கொண்டாந்து குடுக்குறதுல ஆரம்பிச்சி கூத்து முடிஞ்சி எல்லாரும் போயி மொடங்குன பெறகு விடியக்கால கருக்கல்ல ஆத்தங்கர ஓரமா கட்டிப்புடிச்சி கொஞ்சிக் குலாவுறது வரைக்கும் வந்துட்டுதாம். இது எப்புடியோ ஊர்க்காரங்களுக்குத் தெரிஞ்சி போச்சி."

"அய்யய்யோ அப்புறம்"

"அப்பறம் என்ன நடக்கும். மணியண்ணன அடிச்சித் தொவச்சி ஊரவுட்டு வெரட்டிவுட்டுட்டாங்களாம். அவர அந்த செட்டுலயே சேத்துக்கலயாம். கோயில்ல வாய்ப்புக் குடுத்து வரும்புடி குடுக்குற ஊர்க்காரங்களுக்கு நம்பிக்கத் துரோகம் செய்துட்டவன இனிமே, நம்ம செட்டுலயே சேத்துக்கிடக் கூடாதுன்னு அந்த பாரத பூசாரிங்களும் வெரட்டி விட்டுட்டாங்களாம்."

"அதுக்குப் பெறவுதான் அவரு பொறந்த ஊருக்கு, மருங்கூருக்கு வந்துருக்காரு."

"......"

"ஊருக்கு வந்த பெறவு மத்த ஆளுங்க மாதிரியே கொல்ல வேலைக்கிம் கரும்பு வெட்டுற வேலைக்கும் போயிருக்காரு."

"......"

"ஊருக்குள்ளயே சொந்தஞ்சோலியில ஒரு பொண்ணப் பாத்து கட்டிக்கிட்டாராம்."

"......"

"புள்ள குட்டின்னு பொறந்த பொறவு. முப்பது முப்பத்தஞ்சி வயசிக்கு பெறவு மறுபடியும் கச்சேரி பண்ணுற ஆச வந்துருக்கு அவருக்கு."

"......"

“இனிமே இன்னொரு பூசாரிய தேடிக்கிட்டு போவக்கூடாதுன்னு தானே ஒரு செட்டு ஆளுவள தயார் பண்ணிட்டாரு.”

“......”

“மோளம் தட்டுறதுலேருந்து வேஷம் கட்டுறது வரைக்கும் எல்லாத்தயும் சொல்லிக்குடுத்து தன்னோடயே வச்சிக்கிட்டாரு. இப்ப நாளாவுது வருசம் கச்சேரிக்கு கௌம்பப் போறாரு.”

“......”

“ஒவ்வொரு வருசமும் அவரு சம்பாதிக்கிற காசுல முக்காவாசிய கச்சேரிக்கு வேண்டிய பொருள வாங்கிச் சேக்குறத்லுயே செலவழிச்சர்றாரு தெரியுமா?”

“ஒழிஞ்ச நாளுல எங்களயெல்லாம் கூட்டி வச்சி ராப்பகலுன்னு பாக்காம எல்லாத்தயும் கத்துக் குடுப்பாரு. அப்ப எங்களுக்கிட்ட என்ன இருக்கு ஏதுருக்குன்னு பாக்கமாட்டாரு. எல்லாருக்கும் மாட்டுக்கறி பிரியாணியும் ரோட்டுக்கட புரோட்டாவுமா வாங்கிக்குடுத்து வாரி எறைப்பாரு”.

“குடும்பத்துல எதுவும் பிரச்சன வராதா?”

“அவருக்கு வாச்ச மகராசி அப்புடி. வாயத்தொறந்து என்ன ஏதுன்னு அவர ஒரு வார்த்த கேக்கமாட்டாங்க”

“......”

“கொல்லகாட்டு வேல செஞ்சி புள்ளயக்குட்டிய பாத்துக்கிடுவாங்க. இவர எதுக்குமே எதிர்பாக்க மாட்டாங்க.”

“பாரத பூசாரி மணிக்கு குடும்பத்தால குடியால பொண்டாட்டி புள்ளயால கெடைக்காத சந்தோஷமும் நிம்மதியும் கச்சேரிக்குப் போறதால கெடைச்சிருக்குன்னு சொல்ற. நீனும் அவருகூட சேந்துதான் கூத்துக்கட்டுற. அவருக்கு இனிக்கிறது ஒனக்கு மட்டும் புளிக்கவா போவுது. போ போ சந்தோஷமா போயிட்டு வா. மூணுமாசம் தான. நான் ஆயாகூட இருந்துக்கிர்றன்.” என்றாள் முழு சம்மதத்துடன்.

மாயவனுக்கு மணியண்ணனோடும் மற்ற கூட்டாளிகளோடும் கச்சேரிக்குப் போகும் காட்சிகள் கண்முன்னால் விரிந்துகொண்டே யிருந்தன.

*

12

“மலர்க்கொடி.... மலர்க்கொடி.... வூட்ட இருக்கியா?” யாரோ வாசலில் நின்று கூப்பிடும் குரல்கேட்டு உள்ளேயிருந்து எழுந்து வந்தாள் மங்களத்துக் கிழவி.

“யாரு?”

“நாந்தான் ஆயா பரமேஸ்வரி...”

“பரமேஸ்வரியா? யாருன்னு புரியலயேம்மா...”

“அகல் கம்பெனி பரமேஸ்வரி ஆயா.”

“நீயாம்மா... வா.... வா. கண்ணு புரியல. கொரலும் புரியாம தட்டுக்கெட்டுப் போயிட்டுது அதான். வாம்மா.”

“......”

“உள்ள வா. வந்து ஒக்காரு”

“மலர்க்கொடி இல்லயா ஆயா?”

“இல்லம்மா... என்னக்கிம் இல்லாத அதிசயமா, ரெண்டு பேரும் சினிமாவுக்கு போயிருக்குவொம்மா. இன்னக்கி மழதான் வரப்போவுதுன்னு சொல்லிக்கிட்டுருந்தன்.”

“ஏன் ஆயா... ரெண்டுபேரும் சினிமாவுக்கெல்லாம் போகமாட்டாங்களா?”

“அந்தத் தம்பி எப்பவும் கூப்புட்டுக்கிட்டுதான் இருக்கும். இந்தப் பொண்ணுதான் புடிவாதமாப் போகாது.”

“......”

“வெளியூரு போயிட்டு ஒரு மாசங்கழிச்சி வந்து புருசங்காரன் ஆசயாக் கூப்புட்டதாலயோ என்னமோ இன்னக்கி மறுப்பு சொல்லாம போயிருக்குது.”

“படம் நல்லாருக்குதுன்னுதான் எல்லாரும் பேசிக்கிட்டாங்க. போயி பாத்துட்டு வரட்டும் ஆயா.”

“அது சரிம்மா, நடந்தத எல்லாம் கேள்விப்பட்டன். பட்ட காலே படும் கெட்ட குடியேதான் கெடுமுன்னு சொல்வாங்க மனசுக்கு கஷ்டமா இருக்குதும்மா.”

“என்னாயா பண்ணுறது?”

“ஒனக்கு யாந்தான் கஷ்டத்துமேல கஷ்டமா வந்து சேருதோ தெரியலயே.”

“......”

“நஷ்டம் ரொம்பவாம்மா.”

“ஏதோ நடந்துபோச்சி இனிமே பேசி என்னாவப் போவுது.” பெருமூச்சு விட்டாள் பரமேஸ்வரி.

கிழவியால் மேற்கொண்டு அவளிடம் எதுவும்பேச முடியவில்லை. பரிதாபமாக அவள் முகத்தையே பார்த்துக் கொண்டிருந்தாள்.

“அழுவுறதுக்கு கண்ணுல ஒரு சொட்டுத் தண்ணிகொட இல்ல ஆயா.”

“அடக் கடவுளே.”

“கம்பெனின்னு சொல்ல ஒரு அடையாளமும் இல்ல ஆயா. கருங்கல்லு காலு மட்டும் நிக்கிது. மத்தது எல்லாம் சாம்பலா போயிட்டுது.”

“எப்புடி நெருப்பு புடிச்சிதாம்? ஏதாவுது தெரிஞ்சிச்சா?”

“தெரியலயே ஆயா. யாராவுது பீடி சிகரட்ட புடிச்சிட்டு அணைக்காம தூக்கிப் போட்டுட்டுப் போனாங்களோ என்னன்னு ஒண்ணுமே புரியல ஆயா”

“......”

“நம்மளுக்கு போறாத காலம். அதான்.”

“ஓம் புருசனுக்கு இப்ப காலு வலியெல்லாம் எப்புடியிருக்கு. எலும்பு கூடிட்டுதாமா?”

“பரவால்ல ஆயா. ரெண்டு கட்டு பிரிச்சி மூணாவுது கட்டு போட்டுருக்கு. கால இன்னமும் கீழ ஊன முடியல. தடிக்கம்பு வச்சிக்கிட்டுதான் நடக்குது.”

“ஓடியாடி ஒழக்கிற சாதியில பொறந்துக்கிட்டு இப்புடி காலு கையி முறிஞ்சி போச்சின்னு கட்டுப்போட்டுக்கிட்டு கெடக்குற கொடுமய எங்கபோயி சொல்லுறது.”

“தம்பிக்கு தண்ணி சாப்புடுற பழக்கமெல்லாம் இருக்காம்மா”

“குடிக்கிற பழக்கம் யாருக்கு இல்லாம இருக்கு. இத்துணூண்டு வாண்டு சீண்டுலேருந்து கட்டயில போற கெழங்கட்ட வரைக்கிம் எல்லாந்தான் குடிக்கிதே. ஆனா காலு ஒடிஞ்சப்ப குடிக்கவெல்லாம் இல்ல ஆயா.”

“.....”

“வெறும் அகல் மட்டும் போட்டு குடும்பத்த ஓட்டடவே கட்டுப்படியாவல. அதான் வேற ஏதாவுது மோல்டெடுத்துப் போட்டுப் பாக்கலாமுன்னு யோசன வந்திச்சி.”

“......”

“வெள்ள மண்ணுலேருந்து கிலேஷ், காஸ்டிங்குன்னு எல்லாத்துக்கும் பணம் வேணுமே. புள்ள இடுப்புல கெடந்த அரணா கொடி, கொலுசு, கழுத்துல போட்டுருந்த தாயத்து இதயெல்லாம் கயட்டிக் குடுத்துவுட்டன்.”

“......”

“வித்துட்டு பணத்தக் கொண்டு வா. இருக்குறத வச்சி வேலய ஆரம்பிப்பம். பத்தாததுக்கு அக்கம்பக்கம் யாருகிட்டயாவது வட்டிக்கு வாங்கிப்போட்டு பொம்மய செய்திடுவமுன்னு தெம்பாப் பேசி அனுப்புனன்.”

“......”

“பக்கத்துக் கம்பெனி பையனோட வண்டிய எறவ வாங்கிக்கிட்டு போச்சி. சேட்டுக்கடயில குடுத்துட்டு பணத்த வாங்கி வண்டிப் பெட்டிக்குள்ள வச்சிருக்கு. அதுக்குப் பெறவுதான் நகக் கடக்காரன்கிட்ட எடபோட்டு வெலபோட்ட நகச் சீட்ட வாங்காம வந்தது நெனப்பு வந்துருக்கு. அத வாங்கியாந்துருவமேன்னு கடைக்குள்ள போயிருக்கு. அந்த நேரம் பாத்து எவனோ வண்டிப் பெட்டிய ஒடச்சி பணத்த எடுத்துட்டான். கண்ணு எமைக்கிற நேரம்தான். அதுக்குள்ள இப்புடி பணத்த பறிகுடுத்துட்டமேன்னு நாலாபக்கமும் ஓடி ஓடிப் பாத்துருக்கு எப்புடியும் கண்டு புடிச்சிடலாமுன்னுதான் ஓடிக்கெடந்து தவிச்சிருக்கு. நெனச்ச மாதிரியே எடுத்த ஆளுங்க ரெண்டுபேரு அதுவரைக்கும் எட்ட போகல. அங்குனக்குள்ளயேதான் மறஞ்சி மறஞ்சி நின்னுருக்கானுங்க. இனிமே நின்னா பிடிபட்டுருவமுன்னு நெனச்சோ என்னமோ,

அவனுங்க வண்டிய எடுத்துக்கிட்டு சடாருன்னு கௌம்பிருக்கானுங்க. எம்புருசனுக்கு அவனுங்கதான் திருட்டுப் பயலுகன்னு புரிஞ்சிப் போயிட்டுது. எப்புடியாவுது அவனுங்கள புடிச்சிறணுமேன்னு வண்டிக்குக் குறுக்க ஓடி மறைச்சிருக்கு. கொல்லு கொலைக்கு அஞ்சாத படுபாவிங்க வண்டிய மேல ஏத்தி. தள்ளிவுட்டு கால முறிச்சிப் போட்டுட்டு போயிட்டானுங்க."

"அடப்பாவிங்களே."

"எம் புருசன் உசிரு பொழச்சதே பெரிசின்னு அங்கருந்த எல்லாருமே சொல்றாங்க ஆயா."

"என்ன கொடும ஆயி இதெல்லாம்? எப்படி தாங்கிக்கிட்டு இருக்குற நீ?"

"என்ன ஆயா பண்ணுறது? நம்மளாவா தேடிப்போறம். தானா வருது. வர்றது வரட்டுமுன்னு இருக்குறம். என்னென்ன எழுதியிருக்கோ அனுபவிச்சித்தான ஆவணும்."

"..........."

"ஊருல வீடு கட்டுறதுக்குன்னு கெடந்த கட்டுமனைய வித்து கழுத்துல, காதுல, மூக்குல கெடந்தது உட்பட எல்லாத்தயும் வித்து, அங்கயும் இங்கயும் கடன ஒடன வாங்கி பொறுக்கிப் போட்டுத்தான கம்பெனி கட்ட அந்த நாலுசெண்டு எடத்த வாங்குனம்."

"வாரவட்டிக்காரன்கிட்ட ஐயாயிரம் வாங்கி பத்தாததுக்கு குழுவுல பணம் வாங்கி கொட்டாவ போட்டு ரெண்டு வருசமா ஏதோ வாயிக்கும் கையிக்கும் சரியாருக்குங்குறமாதிரி நட்டமில்லாம ஓடிக்கிட்டிருந்திச்சி."

"புருசன் பொண்டாட்டி ரெண்டுபேரும் மாடா கெடந்து ஒழக்கிறமே வெறும் அகலோட போதுமுன்னு எத்துன நாளக்கித்தான் இருக்குறது. ஏதோ நம்மளும் மத்த கம்பெனிமாதிரி ரெண்டு பொம்மயப் போட்டு எடுத்துப் பாப்பமேன்னு நெனச்ச நேரம் இப்புடியெல்லாம் கொண்டாந்து வுட்டுருக்குது."

"வளரணுமுன்னு நெனச்சது தப்புல்லம்மா. ஏதோ ஒங்களோட போறாத நேரமுன்னு நெனச்சிக்க."

".........."

"அது சரி, ஓம் புள்ளயோட சாதகத்த எடுத்துக்கிட்டுப் போயி ஒரு தடவ பாத்தான்ன, கெரக ஓட்டம் எப்புடின்னு தெரிஞ்சிக்கிட்டு அதுக்கு ஏத்த மாதிரி ஏதாவுது கோயிலு கொளத்துக்கு போய் வரலாமுல்ல?"

“ரெண்டு நாளக்கி மின்னாடிதான் எடுத்துக்கிட்டுப் போயி மணவாளநல்லூர் வள்ளுவன்கிட்ட பாத்துட்டு வந்தன்.”

“என்ன சொல்லுதாம் சாதகம்.”

“என்ன.... தாயி தகப்பன், புள்ள மூணு பேருக்குமே இப்ப நேரம் சரியில்லயாம். கெடுபுடியா இருக்கு. ரெண்டு மூணு வருசத்துக்கு எடம்மாறி இருந்தா உயிர்ச்சேதம் இல்லாம தப்பிக்கலாமுன்னு சொல்லிட்டாரு”

“அடக் கடவுளே.... அப்புறம்.”

“அப்புறம் என்ன? மாமியா பிரிச்சிக்குடுத்த மண்ண வித்துட்டுதான் இங்க வந்து எடம் வாங்கிட்டமே”

“இனிமே அங்க போகமுடியாது.”

“..........”

“எங்கப்பா வூட்டோட போயிடலாமுன்னு முடிவு பண்ணிருக்குறம்.”

“அங்க ஒண்ணும் பிரச்சன இருக்காதுல்ல?”

“அண்ணன் தம்பிக்கெல்லாம் கல்யாணம் பண்ணி தனித்தனியா வுட்டாச்சி. மண்ணு மனய பிரிச்சிக் குடுத்தாச்சி. அவங்க அவங்க சோலிய பாத்துக்கிட்டு இருக்காங்க. யாராலயும் ஒண்ணும் பிரச்சன இருக்காது.”

“..........”

“அம்மாவும் அப்பாவும் இருக்குற வூட்டுலதான் நாங்க போயி இருக்கணும். ஒத்து வந்தா ஒரே ஒலயா வச்சிக்கிர்றது. ஒத்து வரலேன்னா தனித்தனி ஒலயா வச்சி ஆக்கிக்க வேண்டியதுதான்.”

“அப்ப, இங்க கம்பெனிய என்ன செய்யப்போற?”

“நாலு கருங்கல்லு காலு நிக்கிது. அதுதான் கம்பெனின்னு சொன்னா யாரு நம்புவாங்க. அத வச்சிக்கிட்டு என்ன பண்ண முடியும்?”

“..........”

“சும்மா வுட்டுப்போகவும் மனசு வல்ல. வித்துட்டுப் போகவும் மனசு வல்ல. இன்னக்கி இருக்குற கஷ்டம் இப்புடியே இருந்துடப் போறதில்ல. இந்த கஷ்டத்துக்குப் பயந்து எடத்த வித்துட்டா போறது. நாளக்கே நெலம சரியாப்போயி கம்பெனிய எடுத்து நடத்தலாமுன்னு

ஆச வந்தா எடத்துக்கு எங்க போறது. கையவுட்டுப் போனது திரும்ப வருமா?”

“அய்யய்யோ விக்கிறமுன்னு வார்த்தக்கிக்கூட நீ சொல்லாதம்மா. அது பாட்டுக்குக் கெடந்துட்டுப் போவுது. நீ தூக்கி தலயிலயா வச்சிக்கிடப் போற.”

“அதான் ஆயா யாராவுது ஒரு கூரயப் போட்டு கம்பெனிய எடுத்து நடத்துனா தேவலாமுன்னு நெனச்சன்.”

“நீ சொல்ற யோசனதாம்மா சரியான யோசன.”

“யோசன சரியாருந்து என்ன புண்ணியம். யாருமே ஒத்துவல்ல ஆயா.”

“என்ன சொல்றம்மா.”

“எங்குடும்பம் நஷ்டப்பட்டுதுன்னா அதுக்குக் காரணம் எங்களோட கெட்ட நேரம். கெரக ஓட்டம். அதுக்கு எடம் என்ன செய்யும்?”

“‘..........”

“எடம் கோளாறா இருக்குமோன்னு பயந்துக்கிட்டு போலருக்கு. யாரும் எடுத்துச் செய்ய முன்னுக்கு வரல”

“..........”

“அதான் மலர்க்கொடிய ஒரு வார்த்த கேட்டுப்பாப்பமுன்னு வந்தன்.”

மங்களத்துக் கிழவிக்கு அந்த யோசனை மிகவும் பிடித்துப் போனது. நல்லது கெட்டதுபற்றி ஒருமுறைக்கு இருமுறையாக யோசித்துப் பார்க்கக்கூட அவளுக்குத் தோன்றவில்லை. மாயவனுக்கும் மலர்க்கொடிக்கும் வலிய தேடிவரும் வாய்ப்பாகக் கருதினாள். இதை நழுவவிட்டுவிடக் கூடாது. இருவரிடமும் பேசி எடுத்துச் சொல்லி கம்பெனியை எடுத்து நடத்தச் சொல்ல வேண்டும். செராமிக் தொழில்நுட்பம் அனைத்தும் தெரிந்து வைத்திருப்பவர்கள் தான் மாயவனும் மலர்க்கொடியும். எத்தனை காலத்துக்குத்தான் கூலிக்கு வேலை செய்துகொண்டிருப்பது, சொந்தமாய் எடுத்து கம்பெனியை நடத்த எல்லாருக்கும் வாய்த்துவிடுமா என்ன? ‘இருவரையும் சம்மதிக்கவைக்க வேண்டும்’ மனதிற்குள் சொல்லிக் கொண்டாள் கிழவி.

"நான் போயிட்டு காலையில வரட்டா ஆயா?" "போயி வாம்மா."

"ரெண்டுபேரும் வந்தபெறகு நான் வந்துபோன சேதிய சொல்லுங்க. பேசிப்பாருங்க" என்றவள் எழுந்து கொண்டாள்.

"நான் பெரிசா ஒண்ணும் எதிர்பாக்கல ஆயா! நெருப்புத்தின்ன எடம் சும்மாக் கெடந்து பாழடஞ்சி போயிடக் கூடாது பத்துப்பேரு காலடி படணும். பொழங்கி பழகணும் அதுக்குத்தான்."

"கண்டிப்பா சொல்றம்மா ரெண்டு பேருமே இதுக்கு ஒத்துப்பாங்கன்னுதான் நெனக்கிறன். நானும் சொல்லிப் பாக்குறன். நீ கவலப்படாம போ."

பரமேஸ்வரி போய்விட்டாள். மங்களம் கிழவிக்கு இருப்புக் கொள்ளவில்லை. சினிமா முடிந்து எப்போது மாயவனும் மலர்க்கொடியும் வருவார்கள் என்று வாசலிலேயே காத்துக்கொண்டு உட்கார்ந்துவிட்டாள் கிழவி.

✻

13

“மலரு, நான் கருக்கல்லயும் கௌம்பணும். நாளக்கி சாங்கால சாமி ஊர்வலத்துல ஆட்டத்தோட மோளக் கச்சேரின்னு மணியண்ணன் சொல்லியிருக்காரு. அத முடிச்சிட்டு ராமுச்சூடும் பாரதம் பாடணும், வேஷங்கட்டணும். நேரத்தோட போனாத்தான் சரிப்பட்டு வரும்.”

“யாம்ப்பா காலயிலயும் கௌம்பித்தான் ஆவணுமா?” என்றாள் மங்களத்துக்கிழவி.

“ஆமா ஆயா... அதான் சொன்னேல்ல.”

“..........”

“ஊருல பெரிய மனுசன் ஒருத்தர் செத்துட்டாருன்னுதான் ரெண்டு நாளு எடவெளி கெடச்சிது. மத்த எல்லாரும் அங்கயே தான் இருக்காங்க. நான் மட்டும்தான் ஒங்கள பாத்துட்டுப் போவமேன்னு வந்தன்.”

கிழவி இது சம்பந்தமாக பேச்சை வளர்க்க விரும்பாதவளைப் போல,

“நேரம் ஆவுது ரெண்டுபேரும் கையக்கால கழுவிப்புட்டு வந்து சாப்புடுங்க” என்றவள் தொடர்ந்தாற் போல,

“நான் சோறு போட்டாந்து தரவா ரெண்டுபேருக்கும்?” என்றாள்.

“வேண்டாம் ஆயா. நீ குந்தியிரு. நானே போட்டுக்கிர்றன் என்றவாறே மலர்க்கொடி இரண்டு தட்டுகளை எடுத்து கழுவிக்கொண்டு வந்தாள்.

“ஆயா... நீ சாப்புட்டியா?”

“யாம் வேலய எப்பயோ முடிச்சிட்டன். நீங்க சாப்புடுங்க.”

மலர்க்கொடியும் மாயவனும் எதிரெதிரெ பார்க்கும்படி உட்கார்ந்தார்கள். ஒருவரை ஒருவர் பார்த்தபடியே சாப்பிடத் தொடங்கினார்கள். கருவாட்டுக் குழம்பின் ருசி இருவரையும் சிறிதுநேரம் எதையும் பேசவிடாதபடி சாப்பிட வைத்தது.

“தேனாட்டம் இருக்கு கொழம்பு. ஏதாயா கருவாடு? எப்ப வாங்குன” என்றாள் மலர்க்கொடி.

“செம்படக்குறிச்சி பொம்புள ஒண்ணு வருமே. அதுதான் பொழுதோட கூவிக்கிட்டு வந்துது. நல்ல நெத்திலி கருவாடா இருந்துச்சா.... வாங்கிப்போட்டு கொதிக்க வச்சிட்டன்.”

“..........”

“தம்பி, ஊட்டுல சாப்புட்டு எம்புட்டு நாளாவுது. ஒரு நாளு வந்துருக்கு. வாயிக்கி ஒணக்கயா ஆக்கிப்போடுவமேன்னுதான் வாங்குனன்.”

“ஆயா அதுக்கென்ன, சாப்பாடு சவர்ட்ணக்கெல்லாம் என்ன கொறச்ச? சொல்லு.”

“பெரிய பெரிய மனுசங்க வூட்டுலதான் சாப்பாடு. ஒரு வேளகூட பசி பட்டினின்னு கெடக்க வேண்டியதில்ல. வக்கணயா ஒக்காந்து சாப்புட்டுட்டுத்தா வருது. அதப்பத்தியெல்லாம் கவலப்படாத.”

“என்னதான் விதவிதமான விருந்துன்னாலும் ஆயா கையால வைக்கிற கருவாட்டுக் கொழம்புக்கு ஈடாவாது மலரு. அதுக்கும் மேல கோயிலு பூசாரிங்கிறதால மருந்துக்குக்கூட கவுச்சிய கண்ணுல காட்ட மாட்டாங்க. விருந்தும் மருந்தும் மூணு நாளக்கித்தான்ங்கிறது சரியாத்தான் இருக்குது. அதுக்குமேல என்னதான் விருந்தா எலயில பரப்பி வச்சாலும் அள்ளிச் சாப்புட அலுத்துப்போவுது. இந்த கருவாட்டுக் கொழம்புதான் உண்மையாவே எனக்கு விருந்து மாதிரி இருக்குது.”

“சாப்புடுப்பா... சாப்புடு... நல்லா சாப்புடு.”

தான் வைத்த குழம்பு பற்றி புகழ்ந்து பேசியதாலோ என்னவோ கிழவியின் முகம் மலர்ந்துபோயிருந்தது.

“மலரு சோத்த எடுத்து கிட்ட வச்சிக்க... வயிறு நெறயிற மட்டும் சாப்புடுங்க ரெண்டுபேரும்” என்றாள் கிழவி.

“நீயும் கொட படம்பாக்க வந்துருக்கலாம் ஆயா... படம் ரொம்ப நல்லாருந்துது.”

“நான் என்னக்கி அதுக்கெல்லாம் ஆசப்பட்டன். வாழுறப்ப இல்லாத வாழப்பூ கண்டாங்கிய சாவுறப்ப கட்டிக்கிட்டுத் தான் சரசமாட போறனாக்கும்.”

“படம் பாக்குறத்துக்கு வயசு என்ன வேண்டிக் கெடக்கு ஆயா?”

“படத்துல ஆணும் பொண்ணும் ஜோடி போட்டுக்கிட்டு ஆடுவாங்க பாடுவாங்க. அதயெல்லாம் ஒங்கள மாதிரி சின்னஞ் செறுசுக பாத்தா நல்லாருக்கும்.”

“தம்பி ஆடுறமாதிரி கூத்த பாக்கலாம், பாரத கச்சேரிய பாக்கலாம். அதுனால ஏதாவுது ஒரு புண்ணியம் கெடக்கும். சினிமா கொட்டாயில போயி ஒக்காந்துக்கிட்டு ஆட்டத்தையும் பாட்டத்தையும் பாக்குறது வயசானவங்களுக்கு ஒத்துவராதும்மா.”

கிழவி சொல்வது உண்மைதான். படத்தின் காட்சிகள் சில ஏற்படுத்திய கிளுகிளுப்பின்போது மாயவன் மலர்க்கொடியின் இடுப்பில் கிச்சுகிச்சு மூட்டியதும் அவள், அவனது தொடையில் நறுக்கென்று கிள்ளியதும் இருவருக்கும் நினைவுக்கு வந்தது.

மலர்க்கொடி, மாயவனை சாடையாய்ப் பார்த்தாள். அவன் நமுட்டுச் சிரிப்பு சிரித்தபடி சாப்பாட்டில் கவனமாய் இருப்பதுபோல பாசாங்கு செய்தான்.

கிழவி இருவரின் தட்டுகளையும் பார்த்தாள். இருவரும் முக்கால்வாசிக்கு மேல் சாப்பிட்டு முடித்திருந்தனர். நிறைந்த வயிரோடு இருக்கும் இந்த நேரத்தில் சொல்லுவதுதான் சரியாக இருக்குமென்று நினைத்த கிழவி,

“யம்மா... நீங்க சினிமாவுக்குப் போனபெறகு பரமேஸ்வரி வந்துருந்துதும்மா” என்றாள்.

“பரமேஸ்வரியா? எதுக்காயா?”

“ஒன்னப்பாத்து பேசிட்டுப் போவமுன்னுதான் வந்துருக்கும் போலருக்கு.”

“ஒன்னக்கிட்ட எதுவும் சொல்லலயா?”

“சொல்லிச்சி... சொல்லிச்சி....”

“என்னவாம்?”

“கம்பெனி எரிஞ்சி போச்சில்ல. அந்தப் பொண்ணோட புருசன்காரன் காலுநொடம் வேற இன்னும் கொணமாவலயாம்.”

“..........”

“நேரம் காலம் சரியில்ல போலருக்கு. எடம் மாறி இருந்து பாக்கலாமுன்னு நெனக்கிது போலருக்கு.”

பரமேஸ்வரி எதற்காக வந்திருப்பாள் என்பதை யூகிக்க முடியவில்லை மலர்க்கொடியால். கிழவியே முழுவதையும் சொன்னால்தான் புரிந்துகொள்ள முடியும் என்பதுபோல அவளையே பார்த்துக் கொண்டிருந்தாள்.

“ஒரு மூணு வருசத்துக்கு அம்மா வூட்டோட போவலாமுன்னு நெனக்கிதாம்.”

“அதுக்கு?”

“கம்பெனிய எடுத்து நடத்தமுடியுமான்னு கேட்டுப் பாக்கத்தான் வந்துருக்கு.”

“ஆயா என்ன சொல்லுற நீ? நம்மள எடுத்து நடத்தச் சொல்லுதா?”

“ஆமாம்மா”

“நீ என்ன சொன்ன?”

“நான் ஒண்ணும் சொல்லலம்மா. நீங்க ரெண்டுபேரும் வந்தபெறகு சொல்லுறன்னு சொல்லியனுப்பிட்டன். அதோட நிக்காம, ஒரு எட்டு கம்பேனிய போயி பாத்துட்டும் வந்துட்டன்.”

“போயி பாத்தியா?....”

“ஆமாம்மா. போயிப் பாத்தன். எடம் மட்டும்தான் இருக்குது. நாலு கருங்கல்லுகாலு கரிபடிஞ்சி போயி நிக்கிது. அதுதான் கம்பேனி.”

“..........”

“நம்மளுக்கும் ஒரு கம்பேனி இருக்குன்னு பேரு வெளங்கிக்கிட்டு இருக்கணுமாம். அதுதான் அந்தப் பொண்ணோட ஆச”

“நம்மளால எடுத்து நடத்தமுடியுமா ஆயா?”

“ஏன் முடியாது? புள்ளகுட்டிய வச்சிக்கிட்டு பரமேஸ்வரியே இத்துன நாளும் கம்பேனிய நடத்தலயா. நீங்க ரெண்டுபேரு ஆளா இருக்குறிய. புள்ளகுட்டி, ஆடுமாடு அக்கு தொக்குன்னு எதுவுமில்ல. பத்தாததுக்கு ஒத்தாசக்கி நான் வேற இருக்குறன். ஒன்னால முடியாதா?” என்றாள் கிழவி.

“வெறும் கருங்கல்லுகாலு மட்டும்தான் நிக்கிதுங்குற ஆயா. கொட்டாவ கட்டி கூர போடணும். கைப் பலகையிலேருந்து தளவாட சாமான் அத்தனயும் அடுக்கா வாங்கணும். அதுக்குமேல மோல்டு,

வெள்ள மண்ணு, கிளேசு அது இதுன்னு ஒண்ணு ஒண்ணா வாங்கிச் சேக்கணுமே ஆயா” என்றவாறே மாயவனைப் பார்த்தாள். மலர்க்கொடிக்கு ஒரு கம்பெனியை தானே எடுத்த நடத்தவேண்டும் என்ற ஆசை அதற்குள்ளாக மனதிற்குள் ஏற்பட்டுவிட்டிருந்தது. ஆனபோதும் அவை எதையும் வெளிக்காட்டிக் கொள்ளாதவளாக, மாயவன் என்ன சொல்கிறான் என்பதைத் தெரிந்துகொள்ள விரும்பினாள்.

“அடுத்தவங்க கம்பெனியில கூலிக்கு வேல செய்யிறதுக்கு, சொந்தக் கம்பெனியில வெல செஞ்சா நல்லாத்தான் இருக்கும். ஆனா ஆரம்பத்துல எக்கச்சக்க வேல இருக்குமே.”

“வேல செய்ய பயந்தா முடியுமா தம்பி,”

“பயப்புடல ஆயா. நின்னு வேல செய்ய எனக்கு ஒத்துவராது போலருக்கே. இன்னும் ரெண்டு மாசம் முச்சூடும் எனக்கு கச்சேரி இருக்கும்.”

“ஒனக்குப் பதிலா வேற யாரையாவுது அமத்திக்கச் சொல்லக்கூடாதா தம்பி.”

“அதுமாரியெல்லாம் செய்ய முடியாதாயா? கண்ணால பாத்து கையால செய்யிற வேலயில்ல இது. யாரு வேணுமுன்னாலும் செய்யலாங்குறதுக்கு. நாலு வருசம் செட்டோட இருந்து கத்துக்கிட்ட வேல. என்னால மட்டுந்தான் செய்ய முடியும். எடயில முடியாதுன்னு சொல்லிட்டு கயட்டிக்கிட்டு வந்துர முடியாது.”

“அப்புடியா?” என்றாள் பெருமூச்சுவிட்டபடி

“அதுனால என்னாயா. ரெண்டு மாசம்தான. கச்சேரிய முடிச்சிட்டு வரட்டுமே. அதுக்கப்புறம் வேலய ஆரம்பிச்சி செய்வமே” என்றாள் மலர்க்கொடி.

முடியவே முடியாது என்று சொல்லிவிடாமல், தாமதமாக வேணும் செய்வோம் என்று மலர்க்கொடி கூறியது கிழவிக்கு சற்று ஆறுதலாக இருந்திருக்க வேண்டும்.

“காலையில அந்தப் பொண்ணு பரமேஸ்வரி வாறேன்னுருக்கு. எதுன்னாலும் அதுகிட்ட பேசிடு” என்றாள் கிழவி.

“வரட்டும் ஆயா. நம்ம பேசிருவம்.”

“நான் விடியாலயே யாவாரத்துக்கு போவணும்மா. நீங்க ரெண்டுபேரும் பேசிடுங்க.”

“நீ இல்லாமயா ஆயா?”

“நான் இருந்தான்ன இல்லாட்டி போனான்ன?” “..........”

“என்ன பெரிசா பேசப்போறீங்க. கம்பெனிய எத்துன வருசம் வச்சிக்கணும்? எப்ப திருப்பி வுடணும். விடக்குள்ள கம்பெனிக்கு வேண்டிய பண்டம்பாடி, பலவ, களிமண்ணுன்னு இருக்குறத்த மதிப் போட்டு ஒப்படச்சிட்டு போவலாமா? என்ன ஏதுன்னு பேச வேண்டியதுதான?”

“பேசவேண்டியது இவ்வளதுதானா ஆயா?”

“வேற என்ன இருக்கு? ஆளுற வரைக்கும் எடத்துக்கு வாடகயா தரணுமா, குத்தவயா எடுத்துக்கலாமான்னு கேட்டுக்க வேண்டியதுதான்.”

“நீ இருந்து பேசுனா நல்லாருக்குமேன்னு நெனச்சன்.”

“நீ பேசுனான்ன? நான் பேசுனான்ன? எல்லாம் ஒண்ணுதான். சொல்லப்போனா நீதான் நாலுத்தயும் யோசிச்சிப் பாத்து பேசுவ.”

“..........”

“ஒனக்குத் தொணயாத்தான் ஆயா இருக்காங்கல்ல.”

இதற்குமேல் மாயவனை வற்புறுத்த மலர்க்கொடிக்கு மனம் ஒப்பவில்லை.

“சரி, நாங்களே பேசிக்கிர்றம்” என்றாள் அரைகுறை மனதுடன்.

“நீ கவலப்படாத மலரு. கச்சேரி முடிச்சிட்டு நான் வந்த ஒடனே ஒனக்கு ஒண்ணுவிடாம எல்லாத்தையும் செய்து தாறன்.”

“சரி”

“போன எடத்துல கண்ணுல படுற டிசைனயெல்லாம் பாத்துட்டு வாறன். சீம களிமண்ணு வாங்கி புதுசு புதுசா தாய்மோல்டு தயார் பண்ணுவம். நெறையா மோல்டு போட்டு இந்தப் பேட்டையிலயே யாரும் இதுவரைக்கும் செய்யாத பொம்மயா ஊத்தியெடுப்பம்.”

மலர்க்கொடிக்கும் கிழவிக்கும் மாயவன் சொல்வதைக் கேட்கும்போதே வாயில் எச்சில் ஊறுவதுபோல் அவ்வளவு உவப்பாய் இருந்தது.

“நம்ம சொந்தக் கம்பெனியாருந்தா நம்ப விருப்பப்படுற மாதிரி எது வேணுமுன்னாலும் செஞ்சி பாக்கலாம் மலரு. இப்படியெல்லாம்

செஞ்சி பாக்கணுமுன்னு எனக்கும் ரொம்ப நாளாவே எவ்வளவோ ஆச இருந்துருக்கு. அதுக்கெல்லாம் ஏது வாய்ப்புன்னு நெனச்சிருந்தன். இப்ப என்னடான்னா அந்த வாய்ப்பு நம்ப வாசக்கதவ வந்து தட்டிக்கிட்டு நிக்கிற மாதிரி இருக்குது. ஆச தீர கம்பெனிய நம்மளும் ஒரு ரெண்டு வருசமாவுது நடத்திப் பாத்துடுவம் மலரு.”

“சரி.... சரி.... நாழியாவுது. கையக் கழுவிப்புட்டு காலாகாலத்துல போயி படுங்க. கருக்கல்ல கௌம்பணுமுன்னு வேற சொல்லுது தம்பி.”

“சரி ஆயா. நீயும் போயி படு” என்றாள் மலர்க்கொடி. கிழவி, வழக்கமாய் தான் படுக்கும் இடத்தில் வந்து படுத்துக்கொண்டாள். இந்த வீட்டில் மாயவனும் மலர்க்கொடியும் மறைவாய் படுத்துக்கொள்ள கதவுவச்ச தனி அறையிருப்பது கிழவிக்குள் பெரும் நிம்மதியை ஏற்படுத்தியிருந்தது. அந்த வீட்டில் இருக்கும்வரை தான் பட்ட சங்கடங்களை நினைத்துப் பார்த்தவாறே கண் மூடினாள் கிழவி.

அவளுடைய ஆழ்ந்த உறக்கத்திலும் பரமேஸ்வரியும் அவளுடைய கம்பெனியுமே வந்துகொண்டிருந்தது.

*

14

தன் எதிரே பலகையில் வரிசையாய் அடுக்கி வைக்கப்பட்டிருக்கும் யானை பொம்மைகளை கண் இமைக்காமல் பார்த்துக் கொண்டிருந்தாள் மலர்க்கொடி. மூன்று பலகைகளிலும் ஐம்பது ஐம்பது பொம்மைகள். மொத்தம் நூற்றைம்பது பொம்மைகள். ஒரு தாய் தான் பெற்றெடுத்த பிள்ளைகளைப் பார்ப்பது போன்றதொரு உவகையோடும் பெருமையோடும் கர்வத்தோடும் அப்பொம்மைகளைப் பார்த்துக் கொண்டிருந்தாள்.

இந்த செராமிக் கம்பெனி வேலைக்கு வந்த நாளிலிருந்து எத்தனையோ கம்பெனிகளில் எத்தனை எத்தனை வகையான பொம்கைளையோ ஊற்றியெடுத்து உருவாக்கியிருக்கிறாள். ஆனால் இன்றைக்கு ஏற்படுவது போன்றதொரு உணர்வு அவளுக்கு இதுவரை ஒருநாளும் ஏற்பட்டதில்லை.

மாயவனுக்குமே கூட இதுபற்றி இன்னும் தெரியாது. அவனும் இதுபற்றியெல்லாம் நினைத்துப் பார்த்திருக்க மாட்டான். மாயவன் கச்சேரி முடித்து வந்து, பிறகுதான் எல்லா வேலைகளையும் முடித்து, பொம்மை ஊற்றும் வேலையை ஆரம்பிக்க எப்படியும் இன்னும் இரண்டு மாத காலமாவது ஆகும் என்று நினைத்திருந்தவளுக்கு, எண்ணி எட்டே நாட்களுக்குள் இப்படி பொம்மைகளை கண்முன்னே அடுக்கிவைத்துப் பார்க்க நேர்ந்தால் வியப்பாகவும் பூரிப்பாகவும் இருக்கத்தானே செய்யும்.

பரமேஸ்வரி மங்களத்துக் கிழவியிடம் இதுபற்றி கூறிவிட்டுச் சென்ற பின் மறுநாள், எப்போது பொழுது விடியும் என்று காத்திருந்தவள் போல வாசலிலேயே வந்து நின்றுகொண்டிருந்தாள். கிழவி மற்றும் மாயவனின் மனதிலுமேகூட இதே சிந்தனைதான் ஓடிக்கொண்டிருந்தது என்றபோதும் மாயவன் அதற்கு முன்னதாகவே கிளம்பிப் போயிருந்தான். கிழவியும் மலரும் மட்டும்தான் வீட்டில் இருந்தார்கள்.

“வாம்மா… உள்ள வா… வந்து ஒக்காரு.” என்றாள் கிழவி. மலர்க்கொடி பரமேஸ்வரிக்காக டீயை சுடவைத்துகொண்டு வந்து கொடுத்தாள்.

“மாயவன் வூட்ட இல்லயா மலரு?”

“அது கருக்கல்லயும் கெளம்பி வெளியூரு போயிட்டுது.”

“ஆயா நேத்தே சொன்னது. அதுனாலதான் இவ்வளவு நேரத்தோட வந்தன். அப்புடியும் பாக்க முடியலயே.”

“பரவால்ல பரமேஸ்வரி. எதுன்னாலும் என்னக்கிட்ட சொல்லு.”

“ஆயாகிட்ட விஷயத்த சொல்லிட்டுப் போயிருந்தன்ல்ல. அதான். என்ன முடிவு பண்ணியிருக்கீங்கன்னு தெரிஞ்சிக்கலாமேன்னு வந்தன்.”

“என்ன சொல்லுறதுன்னு கொஞ்சம் கொழப்பமாத்தான் இருக்கு பரமேஸ்வரி.”

“அப்புடியெல்லாம் சொல்லாத மலரு. எங்களுக்கு நேரம் சரியில்ல அதான். அந்த எடத்துல எந்தக் கொறபாடும் இருக்காது. நீ அதப்பத்தியெல்லாம் யோசிக்காத.”

“அய்யோ... நான் அதுக்காவ யோசிக்கல பரமேஸ்வரி.”

“அப்புடின்னா... எனக்கு செய்யிற உதவியா நெனச்சி ஒத்துக்கயேன்.”

“எடத்த எப்புடி வச்சிக்கிர்றது... குத்தவமாதிரியா இல்ல பெந்தகம் மாதிரி பேசிக்கலாமான்னு யோசிச்சன்.”

“அதெல்லாம் ஒண்ணும் வேண்டாம் மலரு.”

“..........”

“குத்தவயா பேசி பணம் வாங்குறதுக்கு கம்பெனின்னு அதுல ஏதாவுது இருக்கணுமுல்ல. நாலு கருங்கல்லுக்காலு மட்டும்தான் நிக்கிது. அதுக்கு நான் எப்புடி குத்தவ பணம் வாங்க முடியும்? அதுவுமில்லாம, நீ கம்பெனி ஆரம்பிக்கணுமுன்னா கூரை போடணும், எல்லா பண்டம்பாடியும் வாங்கிச் சேக்கணும். சொமயோட சொமயா நான் வேற குத்தவ கித்தவன்னு கேக்குறது நல்லாவா இருக்கும்.”

“பெந்தகத்துக்காகவாவுது எடத்த குடுக்கலாமுல்ல?”

“அதுக்கும் ஒங்ககிட்ட பணம் இருக்கணுமில்ல. செலவோட செலவா அதுவும் தோள அழுத்தத்தான செய்யும்?”

“அதயெல்லாம் பாத்தா முடியுமாம்மா?” என்றாள் கிழவி.

“இல்ல ஆயா. மூணுவருசம் எடம் மாறி இருக்கணுமேன்னுதான் எங்க அம்மா வூட்டோட போறம். மூணு வருசமும் எப்புடி ஓடுமுன்னு தெரியல. திரும்பியும் இங்கயே வரணுமுன்னு நெனைக்கும் போது எங்க நெலம எப்புடி இருக்குமோ யாரு கண்டா? பெந்தகத்த திருப்புற அளவுக்கு கையில காசுபணம் பொழங்குற மாதிரி நல்ல நெலமயில இருப்பமான்னு தெரியல.”

“அதுக்காக எடத்த சும்மாவே உட்டுக்குடுத்துட்டு போவப் போறியாம்மா?”

“சும்மா குடுக்குற அளவுக்கு நான் வாரி எறைக்கிற வள்ளலாவா ஆயா இருக்குறன்?”

மலர்க்கொடி பரமேஸ்வரியைப் பார்த்தாள்.

“கம்பெனின்னு அந்த எடத்துல பேரு வெளங்கிக்கிட்டு இருக்கணும். நான் திரும்பி வரும்போது எனக்கு நீ போட்டு வச்ச கூரைய வுட்டுக்குடுத்துட்டு போவணும். அதான் நான் எதிர்பார்க்குறது.”

“குத்தவ பணம் குடுன்னு இப்ப நான் கேட்டா, கூர போட்ட பணத்தக் குடுன்னு அப்ப நி கேக்க மாட்டியா? அதான்.”

“அதுக்கென்ன நீ என்ன சொன்னாலும் ஒத்துக்கிர்றன் பரமேஸ்வரி.”

“நான் வந்து புதுசா வேல செய்யிறமாதிரி இருக்கக் கூடாது. கைமாத்தி விடுறமாதிரி குடுக்கணும் அதான்.”

“அதுக்கென்ன பாத்துக்கலாம் வா.”

நீயும் மாயவனும் வேல தெரிஞ்சவங்க. நல்லா செய்வீங்க.

“கம்பெனிய வளத்து தருவீங்கங்குற ஆசயிலதான் வுடுறன்.”

“..........”

“அதுமட்டுமில்ல இந்த எடத்த எடுத்து நடத்துறதுக்கு துணிச்சல் வரணும். யாரக் கேட்டாலும் மேல கீழ பாக்குறாங்க. அது எனக்கு எவ்வளவு கஷ்டமா இருக்குது தெரியுமா?”

“மத்தவங்க எதுவோ நெனச்சிட்டுப் போறாங்க. அதுக்கெல்லாம் கவலப்படாத.”

“இல்ல மலரு, ரொம்ப கஷ்டமாருக்கு. அந்த எடத்துல எந்த மிஸ்டேக்கும் இல்லங்குறமாதிரி நீ கம்பெனிய நடத்தி பேருவாங்கிக் காட்டுனாத்தான் எனக்கு நிம்மதியா இருக்கும்.”

“கண்டிப்பா... நல்லா நடத்திக்காட்டுறன். இன்னும் ரெண்டு மாசம் பொறுத்துக்க. நீயே பாத்துட்டு ஆசப்படுற மாதிரி செய்யிறம்.”

“ரெண்டு மாசமா? எதுக்கு மலரு ரெண்டு மாசமுன்னு இழுக்குற?”

“அது கச்சேரிக்கு போயிருக்கில்ல. முடிச்சிட்டு வூட்டுக்கு வந்து சேர ரெண்டு மாசம் ஆவும் பரமேஸ்வரி. அதுக்குப் பெறவுதான் வேலய ஆரம்பிக்கணும்.”

“என்ன மலரு இப்புடிச் சொல்லுற? விஷயம் புரிஞ்ச நீயே இப்புடி பேசலாமா? செராமிக் வேலய இந்த கோட நாளுலதான் மொறயா செய்ய முடியும். கோடகாலத்த வுட்டு ஓட்டிட்டு பெறகு அடமழ நாளுலயா ஆரம்பிக்கப் போறீங்க? அது எப்புடி லாபத்தக் குடுக்கும் சொல்லு.”

“வேற என்ன செய்யிறதும்மா? அந்த தம்பிதான் இங்க இல்லயே” என்றாள் கிழவியும்.

“மாயவன் வந்துதான் கொட்டவ போடணுமா?”

“வேற என்ன பண்றது பரமேஸ்வரி. என்னால என்ன செய்ய முடியும்?”

“கொட்டாவ போட்டுத்தர ஆளாயில்ல. கூரமேல சோத்த எறச்சா ஆயிரம் காக்கா. இதுக்குப் போயி ஓம்புருசன எதுக்கு எதிர் பாத்துக்கிட்டு இருக்கணுமுங்குற?”

“ஆமாம்மா மலரு. தம்பி வர ரெண்டு மாசம் ஆகும். அதுவரைக்கும் எதுக்கு நம்ம காத்துருக்கணும்? என்றாள் கிழவியும் சற்றுத் தெம்பாக.”

“நாமளே செய்துறலாமுன்னு சொல்றியா ஆயா?”

“ஆமாம்மா... மலரு. காச்ச நாளு போயி மழநாளு வந்துட்டா பொம்ம கம்பெனி வேலயில தாமசம்தான் ஆகும்.”

“நீ எதுக்கும் யோசிக்காத மலரு. ஆயா சொல்றமாதிரி ஆளுகளவுட்டு கொட்டாவ போட்டுட்டு ஆகவேண்டிய வேலயச் செய்ய ஆரம்பிச்சி ஒண்ணு ஒண்ணா செய்துக்கிட்டு இருங்களேன்.”

மங்களத்துக் கிழவியும் பரமேஸ்வரியும் கொடுத்த தைரியத்தில் மலர்க்கொடியும் காரியத்தில் இறங்கினாள்.

கண்டியங்குப்பத்து ஆட்கள் மூவரை அமர்த்தி அன்றைக்கே கொட்டகை போடும் வேலையை ஆரம்பித்தாள். பணப் பிரச்சினை

இல்லை என்பதால் எந்த வேலையைச் செய்ய நினைத்தாலும் தொய்வில்லாமல் உடனே செய்துமுடிக்க முடிந்தது.

மறுநாள் பொழுதுபோவதற்குள் கொட்டகை வேலை முற்றிலுமாக முடிந்திருந்தது. 'சிலிப்' கரைக்க சிமெண்ட் தொட்டி, பொம்மைகள் அடுக்க பலகைகள், காஸ்டிங் செய்து கவிழ்க்க மர ரேக்குகள் என அனைத்தும் பழைய விலையிலும், கிடைக்காத ஒரு சிலவற்றை புதியதுமாக கிட்டத்தட்ட அனைத்து தளவாட சாமான்களையும் நான்கைந்து நாட்களுக்குள் வாங்கிச் சேர்த்திருந்தாள். இதில் மங்களத்துக் கிழவியின் பங்கும் அஞ்சலை, அவளது கணவன் ஆகியோரின் பங்கும் அதிகமாக இருந்தது.

வெள்ளை மண்ணை நான்காம் நாளே ஊற வைத்து தேவையான பொருட்களைக் கலந்து கரைத்து, காஸ்டிங் செய்வதற்கான 'சிலிப்'பையும் தயார் செய்துவிட்டாள். ஆனால் பொம்மை ஊற்றுவதற்கான மோல்டுகள்தான் அவளுக்கு எங்கிருந்தும் கிடைக்கவில்லை.

வெயில் காலமென்பதால் எந்தக் கம்பெனியிலும் மோல்டுகளை அடுக்கி வைத்துக்கொண்டு சும்மாயிருக்கவில்லை. அதனால் யாரிடமிருந்தும் மோல்டுகளை இரவலாகவோ, வாடகைக்கோ வாங்க முடியவில்லை.

தான் முன்பு வேலை செய்துவந்த கம்பெனி கூட்டாளிகளான காந்திமதியும் வாசுகியும்தான் மலர்க்கொடிக்காக தங்களது முதலாளியிடம் பேசி யானை மோல்டுகள் பதினைந்தை பெற்றுக் கொடுத்தார்கள்.

அந்தக் கம்பெனியில் ஏற்கெனவே நான்கைந்து வகையான யானை மோல்டுகள் இருந்தன. அனைத்திலும் நிறைய பொம்மைகள் ஊற்றி எடுத்து அடுக்கி வைத்திருந்தார்கள்.

ஒவ்வொரு மாதிரி மோல்டுகளும் பெரும்பாலும் இருபது இருபது என்ற எண்ணிக்கையில்தான் இருக்கும். மலர்க்கொடிக்குக் கொடுத்த மோல்டுகளும் மொத்தம் இருபதுதான். என்றபோதும் அவை பழைய மோல்டுகள் என்பதால் அவற்றின் சில பகுதிகள் சேதமடைந்து போய்விட்டன. ஓரளவு சுமாராக இருந்தவைகளை சேர்த்து பதினைந்து மோல்டுகளை தேற்றிக் கொடுத்திருந்தனர் வாசுகியும் காந்திமதியும். இந்த மோல்டுகளுக்கு இரண்டு பகுதிகள் மட்டுமேதான் என்பதால் இணைத்து பெல்ட்டு போடுவது, பிரித்தெடுப்பது எல்லாம் சற்று சுலபமான வேலையாக இருக்கும்.

மூன்று பகுதி நான்கு பகுதிகளைக் கொண்ட மோல்டுகளில் இணைத்து பெல்ட் போடுவதைவிடவும் அதை பிரித்தெடுப்பது மிகவும் சிரமமான வேலை. முற்றிலும் காயாமல் பொதபொதவென்று இருக்கும் பொம்மைகளை அழுத்தி நசுக்கிவிடாமலும் பாகங்கள் தனித்தனியாக பிரிந்து வந்துவிடாமலும் எடுப்பதற்கு நிறைய கைப் பக்குவமும் லாவகமும் தேவைப்படும். எல்லோராலும் அந்த வேலையை சுலபமாக செய்துவிட முடியாது.

புதிதாக செராமிக் கம்பெனிகளுக்கு வேலைக்குச் செல்லும் யாரையும் முதன் முதலில் பொம்மை கம்பெனிகளில் வேலைக்குச் சேர்த்துக்கொள்ள மாட்டார்கள். அகல் கம்பெனிகளிலும் இன்சுலேட்டர் கம்பெனிகளிலும்தான் அவர்கள் முதலில் வேலை செய்ய முடியும்.

மின்சார வாரியத்துக்குத் தேவைப்படும் இன்சுலேட்டர்களும் அகல் விளக்குகளும் மெஷின் வைத்து தயார் செய்யக்கூடியவை. இந்த வேலைக்குத் தரும் கூலியும் குறைவுதான்.

பொம்மைக் கம்பெனிகளில் காஸ்டிங் செய்வது, பினிஷிங் செய்வது, வாட்டர்போடுவது, வண்ணம் தீட்டுவது போன்ற வேலைகளையெல்லாம் நன்கு பழக்கப்பட்ட பின்னரே தரப்படும்.

அதுவும் எடுத்த உடனேயே மூன்று பாகங்கள், நான்கு பாகங்கள் கொண்ட மோல்டுகளில் காஸ்டிங் பண்ண விடமாட்டார்கள். மிகவும் எளிமையான மான் பொம்மை பசுமாடு, புத்தர் போன்ற இரண்டு பாகங்கள் கொண்ட மோல்டுகளில்தான் காஸ்டிங் பண்ண அனுமதிப்பார்கள்.

அந்தக் கம்பெனியில் வேலை பார்த்தபோது ஐந்து பார்ட் மோல்டுகளில்கூட மலர்க்கொடி காஸ்டிங் பண்ணியிருக்கிறாள். தனித்தனி பொம்மைகளாக செய்து ஒட்டவைத்து செய்யக்கூடிய டபுள் காஸ்டிங் பொம்மைகள் ட்ரிபிள் காஸ்டிங் பொம்மைகளைக்கூட மலர்க்கொடி இலகுவாக உருவாக்கியிருக்கிறாள்.

இப்போது அவள் முன்னால் அடுக்கி வைக்கப்பட்டிருக்கும் யானை பொம்மைகள் அனைத்தும் மிக மிக எளிதான வடிவமைப்பில் உருவான பொம்மைகள்தான். டபுள் பார்ட் மோல்டு. பதினைந்து மோல்டுகளையும் பயன்படுத்தி பத்துமுறை காஸ்டிங் செய்து ஒரே நாளில் நூற்றைம்பது பொம்மைகளை ஊற்றி உருவாக்கி வைத்திருக்கிறாள்.

“அம்மா மலரு என்ன பொம்மய அப்புடி பாத்துக்கிட்டு ஒக்காந்துருக்குற” என்று கேட்டவாறே சாப்பாட்டு பையுடன் உள்ளே நுழைந்தாள் மங்களத்துக்கிழவி.

“சும்மாதான் பாத்துக்கிட்டுருந்தன் ஆயா. நமக்குன்னு சொந்தமா ஒரு கம்பெனி. அதுல ஊத்தியெடுத்த பொம்ம... எல்லாம் கனவுல நடக்குறமாதிரி இருக்குது ஆயா....”

“இதுல என்ன ஆச்சரியம். என்னக்கிருந்தாலும் நீயும் மாயவனும் சொந்தமா ஒரு கம்பெனி ஆரம்பிச்சி நடத்துவீங்கன்னு எனக்கு நல்லாவே தெரியும்” என்றாள் கிழவி.

ஏதோ பெரியதொரு மலையை தானே கயிற்றால் கட்டி இழுத்துவந்து நிறுத்திவிட்டது போன்ற பூரிப்பு மலர்க்கொடியின் முகத்தில் தெரிந்தது.

“நீ நெனச்ச மாதிரி, நான் இதுவரைக்கும் இப்புடியெல்லாம் நெனச்சிப் பாத்ததில்ல ஆயா.”

“ஒன்னப்பத்தி ஒனக்குத் தெரியல. ஒம்மேல உன்னோட உழைப்புமேல எனக்கு நெறயா நம்பிக்கயிருக்கு ஆயி... நீ இன்னமும் பாறேன். எப்புடியெல்லாம் வளரப்போறன்னு.”

“நீ மட்டும் இல்லயின்னா... நெனச்சிப் பாராயா?”

“..........”

எம்மேல எரக்கப்பட்டு, ரயிலடியிலேருந்து அன்னக்கி என்னய நீ மட்டும் கூட்டிட்டு வராம விட்டுருந்தா இந்நேரம் நான் எப்புடி இருப்பனோ... உசுரோட இருப்பனோ... செத்துமடிஞ்சி போயிருப்பனோ... யாரு கண்டா.”

“ஏம்மா இப்புடியெல்லாம் பேசுற? ஒன்னோட நல்ல மனசுக்கு அப்புடியெல்லாம் எதுவும் ஆகியிருக்காது. நீ எங்க இருந்துருந்தாலும் நல்லா இருந்துருப்ப.”

“ஒங்கூட வந்ததாலதான் ஆயா இன்னக்கி நான் நல்லாருக்குறன்.”

“நீ எதுக்கு இப்ப பழசயெல்லாம் பேசுற?”

“நீ எனக்கு செஞ்ச எதயுமே என்னால மறக்க முடியாதாயா. என்னப் பெத்த அம்மா எக்கெதியோ ஆவட்டுமுன்னு பாலு குடுக்குற வயசுலயே கதறவுட்டுட்டு போயிட்டாங்க. ஆனா எங்கயோருந்த நீ, பரிதவிச்சி நின்ன என்ன கண்டுபுடிச்சி கூட்டியாந்து பெத்த புள்ளமாதிரி ஒண்ணு ஒண்ணா பாத்துப்பாத்து செய்யிற. மாயவன மாதிரி ஒரு கொணமானவனப்பாத்து கட்டிவச்சி. இப்ப எங்க வாழ்க்கை முழுசுக்கும் வழிகாட்டுற மாதிரி இந்தக் கம்பெனிய எடுத்து நடத்த வச்சிருக்குற. எல்லாமே நீ செய்து குடுக்குற தான ஆயா.”

"சரி விடும்மா... இப்ப எதுக்கு அதெல்லாம்."

"நம்ம ஆசப்படுற மாதிரியே மறுபடியும் நம்மளால புதுசா பொறந்துவர முடியுமுன்னா, நான் ஒன்னோட வயத்துல வந்து பொறக்கணும் ஆயா."

மலர்க்கொடி இப்படி பேசியதைக் கேட்டவுடன் கிழவிக்கு மனம் நெகிழ்ந்து போய்விட்டது. கண்களில் தளும்பிய நீரைத் துடைத்தபடியே...

"இதையெல்லாம் பத்தி இதுக்குமேல எதுவும் பேசாதம்மா... ஆகவேண்டிய வேலயப்பாரு."

".........."

"என்ன செய்யப்போற இப்ப?"

"கிழவி வலுக்கட்டாயமாய் அந்தச் சிந்தனையிலிருந்து மலர்க்கொடியை திசை திருப்பியபோதும் அவளால் சட்டென்று அந்த எண்ணங்களிலிருந்து விடுபட்டு வரமுடியவில்லை. தன்னை ஓரளவு சமாளித்தவளாய்."

"இந்த பொம்மைங்கள பினிஷிங் பண்ணலாமுன்னு தான் ஆயா எடுத்து வச்சிக்கிட்டு ஒக்காந்தன். பொம்மைகள பாத்ததும் என்னென்னமோ நெனப்பு வந்துட்டுது. அப்புடியே ஒக்காந்துட்டன்."

"இன்னக்கி பொம்ம ஊத்துற வேல இல்லயா?"

"கிழவிக்கு காஸ்டிங், பினிஷிங், வாட்டர்போன்ற வார்த்தைகள் இன்னும் பழக்கத்துக்கு வராமல் இருந்தது."

"ஊத்தணும்தான் ஆயா. தொட்டியில கெடக்குற 'சிலிப்'ப பாத்தீயா. இன்னும் நாலு நாளைக்கு தொடந்து ஊத்தினாலும் முடியாது போலருக்கு."

"அப்பறம் எதுக்கு அந்த கத்திய எடுத்து வச்சிக்கிட்டு ஒக்காந்து இருக்குற?"

"காஞ்சிம் காயாமலும் இருக்குற இந்தப் பதத்துல பினிஷிங் பண்ணுனாத்தான் ஆயா கையி வலிக்காம பண்ணமுடியும். கொஞ்சம் கூடுதலா காய விட்டுட்டாலும் பிசுறுங்கள சொறண்டி எடுக்குறதுக்குள்ள வெரலெல்லாம் விண்ணு விண்ணுன்னு தெறிக்க ஆரம்பிச்சிடும்."

ஒரு யானை பொம்மையை கையில் எடுத்து வைத்துக்கொண்டு பினிஷிங் செய்யும் கத்தியால் மோல்டின் இரு பகுதிகளும் இணையும்

இடத்தில் கூடுதலாய் படிந்திருக்கும் உலர்ந்த சிலிப்பை கத்தியால் செதுக்கி எடுத்தாள். சற்று கடினமான மெழுகை வெட்டியெடுப்பது போல் கைக்கும் கத்திக்கும் பதமாய் வந்தன பிசுறுகள். பழைய மோல்டுகளின் ஓரம், விளிம்புப் பகுதிகள் அதிக தேய்மானமாகி, சேதமேற்பட்டிருந்ததால் பொம்மையில் நீக்கவேண்டிய பிசுறுகள் அதிகமாகவே இருந்தன. புது மோல்டுகள் என்றால் பிசுறுகள் அதிகமாய் இருக்காது. பினிஷிங் செய்யும் வேலையும் சுலபமாய் இருக்கும்.

“இந்த நூத்தம்பது பொம்மயயும் சுத்தம் பண்ணி வச்சிட்டுத்தான் இன்னக்கி ஊத்தவேண்டிய வேலைக்கு வருவியா?”

“ஆயா, இது நம்ப கம்பெனிங்குறத்தால நான் ஆறு மணிக்கே இங்க வந்து ஒக்காந்துட்டன். ஒன்னாலயும் வூட்டுல இருக்க முடியாம சோத்து மூட்டய தூக்கிக்கிட்டு வந்துட்ட. இதுவே சம்பள வேலக்கிப் போறதா இருந்தா எத்துன மணிக்கு நான் போவன்னு யோசிச்சிப் பாரு.”

“ஆமா.... அடுத்தவங்க கம்பெனிக்கெல்லாமா விடியாதயே ஓடிக்கிட்டுருக்க முடியும். எட்டு எட்டரக்கிப் போவ”

“அந்த நேரத்துக்கு காஸ்டிங் பண்ண ஆரம்பிச்சா போதும். அதுக்குள்ள இது எல்லாத்தயும் பினிஷிங் பண்ணிமுடிச்சிருவன். இதத்தூக்கி வெளில வெயில்ல வச்சிட்டா இது நல்லா காஞ்சி போயிடும். சாங்காலமா எடுத்து இந்த நூத்தம்பதையும் வாட்டரிங் போட்டுட்டு போயிடலாம். நாளைக்கி ஒரு நாளு வெயில்ல வச்சா போதும்.”

“நான் ஏதாவுது செய்து பாக்கவாம்மா.”

“ஒனக்கு ஒண்ணும் செய்ய வராது ஆயா. நீ வேடிக்க பாத்துக்கிட்டு சும்மாவே குந்தியிரு. எல்லாத்தயும் நானே பாத்துக்கிர்றன்.”

“ஒரே பொம்மயத்தான் திரும்பத் திரும்ப ஊத்தப் போறியாம்மா?”

“ஆமா ஆயா... வேற என்ன பண்ணமுடியும்?”

“..........”

“மாயவன் வரட்டும் ஆயா. புதுசு புதுசா மோல்டு செய்து நெறையா பொம்ம போட்டு கம்பெனிய எப்புடி கொண்டு போகப்போறன்னு பாரு.”

மனக்கண்முன்னால் காட்சிகள் விரிந்துகொண்டே சென்றன.

*

15

மூன்று நாட்களாக தொடர்ந்து விடாது பெய்யும் மழை. நகர்ப்பகுதி முழுவதும் தண்ணீருக்குள் இருப்பதுபோல இருந்தது. நான்கைந்து ஆண்டுகளுக்குப் பிறகு மணிமுத்தாற்றில் வெள்ளம் பெருக்கெடுத்து கரைபுரண்டு ஓடுவதாக பேசிக்கொண்டார்கள். வெள்ளப்பெருக்கை வேடிக்கை பார்க்கவென்று செல்வது இங்குள்ள சனங்களுக்கு வழக்கம். தண்ணீரின் வேகம் மக்களின் உடைமைகளையும் பொருட்களையும் சில உயிர்களையும்கூட அது அடித்துச் செல்லும் கொடூரம் இவற்றை ஒருவித பயம்கலந்த மிரட்சியுடன் பார்ப்பது, உதடுகளை குவித்து உணர்ச்சிகளை வெளிப்படுத்தியபடி,. முந்தைய வெள்ளத்தின்போது அதற்கு முந்தைய வெள்ளத்தின்போது நிகழ்ந்தவை களை கதைகதையாய் மக்கள் பேசுவதை சுவாரஸ்யத்துடனும் திகிலுடனும் கேட்பது, உச்சுக்கொட்டுவது போன்ற விஷயங்களை கரை நெடுகிலும் நின்று அனுபவிப்பவர்கள் இவர்கள். சில ஆண்டுகளுக்குப் பிறகு கிடைக்கும் இதுபோன்ற அனுபவங்களை தவறவிட இங்குள்ளவர்கள் யாரும் விரும்புவதில்லை.

பிள்ளைகுட்டிகளோடும் அக்கம்பக்கத்தினரோடும் கும்பல் கும்பலாய் திருவிழா பார்க்கப் போவதுபோல போய் வருவதே ஒருவித கண்ணுக்கு உகந்த காட்சியாகத் தெரியும்.

ஆனால் இப்போது மூன்று நாட்களாய் பெய்துவரும் அடைமழையால் சனங்கள் பிள்ளைகளுடன் வெள்ளம் பார்க்கக்கூட போக முடியாமல் இருந்தார்கள். நகர்ப் பகுதி முழுதும் முழங்கால் அளவுக்குமேல் தண்ணீர் தேங்கி நின்றது. மணிமுத்தாற்று வெள்ளப்பெருக்கு கரைபுரண்டு ஓடியதால் மேலேயிருந்து கொட்டும் மழைத் தண்ணீர் ஓடி வடிய வழியற்று அப்படியே தேங்கிக் கிடந்தது. இன்னும் ஒருநாள் பெய்தாலும்கூட வீடுகளுக்குள் தண்ணீர் புகுந்துவிடும். சனங்கள் செய்வதறியாது திகைத்து நின்றார்கள்.

மலர்க்கொடியும் மங்களத்துக் கிழவியும் மாயவன் கட்டிக்கொடுத்த பரண்களில் சுடாத பொம்மைகளை சேதமேற்பட்டுவிடாதபடி கவனமாய் அடுக்கிக் கொண்டிருந்தார்கள்.

சுட்ட பொம்மைகள் நனைந்தாலும் ஒன்றும் ஆகாது. எனவே அவற்றை ஒன்றோடொன்று உராய்ந்து தெறிப்பு ஏற்பட்டுவிடாதபடி இடையிடையே வைக்கோலைப் போட்டு பொம்மைகளை தனித்தனியாக சாக்குமூட்டைகளில் கட்டி ஒழுங்குபடுத்திக் கொண்டிருந்தான் மாயவன். இவை அனைத்தும் அப்படியே காசாகக்கூடியவை. வேலையெல்லாம் முடித்து சுட்டு எடுக்கப்பட்ட பொம்மைகள். விற்பனைக்கு தயாராக உள்ள பொம்மைகள்.

வேறு யாருடைய கம்பெனியிலும் இவ்வளவு பொம்மைகள் தேங்கியிருக்காது. இவர்களிடம் மட்டும்தான் மான்பொம்மை, மயில்பொம்மை, பிள்ளையார் பொம்மை என இருபத்து மூன்று வகையான பொம்மைகள் இருக்கின்றன. ஒவ்வொரு வகையிலும் ஆயிரம் ஆயிரமாய் எண்ணிவிடும் அளவிற்கு குறைவில்லாமல் இருக்கின்றன.

இதுபோன்ற சிறிய கம்பெனிகளின் பொம்மைகள் சுட்டு கில்லனிலிருந்து எடுத்த அடுத்த நாளே குடோனுக்குப் போய்விடும். அவற்றை விற்றுவிட்டு வந்தால்தான் வீட்டில் உலை கொதிக்கும் என்பதுபோல பொம்மைகளை தூக்கிக்கொண்டு ஓடுவார்கள்.

உள்பேட்டைக்குள் இருக்கக்கூடிய அரசு குடோனில் கொடுப்பவர்களை விடவும் வெளிப்பேட்டையில் இருக்கக்கூடிய தனியார் குடோன்களில் கொடுப்பவர்களின் எண்ணிக்கைதான் அதிகமாக இருக்கும். தனியார் குடோன்களில் உடனுக்குடன் பணம் கிடைக்கும். அதையல்லாமல் பொம்மை தருவதாகச் சொல்லி சில நேரங்களில் முன்பணம் வாங்கிக்கொள்ளவும் முடிந்தது.

முன்பணம் பெறுவதில் நிறைய சிக்கல்கள் இழப்புகள் ஏற்படுகின்றன என்றபோதும் பொம்மை தயாரிப்புகளுக்கு வேண்டிய வெள்ளை மண் போன்ற மூலப்பொருட்களை வாங்கவே சிரமப்படுவார்கள். இழப்பு பற்றி எதையும் யோசிக்காமல் குடோன் முதலாளிகளிடம் முன்பணம் வாங்கிவிடுகிறார்கள். அவர்கள் உருவாக்கும் பொம்மைகளுக்கு தட்டுப்பாடு ஏற்படும் நிலையிலும் அவர்களால் பொம்மைக்கு ஒரு ரூபாய் இரண்டு ரூபாய் என்று உயர்த்தி விலை சொல்லமுடியாமல் போய்விடும். குடோன் முதலாளிகள் குறிப்பதுதான் விலை என்ற பரிதாப நிலைக்கு ஆளாகிவிடுவார்கள்.

முன்பணம் என்று கைநீட்டி வாங்கிவிட்டாலே குறைந்தது பொம்மைக்கு ஐம்பது காசாவது குறைத்துத்தான் எடுத்துக் கொள்வார்கள். அவர்களைத்தவிர வேறு யாரிடமும் பொம்மைகளை

விற்றுவிடக்கூடாது என்பதிலும் கண்கொத்திப் பாம்புபோல் இருப்பார்கள்.

கிராமங்களில் இருக்கும் மண்ணுமனைகளை விற்றுவிட்டு வந்து தொழில்பேட்டையில் இரண்டு செண்ட் இடமோ, மூன்று செண்ட் இடமோ வாங்கி கூரை கொட்டகைப் போட்டுக்கொண்டு குடிசைத்தொழில் போல செய்துவரும் எளிய கம்பெனிக்காரர்களால் முன்பணமோ, கடனோ வாங்காமல் கம்பெனி நடத்த முடியாது என்பதை குடோன் முதலாளிகளும் நன்றாகவே தெரிந்து வைத்திருக்கிறார்கள்.

மாயவனும் மலர்க்கொடியும் இதுபோன்று உழைப்பை உறிஞ்சும் குடோன்களுக்கு பொம்மைகளைக் கொடுப்பதை கொஞ்சம்கூட விரும்புவதில்லை. விக்காம கெடந்தாலும் கெடந்துட்டுப் போவுது. கெட்டத்துக்குப் பாதியா கேக்குறவங்களுக்குக் குடுக்குறதுக்கு இது என்ன ஊசிப் போற பண்டமா என்று மன வைராக்கியத்துடன் இருந்துவிடுவார்கள். பொம்மைகளை உடனே காசாக்கிவிட வேண்டும் என்று நினைப்பதில்லை. எப்போது முடிகிறதோ அப்போது கொடுக்கலாம் என பொறுமையாய் இருந்துவிடுவார்கள். வெளியூர்களிலிருந்து வந்து சரக்கெடுக்கும் மொத்த வியாபாரிகளைப் பார்த்து பேசி நேரடியாக ஏற்றிவிடுவது என்பதில் உறுதியாய் இருந்தார்கள்.

அவரச அவசரமாய் பொம்மைகளை விற்று விட்டுத்தான் அன்றன்றைக்கான வயிற்றுப்பாட்டை பார்க்க வேண்டும் என்ற அளவுக்கு மாயவன் மலர்க்கொடிக்கு சிரமம் ஏதும் ஏற்படவில்லை. மூலப்பொருட்களை வாங்கவும் கைச்செலவுக்குமென தேவையான அளவுக்கு மட்டும் பொம்மைகளை வாரத்திற்கு ஒருமுறை அரசாங்க குடோனில் கொண்டுபோய் கொடுத்துவிட்டு வருவான் மாயவன்.

பெங்களூருவிலிருந்து வந்த வியாபாரி ஒருவருக்கு தன்னிடமிருந்த அத்தனை சரக்கையும் ஏற்றிவிட்டான். ஒருமுறை பொம்மைக்கான விலையை மாயவனேதான் கூறினான். ஒரு பைசாகூட குறைக்காமல் அந்த வியாபாரி அப்படியே எடுத்துக்கொண்டான். கையில் மொத்தமாய் காசும் வந்தது.

மங்களத்துக் கிழவிக்கு மொத்தமாய்க் கிடைத்த அந்த தொகையைப் பார்த்ததும் வாய்வூறிப்போனது. கஷ்டப்பட்டாலும் இப்படியெல்லாம் கூட காசுபணத்த பாக்கமுடியுமா என்று தோன்றியது. இதுநாள் வரை தூக்கிச் சுமந்த காய்கறி - பழம் வியாபாரக் கூடையை இனியும் தூக்கப் போவதில்லை என்று முடிவு செய்தாள்.

மாயவனும் மலர்க்கொடியும் எவ்வளவோ சொல்லிப்பார்த்தும் கேட்காத கிழவி, மாயவன் மொத்தமாய் தன் கையில் கொடுத்த பொம்மை விற்ற பணத்தை பார்த்தவுடன் தன் பிடிவாதத்தைக் குறைத்துக்கொண்டாள். அத்தோடு அல்லாமல் அல்லும் பகலும் கம்பெனி வேலைகளில் தன்னை ஈடுபடுத்திக் கொண்டாள்.

அந்த பணத்தைக் கொண்டு கம்பெனியின் பின்புறம் பொம்மை காயவைப்பதற்காக ஒதுக்கிவிட்டிருந்த இடத்தின் ஒரு பகுதியில் சின்னதாய் குடியிருக்க ஒரு குடிசையையும் போட்டுக்கொண்டு இங்கேயே இருந்து வேலையைச் செய்யலாமென்று யோசனையும் கொடுத்தாள்.

கிழவி சொல்வதைக் கேட்பதால் ஏற்படக்கூடிய பயன்களை மாயவனும் மலர்க்கொடியும் எண்ணிப் பார்த்தார்கள். அவர்களுக்கும் அந்த யோசனை பிடித்துப் போனது. எந்த ஒரு வேலையாக இருந்தாலும் செய்வது என்று முடிவெடுத்துவிட்டால் அதற்குப்பிறகு நேரத்தை வளர்த்துக்கொண்டு போவதை அவர்கள் மூன்றுபேருமே விரும்புவதில்லை.

மறுநாளே வேலையை ஆரம்பித்துவிட்டான் மாயவன். ‘ஆடி மாசமாச்சே....’ என்றார்கள் அக்கம்பக்கத்தினர்.

“அதிஷ்டத்த நம்பி எறங்குறவங்களுக்குத்தான் நாளும் கெழமயும். நேரமும் காலமும். கைவேல, காலு ஓட்டத்த நம்பி எறங்குற நமக்கு எல்லா நாளும் எல்லா மாசமும் ஒண்ணுதான்.” என்று அதற்கும் ஒரு பதிலைச் சொல்லி வழிகாட்டினாள் கிழவி.

ஆடி மாதம் என்று பார்க்கவில்லை. சிறியதொரு குடிசைபோன்ற வீட்டைக் கட்டிக்கொண்டு கம்பெனியோடு வந்துவிட்டார்கள். வீடு வேறு, வேலை செய்யும் இடம்வேறு என்றில்லாமல் போனதால் தூங்கும் நேரம் தவிர்த்த எல்லா நேரமும் மூவராலும் பொம்மை உற்பத்தியில் ஈடுபட முடிந்தது.

“இவ்வளவு மழைக்கும் அந்த வூட்டுல இருந்திருந்தமுன்னா முக்காவாசி நனஞ்சி போயிருப்பம். எங்க பாத்தாலும் ஓடு சரிஞ்சி போயி இருந்திச்சி. ரீப்பர் கழியெல்லாம் கூட மக்கி மடமடன்னு முறிஞ்சி கொட்டுறமாதிரி இருந்திச்சி” என்றாள் மலர்க்கொடி.

“ஆமாம் மலரு. நம்ம நல்லநேரம் சின்னதாருந்தாலும் கம்பெனியோட வீட்டக் கட்டிக்கிட்டு வந்துட்டம். அந்தப்பொண்ணு அஞ்சலய நெனச்சாத்தான் பாவமாருக்கு. புள்ளைவொள வச்சிக்கிட்டு ஒழுகுற வூட்டுல எப்புடி இருக்குதோ” என்றாள் கிழவி.

“ஆமாம் மலரு. நானுமே அதச் சொல்லணுமுன்னுதான் மொதல்லயே நெனச்சன். வேல யாவுவத்துல மறந்துட்டன்” என்றான் மாயவன்.

“கீழ படுக்க ரவ எடம்கூட காஞ்சதா இருக்காது. புள்ள குட்டிவொளோட ராத்திரிக்கி எப்புடி படுத்துத் தூங்கப் போவுதோ” என்றாள் கிழவி மறுபடியும்.

“ஏன் ஆயா... நாங்க ரெண்டுபேரும் பின்னால ஊட்டுல படுத்துக்கிர்றம். இந்தக் கம்பெனியில நீ மட்டும்தான படுத்துத் தூங்குற. ராத்திரிக்கி மட்டும் அந்த அஞ்சலயும் அது புள்ளைவொளயும் இங்க ஒங்கூட வந்து படுத்துக்க சொல்லலாமா?” என்றாள் மலர்க்கொடி தயங்கியபடியே.

“நான் சொல்ல நெனச்சதத்தான் மலரு நீயும் சொல்லுற. பொம்ம எல்லாத்தயும்தான் ஏற கட்டியாச்சே. இந்த கம்பெனி கொட்டாயில இவ்வள எடமும் சும்மாதான கெடக்குது. பாவம் வந்து படுத்துக்கட்டுமே” என்றவள் தொடர்ந்து, “தம்பிய போயி அஞ்சலகிட்ட புள்ளைவொள கூட்டிட்டுவான்னு சொல்லிட்டு வரச்சொல்லு” என்றாள்.

“நான் போய் வாறன் ஆயா. இந்த கை வேலய மட்டும் முடிச்சிட்டுப் போறன்”

“மிச்சம் மீதி கெடக்குறத நான் பாத்துக்கிர்றன். நீ இப்பவே போ வெளில பாரு. பகல்தான்னு நம்ப முடியுதா? எங்க பாத்தாலும் ஒரே இருளோகமா இருக்கு. ராத்திரி ஆவட்டுமுன்னு காத்துக்கிட்டிருந்தா கடைசில போவ முடியாமப் போனாலும் போயிடும்.” என்றாள் மலர்க்கொடி.

“தெருவெல்லாம் ஆறு பெரண்டு வாரதுமாதிரி வந்து சந்துபொந்து, கோடி, குறுமாடியெல்லாம் அலசுது. நீ நேரத்தோடயே போயி எல்லாரையும் கூட்டியாந்துடு தம்பி” என்றாள் கிழவி.

“சரி ஆயா, நான் இப்பவே போறன்.”

“அஞ்சல புருசன் இங்க வர்றதுக்கு சங்கடப்பட்டுக்கிட்டு அங்கயே இருந்துடப்போவுது. கையோட அந்தத் தம்பியையும் கூட்டியாந்துடு.”

“சரி ஆயா. அதுக்காகத்தான போறன். நான் பாத்துக்கிர்றன்” குடையை பிடித்தாலும் உடல் முழுவதையும் நனைத்துவிடும்

மழையாக பெய்துகொண்டிருந்தது வெளியே. மாயவன் குடை ஏதும் எடுக்காமல் போவதைப் பார்த்த மலர்க்கொடி “கொடய எடுத்துக்கிட்டு போ” என்றாள்.

“வேண்டாம். கொஞ்சதூரம்தான. நான் ஓடிட்டு வந்தர்றன்”

“ஒனக்காவ இல்லாட்டியும் வரும்போது அந்தப் புள்ளை வொளுக்காவுது ஆவுமுல்ல.”

“அதுவும் சரிதான்” என்றவன் வாசலோரம் சாய்த்து வைத்திருந்த குடையை எடுத்துக்கொண்டு கிளம்பினான்.

தெருவில் முழங்கால் அளவு தண்ணீர் இருந்தது. சற்று மேடான இந்தப் பகுதியிலேயே இவ்வளவு தண்ணீர் என்றால் பள்ளமான பகுதிகளிலெல்லாம் இன்னும் எவ்வளவு இருக்கும் என்று யோசித்தபடியே நடந்தான். அவனுக்கு நன்றாக பழக்கப்பட்ட தெரு என்பதால் சற்று சிரமமில்லாமல் போக முடிந்தது. தரை தெரியாதநிலையில் பள்ளம் படுகுழிகளை முன்பே அறிந்து வைத்தவராலன்றி எல்லோராலும் கடந்துவிடக்கூடியதாக இல்லை அந்தத் தெருக்கள்.

அஞ்சலை வீட்டின்முன் நின்று கூப்பிட்டான் மாயவன். மழைச்சாரல் மற்றும் குளிர் தாங்காமல் அஞ்சலையும் அவள் குடும்பமும் கதவை அடைத்துக்கொண்டு உள்ளே இருந்தார்கள். மழைச் சத்தத்தில் இவன் கூப்பிட்டது யார் காதிலும் விழவில்லை. மீண்டும் பலமாய் கூப்பிட்ட பிறகுதான் காதில் விழுந்திருக்க வேண்டும்.

அஞ்சலையின் கணவன் பரமசிவம்தான் கதவைத் திறந்தான். பின்னாலேயே அஞ்சலையும் வந்து எட்டிப் பார்த்தாள்.

மாயவனைக் கண்டதும் உள்ளே வரும்படி அழைத்தார்கள். வீட்டுக்குள் சென்று பார்த்தான் மாயவன். தரையெங்கும் நனைந்து ஈரமாகவே இருந்தது. கூரை ஒழுகுவதால் அவ்வப்போது தேங்கும் தண்ணீரை கூட்டித் தள்ளிவிட்டுக் கொண்டிருந்தாள் அஞ்சலை.

ஒரே ஒரு இரும்புக்கட்டில் மட்டும் கிடந்தது. நான்கு மாதங்களுக்கு முன்பு வாங்கியது. அதுவும் மலர்க்கொடி வற்புறுத்தியதால் வாரத் தவணையில் வாங்கியது.

“வூடுன்னு இருந்தா சோத்துப்பான, கொழம்புச் சட்டி இருக்குற மாதிரி ஒக்காந்து எழும்ப, படுத்து இடுப்பாத்த ஒரு கட்டுலும் இருக்கணுங்க்கா. மொத்தமாவா காசு குடுத்து வாங்கப்போறீங்க.

வாரத் தவணதான - ஒங்க வூட்டுக்காரருந்தான் இப்ப வேலலக்கிப் போறாருல்ல? என்ன வந்துடப் போவுது. புள்ளகுட்டிவொ இருக்குற வூடு. அதுங்க படுத்துப் பெரள ஒரு கட்டுலு கெடந்துட்டுப் போவுது. யோசிக்காம வாங்கிப் போடுங்கக்கா” என்று வற்புறுத்தி வாங்க வைத்துவிட்டாள்.

அந்தக் கட்டில் வாங்கியதுகூட எவ்வளவு பெரிய நல்ல விஷயம் என்பதை அஞ்சலையால் இப்போதுதான் முழுமையாக உணர முடிந்தது.

ஈரமும் ஓதமுமாய் எப்போதும் தண்ணீர் கொப்பளித்துக் கொண்டிருக்கும் தரையில் கால் வைக்கக்கூட முடியாத நிலையில் பிள்ளைகள் மூன்றுபேரையும் மட்டுமாவது பாதுகாப்பாய் படுக்கவைக்க முடிகிறதே என்று கட்டில் வாங்கியதற்காய் நிறைவுபட்டுக் கொண்டிருந்தாள்.

இப்போது கூரையிலிருந்து விழும் மழைத்தண்ணீரிலிருந்து பிள்ளைகளைப் பாதுகாக்க அவளுக்கு அந்தக் கட்டில் உதவிக்கொண்டிருந்தது. கட்டிலின் நான்கு கால்களுக்குள் இணைத்து குச்சிகளை உயர்த்திக்கட்டி கட்டில் அளவுக்கு தண்ணீர் கசியாத பேனர்தாளைப் பயன்படுத்தி பந்தலொன்றைப் போட்டிருந்தான். பரமசிவம் பேனர் தாளில் விழுந்து வழிந்தோடும் தண்ணீர் கட்டிலைவிட்டு தூரமாய் விழுந்தது.

இரண்டுபேர் மட்டுமே படுக்கக்கூடிய அந்தச் சிறிய கட்டிலில் குடும்பத்தின் ஐந்துபேரும் படுத்துறங்க முடியாது என்பது மட்டும்தான் குறை. அஞ்சலையும் அவள் கணவன் பரமசிவமும் சணல் சாக்குகளை விரித்துப்போட்டு கீழே படுத்துக்கொள்வதென்ற முடிவோடு இருந்தார்கள். இது எந்த அளவுக்கு முடியுமென்று தெரியாது. ஆனால் இந்தப் பகல்பொழுதில் அவ்வப்போது அந்த ஐந்துபேரையும் ஒருசேர தாங்கிக்கொண்டிருந்தது அந்தக் கட்டில்.

“வா வந்து ஒக்காரு” என்று மாயவனை அழைத்தான் பரமசிவம். மாயவன் உட்கார இடம்விட்டு பிள்ளைகள் கட்டிலின் ஓரமாய் ஒதுங்கிக் கொண்டார்கள்.

“நான் ஒக்கார வரல. மலரு, ஒங்க எல்லாரையும் கையோட கூட்டிக்கிட்டு வரச்சொல்லிச்சி.”

“எதுக்கு ஒங்களுக்கு வேற செரமம்” இழுத்தான் பரமசிவன்.

“மழ உடுறமாதிரி தெரியல. ஊருமுழுக்க ஒரே தண்ணிக்காடா இருக்கு. ஆத்துத் தண்ணி வேகம் வேற. கரமெதந்து தண்ணி

ஊருக்குள்ள வந்துக்கிட்டுருக்கு. இன்னமும் தண்ணி பெருகி வந்திச்சின்னா பிள்ளைங்கள வச்சிக்கிட்டு என்ன பண்ணுவீங்க அதான்."

மாயவன் கூறுவதில் இருக்கும் உண்மையை உணர்ந்தவனாய் "மாயவன் நீ இதுங்க ரெண்டுத்தயும் வேணுமுன்னா அழச்சிக்கிட்டு போ" "நாங்க இங்கயே இருந்துக்கிர்றம்" என்றான் பரமசிவம்.

"நீங்க மட்டும் எப்புடி இருப்பீங்க. பேசாம எல்லாருமா வாங்க எங்கூட.

இதுங்க ரெண்டுத்தயும் அழச்சிக்கிட்டு போனாலேகூடத்தான் போதுமாச்சே."

"........."

"கட்டுல்ல கடக்குட்டிய போட்டுக்கிட்டு நாங்க படுத்துக்குவம்"

"அதெல்லாம் சரிப்பட்டு வராது. நீங்க நெனக்கிறமாதிரி அலட்சியமா இருக்கக் கூடாது. நீங்களும் வாங்க எங்கூட." வற்புறுத்தினான் மாயவன்.

"அப்புடியே வரதுன்னாலும், ராப்பட்டு வாறம். இப்பயே வந்து என்ன செய்யப் போறம்" என்றாள் அஞ்சலை.

"அதுவரைக்கும் இங்க இருந்து மட்டும் என்ன செய்யப் போறீங்க?"

"இப்ப என்ன ஒரு மூணு மணி நாலு மணி இருக்குமா?" "இருக்கும்.... இருக்கும்."

"பொழுது சாஞ்சி ஒரு ஆறு மணிக்குமேல வாறமே"

"மழ மப்புல பகலே ராத்திரி மாதிரிதான் இருக்கு. இதுல என்ன பொழுது சாயிறது?"

"இல்ல ராச் சாப்பாட்ட முடிச்சிட்டு வர்றோம்."

"அதையெல்லாம் அங்கவந்து பாத்துக்கலாம் வாங்க."

"இல்ல மாயவன். நேரத்தோடயே புளி ஊத்தி பொங்கிவச்சிட்டன். அது வீணாத்தான போவும். நாங்க சாப்புட்டுட்டு படுக்குறதுக்கு வந்தர்றம்" என்று பிடிவாதமாய் சொல்லிவிட்டாள் அஞ்சலை.

வேறு வழியில்லாமல் அஞ்சலையின் பெரிய பிள்ளைகள் இருவரையும் மட்டும் அழைத்துக்கொண்டு போனான் மாயவன்.

இரவு நெடுநேரம் வரை மலர்க்கொடி, கிழவி, மாயவன் மூன்றுபேரும் அஞ்சலையும் பரமசிவமும் வருவார்கள் என்று எதிர்பார்த்துக் காத்திருந்தார்கள்.

“என்ன தம்பி அஞ்சலய இன்னும் வரக்காணும். என்னதான் சொல்லிச்சி அந்தப் பொண்ணு. வர்றன்னுதா இல்ல வரலன்னுட்டுதா.” ஆற்றாமை தாங்காத கிழவி மாயவனிடம் நச்சரிக்க ஆரம்பித்தாள்.

“என்னக்கிட்ட வர்றன்னுதான் சொல்லிச்சி. ஆனா இவ்வள நேரத்துக்கு அப்பறம் அது வருங்குறமாதிரி என் மனசுக்குப் படல.”

“அடக் கடவுளே.... நாலுபக்கமும் சாரல் வந்து ஊதுமாச்சே. எதுக்கு அங்க கெடக்கணும். கொட்டாவதான்னாலும் இது எவ்வளது அடக்கமா இருக்கு. இங்க வந்தான்ன அந்தப் பொண்ணு.”

“ஒரு கட்டுலு கெடக்கு ஆயா. அதுக்குமேல கூடாரம் மாதிரி பந்த போட்டு வச்சிருக்கு. இந்தப் புள்ளைவோ ரெண்டும் தான் இங்க வந்துட்டுதுங்களா. அவங்க ரெண்டுபேரும் கைப்புள்ளய போட்டுக்கிட்டு படுத்துக்க அந்தக் கட்டுலு போதுமுன்னு நெனச்சிருக்கும் அதான் வரல போலருக்கு.”

“..........”

“சரி ஆயா... அஞ்சல வராம போனா போவுது வுடு. நீ போயிப் படு” என்றான் மாயவன்.

மாயவன், மலர்க்கொடி, கிழவி, அஞ்சலையின் பிள்ளைகள் எல்லோருமே கம்பெனி கொட்டகையிலேயே படுத்துக் கொண்டார்கள். சிறிதுநேரத்தில் கண்ணயர்ந்தும் போனார்கள்.

அஞ்சலையைப் பற்றி மாயவன் சொன்னது உண்மைதான். பெரிய பிள்ளைகள் இருவரையும் மாயவனுடன் அனுப்பிய பிறகு அஞ்சலைக்கு தானும் மலர்க்கொடியின் வீட்டிற்கு போகவேண்டும் என்று தோன்றவில்லை.

மூன்று வயதுகூட ஆகாத சிறு குழந்தையை தூங்க வைப்பது பெரிய விஷயமில்லை அவளுக்கு. வெளியில் அடிக்கும் வெறிபிடித்த மழைக்கும் ஊசியைப் போல உடலைத் துளைக்கும் குளிர்சாரலுக்கும் இதமாய் கணவனின் உடல் கதகதப்பை நுகர்ந்தபடி இரவு முழுவதும் அவனது அணைப்பில் தூங்கவேண்டுமென்ற ஆசை அவள் மனதில் மேலோங்கியிருந்தது.

குழந்தை உருண்டு விழுந்துவிடாதபடி சுவற்றோரமாய் படுக்கவைத்தவள் தன் கணவனின் வேட்டியொன்றை எடுத்து அதற்கு போர்த்திவிட்டாள்.

வழக்கமாய் பிள்ளைகளுக்குப் போர்த்திவிடும் அரசாங்க இலவசப் புடவையால் அஞ்சலையும் பரமசிவமும் போர்த்திக் கொண்டு

படுத்துவிட்டார்கள். அஞ்சலை ஆசைப்பட்டது போலவே நீண்ட நாட்களுக்குப் பிறகு அவளது கணவனின் அரவணைப்பிற்குள் அவனது உடல்சூட்டை அனுபவித்தபடி கண்ணயர முடிந்தது.

ஆனால் இயற்கை அவளுக்கு எதிராய் மெல்ல அடியெடுத்து வைக்கத் தொடங்கியிருந்ததை பாவம் அவளால் கண்டுகொள்ள முடியவில்லை. ஆம், வீட்டைச் சுற்றிலும் மூன்று நாட்களுக்கும் மேலாக தேங்கியிருந்த தண்ணீரால் தரையெங்கும் நெகிழ்ந்துபோயிருந்தது. சுவர் ஊறி தளர்ந்து வலுவிழந்து போயிருந்தது. செம்மண்ணைக் குழைத்து செங்கல் வைத்துக் கட்டிய தடிமனான பெரிய சுவர். பிள்ளையோடும் கணவனோடும் அஞ்சலை ஆழ்ந்த நித்திரையில் இருந்தபோது எந்தவித முன்னெச்சரிக்கையும் தராமல் சரிந்து அவர்கள் மீது விழுந்தது.

பேரிரைச்சலுடன் பெய்யும் மழைச்சத்தம் சுவர் இடிந்துவிழுந்த சத்தத்தையோ, அவர்கள் மூவரும் அலறி அடங்கிய சத்தத்தையோ அக்கம்பக்கத்தினருக்கு கேட்டுவிடாதபடி செய்திருக்க வேண்டும். விடியும் வரை இதை யாரும் பார்க்கவில்லை.

✻

16

பள்ளியின் முதல்வர் எப்போது தம்மை உள்ளே அழைப்பார் என்ற எதிர்பார்ப்போடு நீண்டநேரமாக அலுவலக அறையின் முன்புறம் போடப்பட்டிருந்த பெஞ்சில் உட்கார்ந்து கிடந்தாள் மலர்க்கொடி. முதல்வரைப் பார்க்க இவளைப்போலவே நிறையப் பேர் வந்திருந்தார்கள். இவள் முறைக்காக காத்திருந்துதானே ஆகவேண்டும்.

நெய்வேலி நகரப் பகுதியில் இருக்கும் பள்ளிகளில் முக்கியமான பள்ளிக்கூடம் இது. ஆண்டுதோறும் ஐந்தாறு பிள்ளைகளாவது நல்ல மதிப்பெண்கள் பெற்று மருத்துவம் படிக்க இடம் வாங்கி விடுகிறார்கள். ஆயிரம் பிள்ளைகளுக்கு மேல் தேர்வு எழுதும் பள்ளியில் பத்துப் பிள்ளைகள் மருத்துவப் படிப்பிற்கான தேர்ச்சி பெறுவது ஒன்றும் பெரிய விஷயமில்லை என்று மேலோட்டமாகப் பார்த்தாலும்கூட மாநிலம் முழுமைக்குமான மாணவர்களின் எண்ணிக்கை மருத்துவ மொத்த இடங்கள் என்று கணக்கிட்டுப் பார்க்கும்போது இது அதிகம்தான் என்று எல்லோரிடத்திலும் பரவலான ஒரு கருத்து இருந்தது. இதையேதான் தாசல் கம்பெனி முதலாளி யாரிடமோ பேசிக் கொண்டிருந்தார். தற்செயலாய் அது மலர்க்கொடியின் காதில் விழுந்துவிட்டபடியால்தான் இப்படியொரு முயற்சியை மலர்க்கொடி செய்துகொண்டிருக்கிறாள்.

இப்பள்ளிக்கூடத்தின் மீது மலர்க்கொடிக்கு பெரியதொரு நம்பிக்கை ஏற்பட்டிருந்தது. கவிதாவையும் புனிதாவையும் எப்படியாவது இப்பள்ளிக்கூடத்தில் சேர்த்துவிட வேண்டுமென்பதில் உறுதியாய் இருந்தாள்.

அறிந்தவர் தெரிந்தவர் எல்லோரிடமும் நன்றாக விசாரித்தும் பார்த்துவிட்டாள். எல்லாரும் இப்பள்ளியைப் பற்றி நல்லவிதமாக கூறுவதைக் கேட்டு மலர்க்கொடி தனது முடிவில் மிகவும் வைராக்கியமாகவே இருக்கிறாள்.

நுழைவுத்தேர்வு வைத்துத்தான் மாணவர்களை பள்ளியில் சேர்த்துக் கொள்வார்கள் என்ற பள்ளியின் நடைமுறையால்

மலர்க்கொடிக்கு முதலில் சற்று சோர்வு ஏற்பட்டது. இருவரும் நுழைவுத்தேர்வில் தேர்வாகவில்லையென்றால் என்ன செய்வது? பள்ளிக்கூடத்தில் இடம் கிடைக்காமல் போய்விடுமே என்று வருத்தப்பட்டாள். வருத்தப்படுவதால் மட்டும் என்ன ஆகிவிடப் போகிறது என்று யோசித்தவள் பலரிடமும் யோசனை கேட்டாள். அதன்படி, விருத்தாசலம் பெரியார் நகரில் குடியிருக்கும் பாபு ஆசிரியரிடம் இருவரையும் கொண்டுவந்து விட்டு நுழைவுத்தேர்வுக்கு பயிற்சி கொடுக்கும்படி கேட்டுக் கொண்டாள்.

மாயவனுக்கு மலர்க்கொடி செய்வதைப் பார்க்கும் போது தேவையற்ற வேலைகளை செய்வதைப் போலத்தான் தோன்றியது. 'இப்படியெல்லாம்கூட யாராவது படிக்கவைப்பார்களா' என்று கேட்டே விட்டான். மலர்க்கொடிக்குமே கூட இதெல்லாம் ஏதோ புதுமையான நடைமுறை போலத்தான் தோன்றியது. படிப்பு, பள்ளிக்கூடம், தனிப்பயிற்சி எல்லாம் இவர்கள் இருவருக்குமே பழக்கமில்லாத விஷயங்களாக இருந்ததால் அதுபற்றிய ஒருவித திகைப்பும் ஆர்வமும் மேலோங்கியிருந்தது.

கவிதாவும் புனிதாவும் மலர்க்கொடியை அதிகமாய் சிரமப் படுத்திவிடவில்லை. நுழைவுத்தேர்வை நன்றாக எழுதி பள்ளியில் சேர்வதற்கான தகுதியைப் பெற்றுவிட்டார்கள்.

இருந்தபோதும் மற்ற பிள்ளைகளைப்போல இவர்களை உடனடியாக சேர்த்துக்கொள்ளவில்லை. இவர்களுடன் தேர்வெழுதி தேர்வான மாணவர்கள் எல்லாம் பணம்கட்டி பள்ளிக்கூடத்தில் சேர்ந்துவிட்டார்கள். புத்தகங்களைக்கூட பெற்றுக்கொண்டு போய்க் கொண்டிருக்கிறார்கள். ஆனால் கவிதாவுக்கும் புனிதாவுக்கும் மட்டும் இன்னும் பள்ளியில் சேருவதற்கான அனுமதிகூட கிடைக்கவில்லை.

முதல்வரை நேரடியாக வந்து சந்திக்கச் சொல்லிவிட்டார்கள். இந்த இரண்டு பிள்ளைகளையும் பள்ளியில் சேர்த்துக்கொள்ள மாட்டார்களோ என்ற பயம் ஏற்பட்டிருந்தது மலர்க்கொடிக்கு. இந்தப் பிள்ளைகள் என்ன பாவம் செய்தார்கள்? இவர்களை சேர்த்துக்கொள்ள முடியாதென்று சொல்ல பள்ளிக்கூடத்திற்கு என்ன அதிகாரம் இருக்கிறது? அம்மா அப்பாவை இழந்து நிற்பது பிள்ளைகள் செய்த தவறா? அம்மா அப்பா இல்லாத பிள்ளைகள் இந்தப் பள்ளிக்கூடத்தில் படிக்கக்கூடாது என்று ஏதாவது சட்டம் இருக்கிறதா? பலவாறாக யோசித்து குழம்பிக்கொண்டிருந்தாள் மலர்க்கொடி.

அஞ்சலையும் அவள் கணவனும் குழந்தையுமாக சுவர் இடிந்து விழுந்து இறந்துபோனபிறகு அவளுடைய இரண்டு பிள்ளைகளையும்

மலர்க்கொடிதான் வளர்த்து வருகிறாள். அஞ்சலைக்கு ஏற்பட்ட இப்படியொரு கொடூர மரணத்தை கேள்விப்பட்டு அவளுடைய உறவினர்கள் ஒரு சிலர் ஓடிவந்ததென்னவோ உண்மைதான். ஆனால் எடுத்து அடக்கம் செய்து எல்லாம் முடிந்தபிறகு பரிதவித்து நின்ற பெண் பிள்ளைகள் இருவரையும் யாரும் ஏற்றுக்கொள்ள முன்வரவில்லை. அஞ்சலையின் கணவன் வகையில் பெரிதாய் உறவென்று யாரும் இல்லையென்றபோதும் ஒன்றுவிட்ட தூரத்துச் சொந்தங்கள் சிலர் வந்திருந்தனர். ஆனாலும்கூட பிள்ளைகளை அவர்களிடம் ஒப்படைக்கலாம் என்பது போல யாரும் இருப்பதாய் மலர்க்கொடிக்குத் தோன்றவில்லை.

சாதியை சுட்டிக்காட்டி பேசும் முணுமுணுப்பு பேச்சுக்கள் இரு தரப்பிலிருந்தும் கேட்கத் தொடங்கியது. இப்படியேவிட்டால் கொஞ்சம்கொஞ்சமாக பேச்சு முற்றி வாக்குவாதமாகி அது பிறகு சாதிச்சண்டையாக முடிந்துபோகக்கூடிய அபாயமான சூழல் அங்கே உருவாகிவிடக்கூடாது என்று மலர்க்கொடி நினைத்தாள். தவிரவும், பிள்ளைகளை பொதுவில் நிறுத்தி ஏலம் போடுவதுபோல அலைக்கழிப்பதையும் அவளால் சகித்துக்கொள்ள முடியவில்லை.

“மழைக்கு ஒதுங்க எங்க வூட்டுக்கு வந்ததால இதுங்க ரெண்டு உசுரு மட்டுமாவுது இப்ப பொழச்சி இருக்கு. எந்த நேரத்துல போயி அழச்சாந்தமோ தெரியல. எங்க வூட்டுக்கு வந்ததுங்க வந்ததுங்களாவே இருக்கட்டும். இந்த ரெண்டு புள்ளைங்களப் பத்தியும் இனி யாரும் கவலப்படவேண்டாம்.”

“..........”

“அஞ்சல புள்ளைங்க ரெண்டையும் நாங்களே வளக்குறம்” என்றாள் மலர்க்கொடி.

“ரெத்த சொந்தமே பேசாம நிக்கக்குள்ள இந்தப் பொண்ணு நான் வளக்குறன்னு சொல்லுதே” என்றாள் அஞ்சலையின் பக்கத்து உறவுக்காரப் பெண்ணொருத்தி.

“அதான? பொம்புளப் புள்ளைவொளா இருக்குதுங்க. படிக்க வைக்காட்டியும் நகநட்டு செய்துபோட்டு கட்டிக்குடுக்கணுமுல்ல?”

“புள்ளைவொளுக்கு சேரவேண்டிய சொத்துபத்து ஏதாவுது இருக்குமுன்னு நெனச்சிக்கிட்டு பேசுதோ என்னமோ?”

இந்தப் பேச்சுகள் அனைத்தும் மலர்க்கொடியின் காதிலும் விழுந்துகொண்டுதானிருந்தன.

இரண்டு பிள்ளைகளையும் தன் இரண்டு கையிலும் பிடித்துக் கொண்டு வந்து எல்லோருக்கும் முன்பாக நின்றாள்.

"அஞ்சலையோட பழகுன பழக்கத்துக்காகவும் இந்தப் புள்ளைங்க மேல இருக்குற அக்கறையாலயும்தான் இதுங்கள வளக்குறன்னு சொல்றனேதவிர, வேற எந்த ஆதாயத்தையும் எதிர்பார்த்து நான் சொல்லல."

"……….."

இன்னையிலேருந்து இந்தப் புள்ளைங்க ரெண்டும் என்னோட புள்ளைங்க. என்னால முடிஞ்சவரைக்கும் படிக்க வச்சி ஆளாக்குறன். துணிமணிக்கு, சோத்துத்தண்ணிக்குன்னு ஒங்க யாரு வீட்டு வாசல்லயும் ஒருநாளும் வந்து நிக்க மாட்டாங்க இந்தப் புள்ளைங்க.

இந்தப் புள்ளைங்களா "எங்க சொந்தக்காரங்க வேணுமுன்னு ஒங்கள தேடிவந்தா அன்னைக்கு பாத்துக்குங்க. அதுவரைக்கும் நீங்களும் யாரும் இதுங்கள பாக்க வரவேண்டாம்." படபடவென்று பேசியவள் பிள்ளைகளை இழுத்துக்கொண்டு தன் வீட்டை நோக்கி வேகமாக நடந்தாள்.

இது நடந்து ஆறு மாதங்களாகிவிட்டது. இன்றுவரை கவிதாவையும் புனிதாவையும் மலர்க்கொடி, தான் பெற்ற பிள்ளைகளைப் போலவேதான் பார்த்துப் பார்த்து வளர்த்து வருகிறாள். அஞ்சலை இருந்திருந்தால்கூட அவர்களை அவ்வாறு வளர்க்கமாட்டாள். பள்ளிக்கூடம் அனுப்புவதிலிருந்து இப்போது நல்ல பள்ளிக்கூடமாய் பார்த்து சேர்ப்பது வரை ஒவ்வொன்றையும் அக்கறையுடன் செய்து வருகிறாள்.

மாயவனும் கிழவியும் கூடுதலாய் இரு பிள்ளைகள் மீதும் பாசத்தையும் அன்பையும் காட்டுவதால், பெரிய அளவிலான அப்பிள்ளைகளின் துயரம் ஓரளவு குறைந்து அவர்கள் பள்ளிக்குச் செல்வதிலும் படிப்பதிலும் கவனத்தைச் செலுத்த முடிந்திருக்கிறது.

இப்போது நெய்வேலி தனியார் பள்ளியில் இருவரையும் சேர்த்து விட வேண்டுமென்ற வைராக்கியத்தோடு வந்து உட்கார்ந்திருக்கிறாள் மலர்க்கொடி.

கவிதாவை ஒன்பதாம் வகுப்பிலும் புனிதாவை எட்டாம் வகுப்பிலும் சேர்க்கவேண்டும். இப்போதே இந்தப் பள்ளிக்கூடத்தில் சேர்த்துவிட்டால் பன்னிரண்டாம் வகுப்பு வருவதற்குள் நன்றாகப் படிக்க ஆரம்பித்துவிடுவார்கள் என்ற நப்பாசையை அவளிடம் அவள் விசாரித்துப் பார்த்த அத்தனைபேரும் ஏற்படுத்தியிருந்தார்கள்.

ஒரு வழியாக மலர்க்கொடியை பள்ளி முதல்வரின் அறைக்குள் போக அனுமதித்தார்கள்.

கவிதா, புனிதா இருவரின் சேர்க்கை விண்ணப்பங்களும் முதல்வரின் கையில் இருந்தன. அவருக்கு எதிரிலும் பக்கத்திலும் வரிசையாக நாற்காலிகள் போடப்பட்டிருந்தன. பக்கத்து வரிசை நாற்காலிகளில் மூன்று ஆசிரியைகள் உட்கார்ந்திருந்தனர். இன்னும் சில நாற்காலிகள் காலியாக இருந்தபோதும் ஏனோ மலர்க்கொடியை உட்காரச் சொல்லவில்லை. அவளுக்கு அதுபற்றியெல்லாம் எதுவும் சிந்திக்கவும் தோன்றவில்லை. அவள் மனம் முழுவதும் எப்படியாவது இந்தப் பள்ளியில் பிள்ளைகளைச் சேர்த்துவிட வேண்டும் என்றவாறே தவித்துக்கொண்டிருந்தது.

“ஒங்க பேரு மலர்க்கொடியா?” கையில் வைத்திருந்த பிள்ளைகளின் விண்ணப்பங்களை பார்த்துக் கேட்டார் முதல்வர்.

“ஆமாங்க மேடம்”

“இந்தப் பிள்ளைகளுக்கு பாதுகாவலர்னு போட்டுருக்கீங்க” “ஆமாங்க மேடம்.”

“இவங்க ஒங்களுக்கு என்னவா வேணும்.”

“எனக்கும் பிள்ளைங்கதான் மேடம்.”

“இவளது பதிலால் சற்று கோபமாய் அதிர்ந்த முதல்வர்,

உறவுமுறையில என்ன வேணுமுன்னு கேட்டேன். ரெத்த உறவுல சொல்லணும்.”

“உறவுமுறையெல்லாம் ஒண்ணும் கெடையாது மேடம்.” “அப்பறம்?”

“இந்தப் பிள்ளைகளோட அம்மா அஞ்சல, ஒன்னா வேலபாத்த எடத்துல எனக்குப் பழக்கம்.”

இப்போதும் முதல்வர் அதிர்ந்துதான் போயிருக்க வேண்டும். ஆனால் அவரது கண்களில் வியப்பும் ஆர்வமும் கூடியிருந்ததை மலர்க்கொடி கவனிக்கத் தவறவில்லை. மலர்க்கொடியைப் பொறுத்தவரை இது அவளுக்கு புதிதில்லை. கேள்விப்படும் எல்லோருமே இதுபோன்ற உணர்வுகளை வெளிப்படுத்தத் தவறியதில்லை.

“பழகுன பழக்கத்துக்காகவா ரெண்டு பிள்ளைகளை எடுத்து வளக்குறீங்க.”

“பழக்கத்துக்காகன்னும் சொல்ல முடியாது மேடம். இந்தப் பிள்ளைகளுக்கு எடுத்து வளக்குற அளவுக்கு சொந்தமுன்னு யாரும் கெடையாது. அம்மா அப்பா ரெண்டுபேரையும் ஒரே நேரத்துல சாகக்கொடுத்துட்டு பரிதாபமா நிக்கிற புள்ளைங்களுக்கு என்னோட உதவி தேவப்படுது. அதான் செய்யிறன்.”

“நீங்க என்ன பண்றீங்க?”

“பீங்கான் கம்பெனி வச்சிருக்குறன் மேடம்.”

“வருமானம்?”

“சொந்தக் கம்பெனி. பாடுபடுறம். ஓரளவு வருது.”

“இந்தப் பிள்ளைகள எங்க ஸ்கூல்ல சேத்தா நெறையா செலவாகுமே.”

“விசாரிச்சிட்டுத்தான் மேடம் வந்தன்.”

“எப்புடி செலவு பண்ணுவீங்க.”

“எங்க வருமானத்துல இவங்கள படிக்க வச்சிரலாம் மேடம்.”

“அரசாங்கப் பள்ளிக்கூடத்துலதான படிச்சிக்கிட்டிருந்தாங்க. அங்கயே படிக்க வைக்கலாமுல்ல?”

“நம்ம அந்தப் புள்ளைங்க ரெண்டுபேரையும் படிக்க வச்சி ஆளாக்கி விடணுமுன்னு முடிவு பண்ணியாச்சி. அத எந்த அளவுக்கு நல்லபடியா பிரயோசனப்படுறமாதிரி செய்ய முடியுமோ அந்த அளவுக்கு செய்து பாத்துடணும் மேடம்.”

“கெவர்மெண்ட் ஸ்கூல்ல படிச்சா பிரயோசனமிருக்காதா?”

“இந்தப் பள்ளிக்கூடத்துல படிக்கிற புள்ளைங்க வருசத்துக்கு ஏழெட்டு பேரு டாக்டர் சீட்டு வாங்குறாங்களாம் மேடம். அரசாங்கப் பள்ளிக்கூடத்துல படிச்சி அந்த அளவுக்கெல்லாம் போகமுடியாதாம் மேடம். எல்லாத்தயும் விசாரிச்சிப் பாத்துட்டுதான் மேடம் இந்த முடிவுக்கு வந்தம்.”

“டாக்டராக்கிப் பாக்கணுமா? வெரிகுட். ஒங்க நல்ல மனச பாராட்டியே ஆகணும். ஆனா நீங்க நெனக்கிற அளவுக்கு அந்தப் புள்ளைங்க படிப்பாங்களா? அதையெல்லாம் யோசிச்சிப் பாக்க வேண்டாமா?”

“இங்க சேத்துக்கிர்றதுக்காக நீங்க வச்ச பரிச்சையில பாஸாயிட்டாங்கல்ல மேடம். நல்லா படிக்கிறவங்களா இருக்கிறதாலதான ஒங்க பள்ளிக்கூடத்துல எடம் கெடச்சிருக்கு.”

“எங்க ஸ்கூல்ல எடம் கெடச்சிச்சின்னு யாரு சொன்னாங்க? இப்பதான் ஒங்ககிட்டயே நான் பேசிக்கிட்டு இருக்குறன். இன்னும் ஒரு முடிவும் சொல்லலயே நாங்க.”

“மேடம் நான் சொன்னது பிள்ளைகளோட தெறமயப் பத்தி. நீங்க இப்ப விசாரிக்கிறதெல்லாம் அவங்களோட வசதி வாய்ப்புகளப் பத்திதான?”

“பரவால்லயே, கரெக்டா சொல்லிட்டீங்க. நல்லாவே புரிஞ்சி வச்சிருக்கீங்க. எங்க ஸ்கூல்ல படிக்கிறதுக்கு திறமையோட கொஞ்சம் வசதியும் வேணும். மாசாமாசம் ஸ்கூல் பீஸ் கட்டணுமுல்ல.”

“கட்டிடலாம் மேடம்.”

“நல்லா யோசிச்சி சொல்லுங்க. இன்னும்கூட ஒங்களுக்காக ரெண்டு நாள் டைம் தர்றேன். இப்ப ஏதோ ஒரு ஆர்வத்துல சொல்லிடலாம்.பெறகு பணக்கஷ்டம் வரும்போது ஏன் இப்புடி பண்ணினோமுன்னு நீங்க கவலப்படக்கூடாது. அப்புடி கஷ்டம் வரும்போது யோசிச்சிப் பாத்துட்டு பிள்ளைகளோட படிப்ப பாதியிலயே நிறுத்தினா அதுங்க படிப்பு பாதிக்கப்படுறதோட மனசும் பாதிச்சிரும். அதுக்காகத்தான் சொல்றன்.”

“அப்புடியெல்லாம் ஒரு நாளும் நடக்காது மேடம்.”

“வழக்கமாக, ஒவ்வொரு மாசமும் பதினஞ்சாம் தேதிக்குள்ள ஸ்கூல் பீஸ் கட்டிடணும். ஒரு பிள்ளையா இருந்தாக்கூட சமாளிக்கலாம். ரெண்டு பிள்ளைகளுக்கு எப்படி சமாளிப்பீங்க. பெத்த பிள்ளைகள படிக்க வைக்கிறவங்களே பலபேர் பாதியோட நிறுத்திட்டு அழுச்சிக்கிட்டு போயிடுறாங்க. எவ்வள பேர பாக்குறம்.”

“அப்புடியெல்லாம் நடக்காது மேடம்.”

“ஒங்க வார்த்த சுத்தமானதா இருக்கலாம். ஆனா அத நம்பி எடம் குடுக்குற அதிகாரம் எங்களுக்கு இல்ல. நிர்வாகத்துக்கு நாங்க பதில் சொல்லியாகணும்.”

“என்ன நம்பித்தான் மேடம் இந்தப் பிள்ளைகள சேக்கணும். நீங்க நம்புறதுக்கு நான் என்ன செய்யணுமோ சொல்லுங்க அத நான் செய்யிறன்.”

“ஒங்களப் பாத்தா எனக்குமே கஷ்டமாத்தாம்மா இருக்குது. ஆனாலும் வேறவழியில்ல. ஒவ்வொரு பிள்ளைக்கும் ஒரு வருசத்துக்கான மொத்த பணத்தையும் நீங்க முன்பணமா கட்டடணும். முடியுமா?”

"மொத்தமா எல்லாப் பணத்தையும் கட்டினாத்தான் நம்புவீங்கன்னா நான் கட்டியிர்றன் மேடம். புள்ளைங்கள சேத்துக்கமாட்டன்னு மட்டும் சொல்லிடாதீங்க."

முதல்வர் இந்த பதிலையும்கூட இவ்வளவு விரைவாய் மலர்க்கொடி சொல்வாள் என்று எதிர்பார்க்கவில்லை. இப்படியெல்லாம்கூட மனிதர்களில் ஒருசிலர் இன்னும் இருக்கிறார்களோ என்று நினைத்திருக்கலாம்.

"சரிம்மா.... நீங்க மேனேஜர்கிட்ட விபரம் கேட்டு ரெண்டு நாளைக்குள்ள பணத்தக் கட்டி சேத்துடுங்க."

முதல்வரின் அறையைவிட்டு வெளியே வந்தாள் மலர்க்கொடி. இப்போதுதான் அவளுக்கு நிம்மதியாக இருந்தது. இருந்தபோதும் அடுத்த இரண்டு நாட்களுக்குள் அவர்கள் கேட்கும் பெரும்தொகையை கட்டியாக வேண்டுமே என்ற எண்ணமும் நெஞ்சை அழுத்தியது. இதை எப்படிச் சமாளிப்பது என்று யோசனையாகவே இருந்தது.

இதை வீட்டில் போய் எப்படிச் சொல்வது. மாயவனும் கிழவியும் நல்ல மனம் படைத்தவர்கள்தான் என்றாலும் இதையெல்லாம் எப்படி எடுத்துக்கொள்வார்கள் என்று தெரியவில்லையே. ஏற்றுக்கொள்வார்களா வேண்டாமென்று மறுத்துவிடுவார்களா? மறுத்துவிட்டால் என்ன செய்வது? பள்ளி முதல்வரிடம் வீராப்பாய் பேசியதெல்லாம் வீண்பேச்சு என்பதுபோல ஆகிவிடுமே நம்மைப் பற்றி என்ன நினைப்பார்கள்? நம்மைப் பற்றி நினைப்பது கிடக்கட்டும். பிள்ளைகளுக்கு நாம் விரும்பிய படிப்பை கொடுக்க முடியாமல் போய்விடுமே. கடவுளே... இப்படியெல்லாம் எதுவும் நடந்துவிடக்கூடாது. என்ன ஆனாலும் பிள்ளைகளை பள்ளியில் சேர்ப்பதிலிருந்து ஒருபோதும் பின்வாங்கி விடக்கூடாது. ஆனால் மாயவனும் மங்களத்துக் கிழவியும் வேண்டாமென்று மறுத்துவிட்டால் அவர்களை எதிர்த்து எப்படிச் சமாளிப்பது. கடவுளே... அப்படியொரு இக்கட்டான சூழ்நிலைக்கு என்னைத் தள்ளிவிடாதே. எப்படியாவது இதற்கு ஒரு வழிகாட்டு' மனதிற்குள் மண்டியிட்டு தொழுது கொண்டிருந்தாள்.

நல்ல விஷயங்களுக்கான முயற்சிகளை கடவுள் தாமாகவே முன்வந்து பிரார்த்தனைகளாக ஏற்றுக்கொள்கிறார். உடனடியாக அவற்றை நிறைவேற்றியும் வைக்கிறார் என்பது உண்மைதான். மலர்க்கொடியின் விஷயத்திலும் இதுதான் நடந்தது.

∗

17

கம்பெனி கொட்டகைக்குள் படபடவென்று சத்தமெழுப்பியபடி ஓடிக்கொண்டிருந்தது அந்த பழைய மின்விசிறி. அதன்கீழ் உட்கார்ந்து படித்துக் கொண்டிருந்தாள் புனிதா. அவளைச் சுற்றிலும் இருந்த ரேக்குகளில் விதவிதமான பொம்மைகள் அடுக்கி வைக்கப்பட்டிருந்தன. அனைத்து கைவேலையும் முடிக்கப்பட்டவை. கில்லனுக்குச் செல்ல காத்திருக்கும் பொம்மைகள் அவை. கைவேலை செய்யப்படாத பொம்மைகள் ஆங்காங்கே பலகைகளில் வரிசையாய் வைக்கப் பட்டிருந்தன. அவ்விடம் முழுவதும் பச்சைக் களிமண், வெள்ளை மண், பொம்மை ஊற்ற குழப்பி வைத்திருக்கும் சிலிப் போன்றவற்றின் மணம் நிரம்பியிருந்தது. பொம்மைகளுக்கு வர்ணமடித்த வேலையும் அன்று நடந்திருக்க வேண்டும். வர்ணங்களை மிஷின் மூலம் ஸ்பிரே செய்தபோது காற்றில் கலந்த வர்ணங்களின் வாசனை அந்தக் கம்பெனி கொட்டகையை விட்டு அகலாமல் தேங்கியிருந்தது.

இந்த சூழலில்தான் தினந்தோறும் உட்கார்ந்து படிக்கிறாள் புனிதா. புனிதா மட்டுமல்ல கடந்த வருடம் வரை இவளுடைய அக்கா கவிதாவும் இங்கேதான் உட்கார்ந்து படிப்பாள். இவ்விடத்தில் நிரம்பி மணப்பதை மண் மற்றும் வர்ணங்களின் வாசனையாக அவர்கள் நினைப்பதில்லை. மலர்க்கொடியின் அயராத உழைப்பின் வாசனை யென்றே அந்த இரு பெண்பிள்ளைகளும் அதனை உணர்ந்தார்கள். அவ்வாசனையை தங்களின் மனமெங்கும் நிரப்பிக்கொண்டு அங்கு உட்கார்ந்து படிப்பதை அவர்கள் இருவரும் அதிகமாய் விரும்பினர். இங்கு உட்கார்ந்து படிப்பதால் தங்களின் பாடச் சுமை சுலபமாகி விடுவதாக உணர்ந்தார்கள். அதனால்தான் தாங்கள் எழுதும் தேர்வுகள் அனைத்தையும் நன்றாக எழுத முடிவதாகவும் விருப்பப்படும் மதிப்பெண்கள் கைகூடி வருவதாகவும் நம்பினார்கள்.

மலர்க்கொடி இதுபோன்ற விஷயங்களையெல்லாம் தன்னுடைய உள்ளுணர்வின் வழியாக அப்பெண் பிள்ளைகளுக்கும் கடத்தியிருக்க வேண்டும். பல வேளைகளில் மலர்க்கொடியே பார்த்து ஆச்சரியப்படும் விதமாக அப்பிள்ளைகள் வளர்ந்துகொண்டிருந்தார்கள்.

புனிதாவுக்காக எடுத்துவந்த டீயை அவளிடம் கொடுத்துவிட்டு வழக்கம்போல, அவளது பக்கத்தில் உட்கார்ந்து அவளுடைய புத்தகப் பையை உதறி சுத்தம் செய்து புத்தகங்களை வரிசையாய் அடுக்கி வைக்கும் வேலையை செய்யத் தொடங்கினாள் மலர்க்கொடி.

'அம்மா இன்னக்கி கெமிஸ்ட்ரி டெஸ்ட் பேப்பர் குடுத்தாங்க' என்றவாறே அதை எடுத்து மலர்க்கொடியிடம் கொடுத்தாள் புனிதா.

"நீ டீய குடிச்சிட்டு படிம்மா"

"சரிம்மா" புனிதா தனது வேலைக்குள் மூழ்கிவிட்டாள். அவள் கொடுத்த விடைத்தாள்களை புரியாதபோதும் புரட்டிப்புரட்டி பார்த்துக் கொண்டிருந்தாள் மலர்க்கொடி. எழுதியிருக்கும் எல்லா பதில்களுக்கும் முழுமையான மதிப்பெண் வழங்கப்பட்டிருக்கிறதா? எதிலாவது அரை மதிப்பெண் ஒரு மதிப்பெண் குறைக்கப் பட்டிருக்கிறதா? எங்காவது சிவப்பு மையால் சுழிக்கப்பட்டிருக்கிறதா என்பது போன்றவற்றை பார்வையிட்டாள். இதுபோன்றவற்றை கவனிக்கவும் அதுபற்றி கேட்கவும் தெரிந்திருந்தது மலர்க்கொடிக்கு. கவிதா, புனிதா இருவரும் பத்தாம் வகுப்பு படிக்கும்போது இதையெல்லாம் மலர்க்கொடியும் கற்றுப் பழகியிருந்தாள்.

விடைத்தாள் மலர்க்கொடியின் மனதை குளிர வைத்திருக்க வேண்டும். படித்துக்கொண்டிருக்கும் புனிதாவையே வாஞ்சையோடு பார்த்துக்கொண்டிருந்தாள்.

கவிதா, கடந்த ஆண்டே பன்னிரண்டாம் வகுப்பு முடித்து நிறைய மதிப்பெண்கள் பெற்று மருத்துவக் கல்லூரியில் இடம் வாங்கிவிட்டாள். இப்போது விழுப்புரம் மருத்துவக் கல்லூரியில் படித்துக் கொண்டிருக்கிறாள்.

அக்கம்பக்கத்து சனங்கள் எல்லோரும் கவிதாவை டாக்டருக்குப் படிக்க வைத்திருப்பது பற்றி பலவாறாகப் பேசிக்கொண்டார்கள். மலர்க்கொடியிடம் நேரடியாக கேட்கவும் செய்தார்கள்.

"பெத்தவங்க இல்லாத புள்ளைங்கள தனியார் பள்ளிக்கூடத்துல சேத்து படிக்கவச்சதே பெரியவிஷயம். அது போதாதுன்னு இப்ப டாக்டருக்கு வேற படிக்க வைக்கிறியே. இதெல்லாம் தேவையா? ஒன்னால முடியுமா? ஆனானப்பட்ட பெரிய பெரிய மனுசனுங்களே அவங்க பெத்த புள்ளைங்கள டாக்டருக்கு படிக்கவைக்க முடியாதுன்னும் பணங்கட்டி சமாளிக்க முடியாதுன்னும் சொல்லறதுக்குள்ள, நீ எந்த தைரியத்துல டாக்டர் படிப்புல கொண்டு போயி சேக்குற?" என்று கேட்பவர்களும்,

“அஞ்சல புள்ளய பெத்துட்டா... நான் அரை மருந்து முழுங்கியேதான் தீருவன்னு ஒத்தகாலுல நிக்கிறியே... விக்கி செத்துட்டா என்ன செய்வ?” என்று இவளுக்காக ஆதங்கப்படுபவர் களும் அவளைச்சுற்றி இருந்துகொண்டும் கேள்வி கேட்டுக்கொண்டும் தான் இருந்தார்கள்.

இப்படி கேட்பவர்களிடமெல்லாம் மலர்க்கொடியும் சளைக்காமல் பதில் சொல்லிக்கொண்டேதான் இருக்கிறாள்.

“அந்தப்புள்ள கவிதா நல்ல மார்க் வாங்கியிருந்திச்சி. அரசாங்க சீட்டு கெடச்சிருக்கு. நானா பணம்கட்டி படிக்க வைக்கல. புத்தகச் செலவு, சாப்பாட்டுச் செலவு, பரிச்ச பணம் அது இதுன்னு எப்புடி செஞ்சாலும் மாசத்துக்கு மூவாயிரத்து மேல செலவாகாது. இந்த செலவுகூட பண்ணமுடியாமலா நான் இருக்குறன்.

ஆண்டவன் புண்ணியத்துல நான் நல்லாத்தான் இருக்குறன். உழைக்கிற உழைப்பு ஒடம்புல ஒட்டுறமாதிரி சொந்த கம்பெனி இருக்கு. கட்டுக்கட்டா சம்பாதிக்க முடியாமப்போனாலும் கைக்குளிர செலவு பண்ணுற அளவுக்கு சம்பாத்தியமும் வருது. பெறவு எதுக்காவ கவலப்படணும். நல்லா படிக்கிற புள்ளைவொ, இன்னக்கி நம்ம அதுங்களுக்கு கைகாட்டிவிட்டா நாளைக்கி அதுங்க நம்மளுக்கே இல்லன்னாலும் கஷ்டப்படுற வேற நாலுபேருக்கு கைகாட்டி விடுங்க” என்பாள்.

கவிதாவை டாக்டர் படிப்பில் சேர்த்துவிட்டது போலவே புனிதாவையும் சேர்த்து விடவேண்டும். அவளும் நன்றாகத்தான் படிப்பதாக அவளுடைய பள்ளி ஆசிரியர்கள் அத்தனை பேரும் சொல்கிறார்கள்.

கவிதாவின் டாக்டர் சீட்டுக்கான ஆணைக் கடிதத்துடன் சாக்லேட் கொடுக்க பள்ளிக்குச் சென்றபோது கவிதாவுக்கு கிடைத்த பாராட்டை விட மலர்க்கொடிக்குக் கிடைத்த பாராட்டுகள்தான் அதிகமாக இருந்தது. மலர்க்கொடியை போன்றதொரு பெண்ணை உலகத்தில் வேறு எங்குமே பார்க்கமுடியாது என்பது போலவெல்லாம்கூட தாராளமாக புகழ்ந்து தள்ளினார்கள்.

அந்தப் பாராட்டும் புகழ்ச்சியும் ஒருவிதமான போதையை அவளுக்கு ஏற்படுத்தியிருந்தது என்றுகூடச் சொல்லலாம். எப்படியாவது புனிதாவையும் கவிதாவைப் போலவே ஆக்கிவிட்டால் இன்னும் ஊர்சனம் எப்படியெல்லாமோ மெச்சிப்பேசும் என்றெல்லாம்கூட அவ்வப்போது எண்ணத் தொடங்கியிருந்தாள் மலர்க்கொடி. இது

ஓரளவு உண்மைதான் என்றாலும்கூட. பார்ப்பவர்கள் நல்லவிதமாகச் சொல்வார்கள், பாராட்டுவார்கள் என்பதைவிடவும் அவளது உள்மனம் ஆசைப்படுவதும் பிள்ளைகள் நல்ல இடத்திற்கு வரவேண்டும் என்பதாகத்தான் இருந்தது. அந்த ஆசைதான் அவளை இடைவிடாது இயக்கிக்கொண்டிருக்கிறது.

புனிதா சாப்பிடுகிறாளா? தூங்குகிறாளா? படிக்கிறாளா? தேர்வுக்கு எல்லாப் பாடங்களையும் முழுமையாகப் படித்திருப்பாளா? எல்லாவற்றையும் தப்பில்லாமல் எழுதிவிடுவாளா? 'கடவுளே! நான் நினைப்பதெல்லாம் நடக்கவேண்டும். கைவிட்டு விடாமல் புனிதாவுக்கும் நல்வழிகாட்டி கவிதாவைப் போலவே கைதூக்கி விடவேண்டும்' என்று இருபத்து நான்கு மணிநேரமும் புனிதாவை பற்றிய சிந்தனைகளாகவும் அவளுக்கான பிரார்த்தனைகளுமாகவே கழிகிறது மலர்க்கொடியின் ஒவ்வொரு நாளும். கம்பெனி வேலைகளும் மற்றவையும் மலர்க்கொடிக்கு இப்போது இரண்டாம்பட்சமாகி விட்டது என்பதாகவே அவள் நடந்துகொண்டாள். அதற்காக அவள் கம்பெனி வேலைகளை அலட்சியப்படுத்திவிடவில்லை. கம்பெனி வளர்ச்சிக்காக அவள் ஒரு வலுவான அடித்தளத்தைப் போட்டு அதிலிருந்து பார்த்துப் பார்த்து இவ்வளவு நாட்களும் கம்பெனியை எழுப்பியிருந்தாள். அப்போது கொடுத்த உழைப்பும் திட்டமிடலும் இப்போது அதிக அக்கறை காட்டமுடியாத இதுபோன்ற சமயங்களில்கூட அதன் வளர்ச்சிக்கு எந்தவிதத் தொய்வும் ஏற்பட்டுவிடாதபடி பாதுகாக்கிறது. தவிரவும் மங்களத்துக் கிழவியும் மாயவனும் இருக்கிறார்கள். கம்பெனிக்காக ஒவ்வொரு வேலையையும் பார்த்துப் பார்த்து செய்கிறார்கள்.

மங்களத்துக் கிழவியைவிடவும் அவளது கம்பெனி மீது அக்கறை கொண்டவர்கள் யாரும் இருக்கமுடியாது. அந்த கம்பெனி உருவாவதற்கும் அது இன்று பத்துக்கும் மேற்பட்டவர்களுக்கு வேலை தரும் கம்பெனியாக உயர்ந்ததற்கும் முக்கியமான காரணம் கிழவிதான்.

பரமேஸ்வரியிடம் வாய் ஒப்பந்தமாய் போட்டுக் கொண்டு நடத்திவந்த கம்பெனியை சொந்தக் கம்பெனியாக்க அந்த இடத்தை சொந்த இடமாக்கிக் கொடுத்தவள் கிழவிதான். கிழவியின் சாதுர்யத்தாலும் நல்லெண்ணத்தாலும்தான் அது நடந்தது. உண்மைதான்.

'இரண்டு வருடம் மட்டும் கம்பெனியை இந்த இடத்தில் நடத்து, பிறகு நான் வந்து ஏற்றுக்கொள்கிறேன்' என்று சொல்லிவிட்டு கச்சிராய நத்தத்தில் இருக்கும் தன் தாய் வீட்டோடு சென்றிருந்தாள் பரமேஸ்வரி.

அங்கு ஆரம்பத்தில் காய்கறி பயிர் செய்துகொண்டிருந்த தன்னுடைய அண்ணன்களின் வயல்களில் வேலை செய்தாள். ஓய்வில்லாத உடலுழைப்பைக் கோரும் வேலை காய்கறி பயிர்செய்யும் வேலை. ஆனால் ஒவ்வொரு நாளும் காய்கறிகளை விற்க முடியும் என்பதால் எப்போதும் கையில் காசு புழங்கியது.

இதையெல்லாம் கவனித்த மகேஸ்வரிக்கு சொந்தமாய் காய்கறி பயிர்செய்ய வேண்டும் என்ற ஆசை ஏற்பட்டிருந்தது. தன் அப்பா அம்மாவின் பங்குக்கு ஒதுக்கியிருந்த அரை ஏக்கர் கரம்பு நிலத்தை ஓட்டி உழுது சீர்செய்து கத்திரி, புடலை, பாகற்கொடி என அனைத்து வகை காய்கறிகளையும் பயிர் செய்தாள். அவளது கணவனின் ஒத்துழைப்பை முழுமையாக இந்த வேலையில் அவளால் பயன்படுத்திக்கொள்ள முடிந்தது. கணவன் மனைவி இருவரும் படும்பாட்டிற்கான பலன் நன்றாகவே கிடைத்தது. தினந்தோறும் மூட்டை மூட்டையாக காய்கறிகளை சந்தைக்கு சைக்கிளில் வைத்துக் கட்டி எடுத்துச் சென்று போட்டுவிட்டு வந்தான் பரமேஸ்வரியின் கணவன்.

கையில் தாராளமாய் காசு புழங்கியது. என்னதான் தாயும் மகளுமாய் இருந்தாலும் வாயும் வயிறும் வேறு வேறுதான் என்பதுபோல, அவளுடைய அம்மா அப்பா இருவரும் விளைச்சலில் கொல்லைக்கான வாரத்தொகையை கேட்க ஆரம்பித்தார்கள். இது, அண்ணன் அண்ணிகளின் தூண்டுதலால்தான் என்பதை பரமேஸ்வரியும் புரிந்துகொண்டாள். எது எப்படியிருந்தாலும் விளைச்சலில் மூன்றில் ஒன்று என்ற கணக்கில் நிலத்துக்கான வாரத்தை கொடுத்துவிடுவதுதான் நியாயமாக இருக்குமென்று பரமேஸ்வரியின் கணவன் வற்புறுத்தியதால் அவளும் ஏற்றுக்கொண்டாள். காய்கறி விற்றுவிட்டு வரும் தொகையிலிருந்து ஒவ்வொரு நாளும் எண்ணிக் கொடுத்துக் கொண்டிருந்தாள் பரமேஸ்வரி.

பங்குப் பணம் கொடுத்தபோதும்கூட இருவரின் அயராத உழைப்பினால் கையில் சிறிது சிறிதாக காசு பணம் தங்கி சேர்ந்து கொண்டிருந்தது.

கையிலிருந்த காசைப் பார்த்த பரமேஸ்வரியின் கணவன் நாம் மறுபடியும் தொழில்பேட்டைக்கே போய்விடலாம் கம்பெனியை எடுத்து நடத்தலாம் எனச் சொல்ல ஆரம்பித்திருந்தான். ஆனால் பரமேஸ்வரி அதற்கு ஒத்துக்கொள்ளவில்லை. சோசியக்காரன் சொல்லியதுபோல கெட்ட கிரகங்கள் விட்டுப்போகும் வரை, நல்லகாலம் பிறக்கும்வரை இங்குதான் இருந்தாக வேண்டுமென்று உறுதியாகக் கூறிவிட்டாள். காசு பணம், சொத்து சுகம் இவற்றை

இழந்தால்கூட மறுபடியும் தேடி சம்பாதித்துக் கொள்ளலாம். குடும்பத்தில் யாருடைய உயிருக்காகவாவது ஏதாவது பங்கம் வந்துவிட்டால் பிறகு என்ன செய்யமுடியும் என்ற பயம் அவளது மனதை கவ்வியிருந்தது.

இந்த நேரத்தில்தான் ஒருநாள் தற்செயலாக சந்தையில் மங்களத்துக்கிழவியை சந்தித்தாள் பரமேஸ்வரி. அவளது குடும்பம் பற்றியும் காய்கறி சாகுபடி பற்றியும் கேட்டறிந்த கிழவிக்கு பளிச்சென்று மனதிற்குள் அந்த யோசனை தோன்றியது.

“பரமேஸ்வரி நான் ஒண்ணு சொன்னா கேப்பியா?” என்றாள் கிழவி.

“சொல்லுங்க ஆயா”

“நீ எந்த நேரத்துல கம்பெனிய எடுத்து நடத்துன்னு சொல்லி வுட்டுட்டுப் போனியோ தெரியல. அப்பயிலேருந்து எங்களுக்கு நல்ல காலம்தான். கம்பெனி இருந்த எடத்துக்கே வூட்டயும் மாத்திக்கிட்டு வந்தம். மழ வெள்ளத்துலேருந்து தப்பி பொழச்சிட்டம். அந்த வூட்டுலயே இருந்துருந்தா அஞ்சலைக்கு ஏற்பட்ட அதே கெதிதான் எங்களுக்கும் ஏற்பட்டுருக்கும். கம்பெனியும் ஓரளவு லாபத்துல ஓடுது. குவிச்சி வைக்க முடியலன்னாலும் எடுத்துவச்சி மொத்தமாக்க முடியுது. பத்தாததுக்கு ரெண்டு தாயத்த புள்ளைவொள எடுத்து வளக்குது மலரு. எந்தக் கொறயும் இல்லாம இருக்குறம்.”

“ஆமாயா. ஒங்களுக்கு மட்டுமில்ல. எங்களுக்கும் அப்புடித்தான். அதான் நான் இன்னமட்டும் ஒண்ணுவிடாம சொன்னனே. இப்பயே நான் வந்தாலும் கம்பெனில நீங்க வாங்கிப்போட்டு வச்சிருக்குற அத்தன சாமானுக்கும் பணத்த குடுத்துற முடியும்” என்றாள் வாய்வூறிப் போனவளாக.

“அதாம்மா பரமேஸ்வரி சொல்லுறன். நீ என்னய பேராசக்காரின்னோ, வஞ்சகக்காரின்னோ நெனச்சிடக்கூடாது.”

“என்னாயா நீ இப்புடி சொல்லுற? ஒன்னப்போயி நான் அப்புடி நெனப்பனா? எதுன்னாலும் சொல்லாயா?”

“நீ கம்பெனிய எங்கக்கிட்ட விட்டுட்டு ஊருக்குப் போனதால வுட்டுக்குடுத்த நீனும் கெட்டுப்போகல. ஏத்துக்கிட்ட நாங்களும் கெட்டுப்போகல.”

“..........”

“சொல்லப்போனா முன்னயவிட இப்ப நீயும் நல்லாருக்குற நாங்களும் நல்லாருக்குறம்.”

"உண்மதான் ஆயா."

"ஒனக்கு காய்கறி சாகுபடி லாபமா இருக்கு. எங்களுக்கு பொம்ம ஊத்துறது லாபமா இருக்கு."

"நெசந்தான் ஆயா... ஆனா இத எத்துன வருசத்துக்கு செய்ய முடியும்? மலரு எறவ எடத்துல கம்பெனிய நடத்துற மாதிரி நாங்களும் எங்கம்மாப்பா கொல்லயிலதான் பயிர் வச்சிக்கிட்டு இருக்குறம். எங்கம்மாப்பா உசுரோட இருக்குற வரைக்கும்தான் அந்த நெலம் அவங்களுக்கு. அதுக்குப்பெறகு அது அண்ணனுங்களுக்குப் போயிச் சேந்துடும். அதோட இல்லாம கொல்லவாரம் குடுத்துட்டுதான் அதுல குனிஞ்சி நிமுந்துக்கிட்டு இருக்குறம். அப்புடி இருக்கக்குள்ள என்னால என்னாயா செய்ய முடியும்?

"நமக்கு எந்த வேல நல்லா செய்யவருதோ அத செஞ்சாத்தான் முன்னேற முடியும்."

"ஆமா ஆயா."

"நான் என்ன சொல்லுறன்னா, நீ அந்த அர ஏக்கர் நெலத்தையும் ஓம்பேருக்கு எழுதிக்குடுக்கச் சொல்லு."

"அது எப்புடி ஆயா... அண்ணனுங்க ஒத்துக்கிட்டாலும் அண்ணனுங்களுக்கு வாழவந்த மகராசிங்க ஒத்துக்குவாங்களா?"

"……….."

"ஒரு நாழி குந்த எடங்குடுக்குறதே பெரிசாருக்கும் போது குடியிருக்க எடங்குடுப்பாங்களா?"

"நீ என்ன சும்மாவா எழுதிக் கேக்கப் போற?"

"பெறவு?"

"கெரயம் பண்ணிக் கேளு."

"என்னக்கிட்ட கெரயம் பண்ணுற அளவுக்கு ஏதாயா பணம்?"

"நீயும் ஒண்ணோட எடத்த மலருக்கு கெரயம் பண்ணிக் குடுத்தா எல்லாம் முடியும்மா

"என்னாயா சொல்லுற?"

"நீ யோசிச்சிப் பாரு"

"நான் ஆசப்பட்டு வாங்குன எடம் ஆயா"

"நான் ஒன்னய கட்டாயப்படுத்தல. நீ யோசிச்சிப் பாரு."

"……….."

“இந்த தொழில்பேட்டயில வேற எடமே இல்லாமப் போயிடல. கையில இருக்குற பணத்துக்கு ஒரு எடத்த வாங்கி ரெண்டு கொட்டாவய போட்டுக்கிட்டு கம்பனிய எடம் மாத்திக்கிர்றது ஒண்ணும் பெரிய வேலயில்ல.”

“..........”

“ஒன்னோட எடத்துல அடியெடுத்து வச்ச நேரம் எப்புடியாப்பட்ட நேரமோ தெரியல. ஓகோன்னு ஓடுது கம்பெனி. குடும்பத்துலயும் ஒண்ணும் கொறச்ச இல்ல. அதுனாலதான் அந்த எடத்த வுட்டுட்டு போகவேண்டாமேன்னு நெனக்கிறன்.”

“அந்த எடத்துக்கு நான் அடியெடுத்து வச்சி வந்த நேரம்தான் சரியில்ல போலருக்கு ஆயா. அங்க வந்ததுலேருந்து கஷ்டமும் நஷ்டமும் நோவும் நொடியுமுன்னு ரொம்பவே பட்டுட்டன். கடைசியா கம்பெனியும் தீப்புடிச்சி எரிஞ்சிப் போச்சி. யாரு தலைக்கும் எந்த தீப்பும் வராம உசுரோட கெடந்தா போதுமுன்னுதான் எட்ட எழும்புனம்.”

“..........”

“மறுபடியும் அந்த எடத்துக்கு நான் வந்தா மட்டும் நல்லாருக்குமுன்னு நிச்சயமில்ல. நீங்க சொல்றது சரிதான் ஆயா. எனக்கு என்னோட பொறந்த ஊரும் காய்கறி சாவடியும் நல்லாத்தான் இருக்குது. இருக்குறத வுட்டுட்டு பறக்குறதுக்கு ஆசப்படக் கூடாதுதான்.”

“ஒண்ணும் அவசரமில்ல பரமேஸ்வரி. நீயும் ஓம்புருசனும் வேணுமுன்னா ஒரு மாசம் கம்பெனிக்கு வாங்க. மலருகிட்டயே வேலய செய்து பாருங்க. கம்பெனிய நடத்தலாமுன்னு நம்பிக்க வந்தா நடத்துங்க. நாங்க வேற எடம்பாத்துக்கிட்டு எட்ட போயிடுறம்.”

“இல்ல ஆயா. அதுமாதிரியெல்லாம் ஒண்ணும் வேண்டாம். யோசிச்சிப்பாத்தா நீங்க சொல்றதுதான் சரியாப்படுது எனக்கும். ஒங்களுக்கும் நஷ்டமில்ல எங்களுக்கும் நஷ்டமில்ல. ஒங்களுக்கும் லாபமாருக்கு. எங்களுக்கும் நல்லாத்தான் இருக்கு இந்த யோசனை.”

“..........”

“நீங்க மலரு மாயவனுக்கிட்ட சொல்லி பணத்துக்கு ஏற்பாடு பண்ணச் சொல்லுங்க. நானும் எம் புருசன்கிட்ட பேசுறன்.”

“இன்னொன்னையும் நல்லா கேட்டுக்கம்மா. ஒங்க அம்மா, அப்பா அந்த மண்ண ஒனக்கு கெரயம் பண்ணி குடுப்பாங்களான்னு கேட்டுக்க. ஒங்க அண்ணந்தம்பிங்களும் ஒத்துக்கணுமில்ல.”

“எங்கம்மாப்பாவே குடுக்காட்டியும் பரவால்ல ஆயா. அடுத்தடுத்த முந்திரி காடு இருக்கு. வேற யாரு காட்டயாவுது வாங்கி திருத்திக்கலாம்.”

“புதுசா காட்டத்திருத்தி, காய்கறி போடுறமாதிரி கொண்டு வரணுமுன்னா கஷ்டம்தானம்மா.”

“கைகாலு வலுவாருக்கு, பாடுபட மனசுல ஆசயும் இருக்கு. இதெல்லாம் பெரிய மலையா ஆயா?”

“சரிம்மா.... எதையோ பேச ஆரம்பிச்சி எதையெதையோ பேசி, கடைசீல இப்புடி கொண்டாந்து முடிப்பமுன்னு நான் கொஞ்சமும் நெனக்கலம்மா.”

“இல்ல ஆயா.... சரியாத்தான் பேசிருக்குறம். பேசவேண்டிய பேச்சதான் இன்னமட்டும் பேசியிருக்குறம். இத இப்புடித்தான் பேசி முடிவெடுக்கணுமுன்னு இருந்திருக்கு. எதுவும் நம்ம கையில இல்ல ஆயா. நடக்குறது நடந்துதான் ஆவும்.”

“எதுக்கும் ஓம்புருசன்கிட்ட பேசிட்டுச் சொல்லு பரமேஸ்வரி.”

“இல்ல ஆயா... அதுக்கிட்ட கேட்டுக்கிட்டுதான் பதில் சொல்லனுமுன்னு ஒண்ணும் இல்ல ஆயா.”

“..........”

“அன்னக்கி கம்பெனிய மலருகிட்ட ஒப்படைச்சிட்டு எங்கம்மா வூட்டோட போவலாமுன்னு திடீருன்னுதான் யோசன வந்துச்சி. அப்பக்கூட எம்புருசன்கிட்ட இதப்பத்தி ஒண்ணுமே சொல்லல. அதுகிட்ட ஒரு வார்த்தையும் சொல்லாம கொள்ளாமதான் ஒங்ககிட்ட வந்து பேசினன். நீங்க எல்லாரும் ஒத்துக்கிட்ட பின்னாடிதான் அதுக்கிட்ட சொன்னன்.”

“கட்டுன புருசன்தான. அதுக்கிட்ட மொதல்ல சொல்லாம எதுக்காவ மறைக்கணும்?”

“சொல்லக்கூடாதுன்னோ. மறைக்கணுமுன்னோ ஒண்ணுமில்ல ஆயா, பட்டினி பசியாக் கெடந்தாலும் புருசன் புள்ளைவொ தலைக்கு எதுவும் வந்துடக்கூடாதுன்னு அன்னக்கி நெனச்சன். எம்புருசன்கிட்ட சொன்னா, பொண்ணு கட்டுன வூட்டோட போறதாவுது. அதுக்கு இங்கயே கெடந்து செத்தாலும் பரவால்லன்னு சொன்னாலும் சொல்லிப்புடுமோன்னு பயந்துதான் ஆயா மொதல்ல சொல்லல.”

“..........”

“எல்லாத்தயும் முடிவுபண்ணி செய்த பெறவு ஒத்துக்கிட்டு வந்தா வரட்டும்.வராட்டி கேரளா பக்கம் போயி இருந்துட்டு வாங்கன்னு சொல்லி அனுப்பிடலாமுன்னு இருந்தன்.”

“..........”

“ஆனா யாம் புருசனுக்கு எம்மனசுப்பட்ட பாடு நல்லாவே புரிஞ்சிருக்குது. ஒத்த வார்த்தகூட மறுத்துப் பேசாம எம்பின்னாடியே வந்துட்டுது. அன்னக்கே அப்புடின்னா இன்னக்கி கேக்கவே வேண்டாம்.”

“யாம்மா... அப்புடிச் சொல்லுற?”

“இப்ப விஷயமே வேறயால்ல ஆயா இருக்குது. இதக்கேட்டா என்னவிட அதுதான் அதிகமா சந்தோசப்படும். தெனமும் கத்திரிக்கா.... அவரைக்கா... பொடலங்கா மூட்டைய தூக்க முடியாமத் தூக்கி சொமந்து சந்தைக்குக் கொண்டு போயி சேக்குறது அதுதான? கருப்பட்டி தின்ன யாருக்காவுது கசக்குமா? சொல்லுங்க?”

“சரிம்மா.... நீ போயிட்டு தம்பியோட பேசிமுடிச்சிட்டு ரெண்டுபேருமா வாங்க. நானும் மலரு காதுல விசயத்தப் போட்டு வைக்கிறன்.”

தன் வாழ்வுக்கு ஏதோ ஒரு புதுவிடியல் ஏற்பட்டு விட்டது போன்றதொரு தெளிவு பரமேஸ்வரியின் மனதில் ஏற்பட்டிருந்தது. கிழவிக்குமேகூட மலர்க்கொடி மாயவனிடம் இதுபற்றி எப்போது பேசலாமென்று மனது பரபரத்துக் கொண்டேயிருந்தது.

மலர்க்கொடி கிழவியின் பேச்சைக் கேட்டதும் சட்டென்று மறுத்துவிட்டாள்.

“இதுமாதிரியெல்லாம் செய்யக்கூடாது ஆயா. இது பெரிய நம்பிக்கத் துரோகம். பரமேஸ்வரியோட புருசன் பூர்வீகத்துல இருந்த கட்டுமனய வித்துட்டு வந்து வாங்கின எடம் இது. இத அவங்க நம்மக்கிட்ட விக்கக்கூடாது. நீங்க பரமேஸ்வரிக்கிட்ட கம்பெனி எடத்த கேட்டதே தப்பு. இந்த எடத்த விட்டுக்குடுக்க அவங்க ரெண்டுபேருக்கும் எப்புடி மனசு வரும்? நம்மக்கிட்ட எடத்த விட்டப்ப எதுவும் எழுதிக்கூட வாங்கிக்கல. வெறும் வாய் ஒப்பந்தமாத்தான போட்டுக்கிட்டம். நம்மள நம்பித்தான எடத்த விட்டுட்டுப் போச்சி. இப்ப எழுதிக்குடுன்னு கேக்குறது தப்பில்லயா ஆயா? நம்பிக்க துரோகம் இல்லயா? இதுக்கு நான் ஒத்துக்கவே மாட்டன்” என்று பிடிவாதமாக மறுத்துவிட்டாள் மலர்க்கொடி.

"எம்மா மலரு இதுல ஒரு தப்பும் இல்லம்மா இதுவும் கூட ஒருத்தருக்கு ஒருத்தர் செய்துக்கிர்ற உதவிதாம்மா. அவங்கள கெட்டுப்போகவா சொல்லுறம். வாழத்தான வழிகாட்டுறம்."

"அவங்களுக்கான நல்ல வழி எதுன்னு அவங்களுக்கே தெரியும் ஆயா. நம்ம யாருக்கும் வழிகாட்ட வேண்டாம்." கிழவியை எதிர்த்துப் பேசுவது மலருக்குப் பிடிக்கவில்லை என்றபோதும் அவளால் இந்த நேரத்தில் பேசாமல் இருக்கவும் முடியவில்லை.

"பரமேஸ்வரி விருப்பப்பட்டுதான் மலரு இதுக்கு ஒத்துக் கிட்டுருக்குது. நான் எதுவும் கட்டாயப்படுத்தல."

"நீங்க பரமேஸ்வரி மனசுல ஆசய தூண்டிவிட்டீங்களா ஆயா?"

"இல்லம்மா விஷயத்த சொன்னன். அது மனசுக்கும் புடிச்சிருந்துருக்கு. ஒத்துக்கிட்டுது."

மலர்க்கொடியால் இதை ஏற்றுக்கொள்ள முடியவில்லை என்றபோதும் கிழவியின் விருப்பமே கடைசியில் நிறைவேறியது என்றால் அதற்கு முழுவதும் காரணமாக இருந்தவர்கள் பரமேஸ்வரியும் அவளது கணவனும்தான். பரமேஸ்வரிக்கும் அவளது கணவனுக்கும் இதைப் பற்றி யோசித்து முடிவெடுக்க அதிக நேரம் தேவைப்படவில்லை. கிழவியை சந்தையில் சந்தித்த அன்றைக்கு சாயங்காலமே இருவரும் மலர்க்கொடியை தேடிக்கொண்டு கம்பெனிக்கே வந்துவிட்டார்கள்.

இதனால் தங்களுக்கு என்னவெல்லாம் பலன்கள் நல்லவிதமாக ஏற்படக்கூடும் என்பதை ஒவ்வொன்றாக எடுத்துச்சொல்லி புரியவைத்த பிறகுதான் மலர்க்கொடியால் இதற்கு இசைவு தெரிவிக்க முடிந்தது.

"நல்ல ஒரு முடிவ எடுத்த பெறவு காலம் வளத்திக்கிட்டு போகக்கூடாது. சீக்கிரமே செய்ய வேண்டியத செஞ்சி முடிச்சிட்டு பொழப்ப பாக்க ஆரம்பிச்சிடணும்" என்றாள் கிழவி.

மாயவன் மலர்க்கொடியின் சேமிப்பில் அதற்கான தொகையும் இருந்தது. விட்டுக்கொடுத்தவர்களுக்கு நஷ்டமில்லாதபடி விலைபேசி மறுநாளே பணத்தைக் கொடுத்து மலரின் பெயருக்கு எழுதி வாங்கினான் மாயவன்.

பரமேஸ்வரி தனக்குக் கிடைத்த அந்த கணிசமான தொகையில் தன் அப்பா அம்மா நிலத்தை கிரயமாக்கிக் கொண்டது மட்டுமல்லாமல், அந்த நிலத்தையொட்டி சேர்ந்தாற் போல் இருந்த இன்னொருவர் நிலத்திலும் அரை ஏக்கர் வாங்கிக்கொள்ள முடிந்தது.

ஒரு ஏக்கரில் காய்கறி சாகுபடி செய்த பரமேஸ்வரி, ஆள் வைத்து காய் அறுக்கும் அளவுக்கு வளர்ச்சியடைந்திருந்தாள்.

மலர்க்கொடியின் கம்பெனி இனி இடம் மாற வேண்யதில்லை என்றானது. கம்பெனியில் இவர்கள் உழைப்பு இன்னும் அதிகமானது. பொம்மை உற்பத்தியும் கணிசமாய் உயர்ந்திருந்தது.

புனிதாவுக்கு கண்கள் லேசாக இழுத்தன. எவ்வளவு நேரம்தான் படித்துக்கொண்டிருப்பாள், பாவம் என நினைத்த மலர்க்கொடி.

"புனிதா எல்லாத்தையும் மூடி வச்சிட்டுப்போயி தூங்கு. தூக்கம் சொக்குது பாரு ஒனக்கு" என்றாள்.

"இன்னும் படிக்கவேண்டியது நெறைய இருக்கும்மா..." கவிதாவும் புனிதாவும் மலர்க்கொடியை அம்மா என்றே அழைத்துக் கொண்டிருந்தார்கள்.

"நான் விடியக்காலம் சீக்கிரமா எழுப்பிவிடுறன். இப்ப போயித் தூங்கு. தூக்கத்துல படிச்சா, படிக்கிறது எதுவும் மண்டையில ஏறாது" என்றபடியே அவளது புத்தகங்களை மூடி அடுக்கி வைத்தாள்.

"சரிம்மா... நான் இப்ப தூங்குறன். மூணு மணிக்கெல்லாம் என்னய எழுப்பி விட்டுருங்க."

"நாலுக்கு எழுப்பிவிடுறன்."

"அய்யய்யோ... அப்புடி பண்ணிடாதீங்கம்மா. படிக்க வேண்டியது நெறயா இருக்கு. மூணுக்கு எழும்புனாலே முடிக்க முடியுமான்னு தெரியல."

"சரி சரி... நான் மூணுக்கே எழுப்பிவிடுறன்." உறுதியளித்தாள் மலர்க்கொடி.

புனிதா படுத்த அடுத்த நிமிடமே தூங்கிப்போனாள். அவளது பக்கத்தில் படுத்துக்கொண்ட மலர்க்கொடி மெதுவாக புனிதாவின் தலையை வருடினாள். முகத்தை பார்த்தாள். சலனமற்று அசந்து தூங்கிய புனிதாவின் கண்கள் மூடியிருந்தபோதும் அதற்குள் ஒளிந்திருக்கும் கனவுகளை மலர்க்கொடியால் காணமுடிந்தது. நிச்சயமாக, இவளும் நல்ல மதிப்பெண்கள் பெற்று வருங்காலத்தில் பெரியதொரு மருத்துவராக வந்துவிடுவாள் என்ற நம்பிக்கை ஏற்பட்டது மலர்க்கொடிக்கு. அந்த நம்பிக்கை அவளுக்கு ஒரு தாலாட்டைப் போல மெல்லத்தழுவி அவளை தூங்க வைத்தது.

✻

18

“மலரு... ஒன்ன யாரு தேடிக்கிட்டு வந்துருக்காங்கன்னு ஒரு நிமிசம் வந்து பாரேன்” மங்களத்துக் கிழவியின் குரலிலேயே தெரிந்தது அவளது சந்தோஷம். உண்மையாகவே, கிழவியால் இதை நம்பமுடியவில்லைதான். மலர்க்கொடியின் பழைய முதலாளி. முதன்முதலில் அவள் இந்த தொழிற்பேட்டைக்கு வேலைக்கு வந்த போது அவளுக்கு வேலை எதுவும் தெரியாதபோதும் புதியவளென்று ஒதுக்காமலும் சம்பளத்தை குறைக்காமலும் வேலைக்குச் சேர்த்துக் கொண்டவர்.

“உள்ள வாங்க... உள்ள வாங்க....” பரபரப்பாயிருந்தாள் கிழவி.

“மாயவன் வீட்டுல இல்லையா?” என்றவாறே உள்ளே வந்தார்.

ஒரு நாற்காலியை எடுத்துப்போட்டு அவரை உட்காரச் சொன்னாள் கிழவி.

“மலரு உள்ள என்ன செய்யிற? சட்டுன்னு வாயன்” கிழவியின் அவசரம் புரிந்தவளாக அடுப்பங்கரை வேலைகளை அப்படியே போட்டுவிட்டு ஈரக்கையை சேலை முந்தானையில் துடைத்தபடி கம்பெனிக்குள் வந்தாள் மலர்க்கொடி

“மாயவன் இப்பதான கடத்தெருவு பக்கம் போயிருக்கு. நாளைக்கி புள்ளைவொள பாக்கப் போறாங்க ரெண்டுபேரும். பலகாரம் பட்சணம் வாங்கிட்டு வரன்னு போயிருக்கு தம்பி.” கிழவி தாமாகவே சொல்லிக்கொண்டிருந்தாள் வந்திருந்தவரிடம்.

தனது பழைய முதலாளியைப் பார்த்தவுடன் மலர்க்கொடிக்கு என்ன பேசுவதென்று ஒன்றும் புரியவில்லை. அவருடன் பேசி வெகுகாலமாகியிருந்தது. கடைசியாக அவளது கல்யாணத்திற்கு பாக்கு வைத்து அழைத்தபோது அவர் நடந்துகொண்டவிதம் அவளை வெகுவாகப் பாதித்திருந்தது. அதற்குப் பிறகு அவருடன் ஒருநாள்கூட அவள் பேசவில்லை. வழியில் எங்காவது பார்க்க நேர்ந்தாலும் தன்னுடைய பாதையை மாற்றிக்கொண்டு போய்விடுவாள். அதன்பிறகு

அவர் முகத்தைக்கூட இன்றுவரை அவள் ஏறிட்டுப் பார்த்ததில்லை. இப்போதெல்லாம் அவர்மீது பெரிதாய் கோபமொன்றும் இல்லையென்றபோதும் அவரை நேருக்குநேர் பார்த்துப் பேசுவதில் ஏதோ ஒரு சங்கடம் இருந்துகொண்டேதான் இருக்கிறது அவளுக்கு. இருப்பினும் இன்று அவரே தன் வீடுதேடி வந்திருக்கிறார் என்கையில் எப்படிப் பேசாமல் இருக்கமுடியும்?

“வாங்க சார்” என்றாள்.

அவளது வரவேற்பை ஏற்றுக்கொள்பவரைப் போல தலையாட்டி புன்னகைத்தார்.

“கம்பெனியெல்லாம் எப்புடிப் போகுது.”

“நல்லாப் போகுது சார்”

“மாயவனும் மலர்க்கொடியும் நல்லா வேல தெரிஞ்ச ஆளுங்கதான். அவங்க கம்பெனியப் பத்தி கேக்கவா வேணும்” என்று கிழவியைப் பார்த்து கூறியவர், சுற்றிலும் அடுக்கியிருந்த பொம்மைகளை நோட்டம் விட்டார். மற்ற கம்பெனிகளைப் போலல்லாமல் ஒவ்வொன்றும் புதுவிதமாய் வித்தியாசமாய் உருவாக்கப்பட்டிருந்தன.

“நம்ம தொழிற்பேட்டயில உள்ளயும் வெளியயும் சேத்து எறநூறு கம்பெனிகளாவுது இருக்கும். ஆனா எந்தக் கம்பனிலயும் இல்லாத பொம்மயாத்தான் ஒங்க கம்பெனில எல்லாமே உருவாகுதுன்னு தொழிற்பேட்டையில எல்லாருமே பேசிக்கிட்டுருக்காங்களேன்னு நெனச்சன். வந்து பாத்த பெறகுதான் தெரியுது அது உண்மதான்ங்குறது. மற்ற கம்பெனிக்காரங்க கெடைக்கிற மோல்ட வச்சிக்கிட்டு பொம்ம தயார் பண்றாங்க. நீங்க புதுசு புதுசா தாய்மோல்ட தயார் பண்ணி ஊத்துறீங்க. பரவால்ல. இப்புடித்தான் இருக்கணும். நம்ம செய்யிற வேலயில அக்கறையோடயும் ஆர்வத்தோடயும் இருந்தா மட்டும் போதாது. இதுமாதிரிதான் புதுசு புதுசா யோசிக்கணும் வித்தியாசமா செய்துபாக்கணும்” மனதார பாராட்டிக் கொண்டிருந்தார் அவர்.

“மாயவனுக்கு நல்ல கைநேர்த்தி இல்லயா ஆயா?” மாயவன் மட்டுமில்லங்க மலர்க்கொடியும் அந்த வேலய செய்யிது. ரெண்டு பேரும் சேந்து இப்புடி செய்யலாமா அப்புடி பண்ணலாமான்னு பேசிக்கிட்டே செய்வாங்க என்றாள் கிழவி.

“எனக்கு இவங்க ரெண்டுபேரயும் பாத்தா பொறாமயா இருக்குது ஆயா. ரெண்டு பேரும் சரியான ஜோடியில்ல?”

அப்பாடா என்றிருந்தது கிழவிக்கு.

“ஒங்களோட வாயாலயே இப்புடியொரு வார்த்தய கேட்டுட்டேன். இனிமே நான் செத்தாலும் பரவால்ல. மோட்சம் கெடச்சிரும்” என்றாள் கிழவி.

‘அப்படி என்ன சொல்லிவிட்டேன் என்பதுபோல திடுக்கிட்டார்’ அவர். அவரையும் அறியாமல் அவர் உதிர்த்துவிட்ட சொற்கள், வெகுநாட்களுக்கு முன்பிருந்தே அவரது மனதிற்குள் ஊறிக்கிடந்த சொற்கள். இன்று வாய்ப்புக் கிட்டிய போது அவை தாமாகவே வந்து விழுந்துவிட்டன.

“ஆமாங்க... மலர்க்கொடிகிட்டயும் மாயவனுக்கிட்டயும் நான்தான் பேசி கல்யாணத்த பண்ணி வச்சன். இவங்களுக்கு கல்யாணம் பண்ணி வச்சத இந்த தொழிற்பேட்டையில அறிஞ்சவங்க தெரிஞ்சவங்க எல்லாருமே ஏத்துக்கிட்டாங்க. ஏத்துக்காம மொகத்த திருப்பிக்கிட்டவரு நீங்க ஒருத்தரு மட்டும்தான். நான் செஞ்ச காரியம் நல்ல காரியம்தான்னு தெரிஞ்சாலும் நீங்க அப்புடி ஒத்துக்காமப் போனது மனசுக்குள்ள ஏதோ ஒண்ணு குத்திக்கிட்டே இருந்த மாதிரி இருந்துச்சி. இன்னக்கி ஒங்க வாயாலயே இப்புடியொரு வார்த்தய கேட்ட பெறவு அது எல்லாம் சரியா போயிட்டுது. நிம்மதியாருக்கு” என்றாள் கிழவி.

“அன்னக்கி சூழ்நில அப்புடி நடந்துக்கிட்டன். நான் வந்து பாக்கல பேசலன்னாலும் மத்தவங்கமூலமா எப்புடி இருக்காங்க ஏது பண்றாங்கன்னு விசாரிச்சி தெரிஞ்சிக்கிட்டுதான் இருக்குறன். ஒரு ஆறு மாசத்துக்குள்ளயே எனக்கு தெரிஞ்சிபோச்சி இவங்க ரெண்டுபேரும் சரியான சோடிதாங்குறது. மனசுக்கு நிம்மதியா இருந்துச்சி. வந்து பாத்துப் பேசணுமுன்னு நெனப்பன். ஆனா ஏதோ ஒரு சங்கடத்துல விட்டுட்டன். இப்ப இவங்க வாழ்க்கயப் பாத்து ரொம்ப சந்தோஷமாவே இருக்கு ஆயா” என்றார்.

அவர் ஏதாவது பேசவேண்டுமே என்று வார்த்தைக்காக பேசவில்லை. உள்மனதிலிருந்து பேசுகிறார் என்பதை மலர்க்கொடியாலும் புரிந்துகொள்ள முடிந்தது. ஒரு பெண்ணைப் பெற்ற தகப்பனின் கரிசனம் அவருக்குள் இருப்பதை உணர்ந்துகொண்டாள். அவளது கண்கள் கலங்க ஆரம்பித்தது. அதனை சமாளித்தவளாக...

“பேசிக்கிட்டு இருங்க சார். காபி போட்டுக்கிட்டு வந்தர்றன்” என்றவாறே பின்புறமிருந்த வீட்டிற்குள் ஓடிவிட்டாள்.

அவருடைய நல்லெண்ணத்திற்காக நெகிழ்ந்து உருகியது மனம். ‘நாமாகவாவது போய் பார்த்துப் பேசிவிட்டு வந்திருக்கலாம். இவர் நம்மீது இவ்வளவு அக்கறையுள்ளவராக இருந்திருப்பார் என்பதை

தெரிந்துகொள்ளாமலே இருந்துவிட்டோமே' என்று வருந்தினாள். அதேசமயம் அவளுக்கு இன்னொருவகையில் பெரும் நிம்மதியையும் தந்திருந்தது அவருடைய வருகையும் பேச்சும்.

"சரியான பாதையிலதான் போயிக்கிட்டு இருக்குறம். இல்லையென்றால் வேண்டாமென்று ஒதுக்கிய ஒரு மனிதர் வீடுதேடி வந்திருப்பாரா? இந்த ஆறு வருச வாழ்க்கைக்கு கெடச்ச மரியாதை இது. ரெண்டு புள்ளைங்களையும் டாக்டருக்கு படிக்கவைக்க முடிஞ்சதால கெடச்ச மரியாத இது. மாயவனும் மங்களத்து கிழவியும் இல்லையின்னா இதுமாதிரி ஒரு பேர என்னால சம்பாதிச்சிருக்க முடியாது. கடவுள் என்ன ஒரு நல்ல எடத்துல பொறக்க வைக்கலன்னாலும் நல்ல எடத்துல வாழ வச்சிருக்காரு. நல்லவங்ககூட வாழவச்சிருக்காரு. அதுபோதும்." பலவாறாக எண்ணமிட்டவளாக காப்பி போட்டு எடுத்துக்கொண்டு வந்தாள்.

"சார் காப்பி குடிங்க" மலர்க்கொடியைப் பார்த்து புன்னகைத்தபடி காப்பி டம்ளரை எடுத்துக் கொண்டார்.

"ஆயா இந்தா நீயும் குடி"

"எனக்கு எதுக்கும்மா இப்ப?"

"பரவால்ல குடி."

"மாயவன் வர்றதுக்கு நேரம் ஆவுமா?" என்றார்.

"கடத்தெருவுல பெரிசா ஒண்ணும் வேலயில்ல. தின்பண்டம், பழம் வாங்கிட்டு வாறதுக்குத்தான போயிருக்குது."

"அந்தப் பொண்ணுங்க ரெண்டுபேரும் நல்லாருக்குதுங்களா?" தலையசைத்தாள் மலர்.

"மலரு மாதிரி யாரும் இருக்க முடியாது ஆயா. அந்த புள்ளைங்கள எந்த மாதிரி நெலமயில ஏத்துக்க வேண்டியதாப் போச்சிங்குறதயும் அதுக்குப் பெறகு வைராக்கியமா இருந்து அதுங்கள நல்லவிதமா படிக்க வச்சிக்கிட்டுருக்குறதையும் நெனச்சிப் பாத்தா ரொம்ப பிரமிப்பா இருக்குது ஆயா."

"உண்மதாங்க. இந்த மனசும் வைராக்கியமும் மலரத் தவர வேற யாருக்கும் வராது" என்றாள் கிழவியும்.

"ஆயாவும் மாயவனும் இல்லயின்னா என்னால மட்டும் என்ன செய்துருக்க முடியும். ஏதோ ஒலகத்துல ஒண்ணு ரெண்டு நல்ல காரியம் நம்மளாலயும் நடக்கணுமுன்னு இருந்துருக்குது அதான்."

"ஒண்ணு ரெண்டு நல்ல காரியம் மட்டுமில்ல மலரு, இன்னும் ஒராயிரம் நல்ல காரியம் ஒங்கையால நடக்கணுமுன்னு நான் ஆசப்படுறன். அதுக்காகத்தான் இன்னக்கி நான் ஒன்னோட வூட்டுவாசல தேடிக்கிட்டு வந்து நிக்கிறன்" என்றார்.

கிழவிக்கும் மலர்க்கொடிக்கும் அவர் என்ன சொல்கிறார் என்று ஒன்றும் புரியவில்லை. இருவரும் ஒருவரை ஒருவர் பார்த்துக் கொண்டார்கள்.

"சார், நீங்க என்ன சொல்றீங்க!" என்றாள் மலர் கிழவியை முந்திக்கொண்டு.

"ஆமா. ஒரு முக்கியமான விஷயம் பேசிட்டுப் போகலாமுன்னு தான் வந்தன். மாயவனும் வந்துட்டா நல்லாருக்குமேன்னு பாத்தன்."

ஆறேழு வருடங்களாக பேசாமலே இருந்தவர் இப்போது வீடு தேடி வந்திருக்கிறார் என்றால், விஷயம் மிகவும் முக்கியமானதாகத்தான் இருக்கும். அது என்னவாக இருக்கும். எதைப் பற்றியதாக இருக்கும்? என்றவாறு யோசித்துக் கொண்டிருந்தாள் மலர்க்கொடி.

எதுவாக இருந்தாலும் அவர் மாயவன் வருவதற்குள்ளாக தன்னிடம் அதுபற்றி எதுவும் பேசிவிடக்கூடாது என்று நினைத்தாள். அப்படி அவர் பேச வந்த விஷயம் குறித்து சொன்னால் நாம்தானே அதற்கான பதிலை சொல்ல வேண்டியிருக்கும். நம்மால் சரியான பதிலையோ அல்லது வேறு கருத்துகளையோ அவரிடம் கூற முடியுமா? என்னதான் மங்களத்துக் கிழவி துணைக்கு இருந்தாலும் எம் இருவரால் மட்டும் அதனை சமாளித்துவிட முடியுமா? வேண்டாம். மாயவனும் வந்துவிடட்டும். அதற்குள்ளாக நாம் அதைப்பற்றி எதுவும் கேட்கவேண்டாம் என்று நினைத்தாள் மலர்க்கொடி.

கிட்டத்தட்ட கிழவியின் மனதிலும் இதுபோன்றதொரு சிந்தனைதான் ஓடிக்கொண்டிருக்க வேண்டும்.

"நான் வேணுமுன்னா போயி தம்பியப் பாத்து கூட்டியாறவா?" என்றாள் கிழவி.

"வேண்டாம் ஆயா. அது போன வேல முடிஞ்சிட்டுன்னா எங்கயும் நிக்காது. இப்ப வந்துரும். நீ எங்கயும் தேடிப்போக வேண்டாம்" என்றவாறே அந்த இடத்தை விட்டு அகன்றாள் மலர்க்கொடி. அவளால் அதற்குமேலும் அந்த இடத்தில் நிற்கமுடியாது. ஏதாவது பேச்சு தொடர்ந்து அவர் வந்த விஷயத்தை சட்டென்று சொல்லிவிட்டால் என்ன செய்வது. மாயவன் இல்லாமல் எதையும் கேட்க, பேச

முடியாதென்று தனக்குத்தானே சொல்லிக்கொண்டாள். மாயவன் வரும்வழியைப் பார்த்து காத்திருப்பவளாக தெருவோரம் வந்து நின்றுகொண்டாள். நல்லவேளை கடைவீதிக்குச் சென்றவன் அதிகநேரம் வளர்த்தாமல் திரும்பி வந்துகொண்டிருந்தான். தூரத்தில் வரும்போதே தன்னை எதிர்பார்த்துதான் மலர்க்கொடி தெருவில் வந்து நிற்கிறாள் என்பதைப் புரிந்துகொண்டவனாக சைக்கிளை சற்று வேகமாக மிதித்தான்.

இரண்டு பக்க சைக்கிள் ஆன்பாரிலும் பெரிய பெரிய பைகள் கனமாய் தொங்கிக்கொண்டிருந்தன. அவற்றில் பிள்ளைகளுக்காக வாங்கிய பழங்களும் தின்பண்டங்களும் இருந்தன. அவ்வாறு இல்லாதிருந்தால் அவன் எப்போதோ வீடுவந்து சேர்ந்திருப்பான். வேகமாக மிதிக்கும்போது ஆடி ஆடி அவை சைக்கிளில் மோதி நசுங்கிவிடக்கூடாதே என்றுதான் இதுவரை மெதுவாக மிதித்துக் கொண்டு வந்தான்.

முகம் பூரிக்க மலர்ச்சியாய் மலர்க்கொடி நிற்பதையும் வாசலில் நிறுத்திவைக்கப்பட்டிருக்கும் வண்டியையும் பார்த்த மாயவனுக்குள்ளும் சட்டென்று சில மகிழ்ச்சியின் இழைகள் தொற்றிக்கொண்டன. ஏதோ நல்ல விஷயம்தான். யாராவது புது வியாபாரிங்க மொத்தமா பொம்ம வாங்க வந்திருப்பாங்க என்பதாக இருந்தது அவனது மகிழ்ச்சி.

“என்ன மலரு? யாரு வந்துருக்காங்க. அடிக்கடி பாத்த வண்டி மாதிரி தெரியுதே” என்றவாறே, ஒரு பையை எடுத்து மலர்க்கொடியிடம் கொடுத்துவிட்டு இன்னும் சற்று கனமான பையை தானே எடுத்துக் கொண்டான்.

“சொல்லு யாரு?”

“நீயே வந்து பாரு” என்றவள் உள்ளே போனாள். அவளைத் தொடர்ந்து உள்ளே நுழைந்தவன் வந்திருப்பவரைப் பார்த்து சற்று திகைத்துதான் போனான்.

“வாங்க சார் வாங்க.”

“நீ வரட்டுமேன்னுதான் இருந்தம். பரவால்ல நேரம் வளத்தாம நீயே வந்துட்ட.”

பதிலேதும் சொல்லாமல் புன்னகைத்தபடி அவரையே பார்த்துக் கொண்டு நின்றான்.

பிறகு எதற்காக வந்தாய், என்ன செய்தி கொண்டுவந்திருக்கிறாய் என்று மரியாதையில்லாமல் கேட்கவா முடியும்?

“சாருக்கு குடிக்க ஏதாவுது குடுத்தியா மலரு”

“குடுத்திச்சி... குடுத்திச்சி... இப்பதான் காப்பி குடிச்சன்” என்றார் மலருக்கு முந்திக்கொண்டு.

மாயவன் கொண்டுவந்து வைத்த கனமான பைகளின் மீது பார்வையைப் பதித்தவர் கேட்டார்.

“பிள்ளைகளுக்கா?”

“ஆமாங்க சார். விடியக்கால ரயிலுக்குப்போகணுமுன்னுது மலரு.... அதான்” சங்கடமாய் நெளிந்தான் மாயவன்.

“பெத்த புள்ளைங்களுக்குக் கூட இதுமாதிரி மூட்ட தூக்க மாட்டாங்க இந்த காலத்துல” என்றார்.

“இன்னக்கி நம்ம செஞ்சா நாளைக்கு அதுங்க செய்யப் போதுங்க” என்றாள் கிழவி.

“நீங்க செய்யிறதயெல்லாம் பாத்தா எதிர்பார்த்து செய்யிற மாதிரி தெரியல. எதிர்பார்த்து செய்யிற ஆளுங்களால இந்த அளவுக்கெல்லாம் செய்யவே முடியாது” என்றார்.

அவர் சொல்வது உண்மைதான். மிகச்சரியாக நம்மைப்பற்றி புரிந்துகொண்டு பேசுகிறார் என்று நினைத்தாள் மலர்க்கொடி.

“கேக்குறவங்களுக்கு ஏதாவது பதில் சொல்லணுமேன்னு தான் ஆயா அப்புடி சொல்லுது. அதுங்க நல்லபடியா படிச்சி கரையேறி நல்ல நெலமைக்கு வந்தாபோதும் சார். எங்களுக்கு செய்யணுமுன்னெல்லாம் நாங்க ஒரு நாளும் நெனக்கமாட்டம். அதுங்க நல்லாருந்தா போதும்.”

“நல்லாருப்பாங்க... எந்தக் கொறயும்வராது. நோக்கம் நல்லதா இருந்தா பலனும் நல்லதாத்தான் இருக்கும்.”

“அதான் சார் வேணும் எங்களுக்கு” என்றான் மாயவனும் தன் பங்கிற்கு.

“ஒங்களப் பாத்து ஒங்ககிட்ட வளர்ற புள்ளைங்க நாளைக்கு அவங்களும் ஒங்கள மாதிரிதான் இருப்பாங்க.”

மாயவன் மலர்க்கொடி கிழவி மூவரும் அவருடைய வார்த்தைகளில் நெகிழ்ந்துபோனார்கள்.

“ஆமாமா நீங்க சொல்றது உண்மதான். மரத்த வச்சி தண்ணி ஊத்துறம். அதோட முடிஞ்சிடுது நம்மவேல. மரம் ஓசந்து பூத்து,

காச்சி, பழுத்த பெறவு மரமேவா எல்லாத்தயும் தின்னுடப் போவுது, இல்ல? நட்டவன் தண்ணி ஊத்துனவனுக்குதான் தருவேன்னு போராட்டம் பண்ணுதா. பறவையோ பட்சியோ, மனிசனோ மிருகமோ யாரு தின்னாலும் மரத்த பொருத்தவரைக்கும் எல்லாமே ஒண்ணுதான். அது மாதிரிதான், நம்ம வளத்துவிட்ட புள்ளைங்க நம்மளுக்கேதான் செய்யணுமுன்னு எந்த கணக்கும் கெடயாது.”

“ஒங்க மூணுபேரு மனசும் ஒரேமாதிரி இருக்குது ஆயா. மூணுபேருக்கும் ரெத்தக்கலப்பு எதுவுமில்ல. ஆனா ஒத்தமாதிரி யோசிக்கிறீங்க அதுனாலதான் ஒங்களுக்கு எல்லாமே நல்லதா நடக்குது. இன்னமும் நல்ல எடத்துக்குப் போவீங்க” என்றார்.

தன்னுடைய பழைய முதலாளி ஒப்புக்காக பேசவில்லை உள்மனதிலிருந்துதான் பேசுகிறார் என்பதை மலர்க்கொடியால் புரிந்துகொள்ள முடிந்தது.

“அப்புறம் நான் வந்த விஷயம் என்னன்னா”

இவ்வளவு நேரமும் அந்தப் பேச்சை அவர் எப்போது ஆரம்பிப்பார் என்றுதான் மூன்றுபேரும் காத்துக்கொண்டிருந்தார்கள். அவர் முகத்தையே பார்த்துக்கொண்டிருந்தார்கள்.

“ஒண்ணுமில்ல. இப்ப உள்ளாட்சித் தேர்தல் அறிவிச்சிருக்காங்க இல்லயா!”

கம்பெனி பற்றியோ, பொம்மை உற்பத்தி பற்றியோ, அல்லது புதிய ஒப்பந்தங்கள் பற்றியோ அல்லது இதுபோல் வேறு ஏதாவது ஒன்று பற்றித்தான் பேச வந்திருப்பார் என்று எதிர்பார்த்திருந்தவர்கள் தேர்தல் பற்றிய அவரின் பேச்சு மிகுந்த ஏமாற்றத்தை ஏற்படுத்தியது.

தேர்தலில் நிற்கப்போகிறாரோ, ஆதரவு கேட்டு வந்திருப்பாரோ என்றெல்லாம் பலவாறாக யோசித்துக் கொண்டிருந்தார்கள் மூவரும்.

“நம்ம வார்டுக்கு பெண் வேட்பாளரத்தான் நிறுத்தணுமாம்.”

“மூவருக்குள்ளும் சட்டென்று ஏதோ ஒரு பொறி தட்டியது. ஆனாலும் மேற்கொண்டு அவர் என்ன சொல்கிறார் என்பதில் கவனமாயிருந்தார்கள்.”

“நம்ப விருத்தாசலம் நகராட்சியிலயே பெரிய வார்டுன்னா அது நம்ம வார்டுதான். பதினெட்டாவது வார்டு. இதுவரைக்கும் இங்க நின்னு ஜெயிச்சவங்க பெரிசா நம்ம தொழிற்பேட்டைக்கு எதுவுமே பண்ணல. ஆனா நம்ம கவுன்சிலர் கம்பெனி, கவுன்சிலர் குடோன்,

கவுன்சிலர் கில்லன் எல்லாம் எப்புடி ஓட்டமா இருக்குன்னு ஒங்களுக்கே தெரியும்."

இப்ப பெண் வேட்பாளரத்தான் நிறுத்தணுமுன்னதும் இதுவரைக்கும் கவுன்சிலரா இருந்தவரு இப்ப தன்னோட பொண்டாட்டி பேருல பணம் கட்டிருக்காரு. இந்த முறையும் அவங்களே வந்துட்டா எதுவும் நடக்காது. தொழிற்பேட்ட நேத்துமாதிரி "இன்னக்கி இருக்குறமாதிரிதான் நாளைக்கும் இருக்கும்."

"அதுக்கு நம்ம என்ன செய்யமுடியும் சார். பதவிக்கு வர்றவங்க மனசுவச்சி செய்யணும்."

"அவங்க மனசு வைக்கவேண்டாம். இந்த முறை நம்ப மனசு வைப்பமே."

"புரியல சார்."

"இந்த தடவ நம்ம மலர்க்கொடிய வேட்பாளரா நிறுத்திப் பாப்பமா?"

மூவரும் ஒருவரை ஒருவர் பார்த்துக்கொண்டார்கள். யாரிடமிருந்தும் எந்தப் பதிலும் வரவில்லை.

"என்ன மாயவன் யோசிக்கிற?"

"இல்ல சார். நமக்கு இதெல்லாம் ஒத்துவருமா சார். இதுமாதிரி வேலைகளுக்குன்னே கொஞ்சப் பேரு இருக்காங்கல்ல சார். அவங்க பாத்துக்க மாட்டாங்களா? நம்ம செய்யிற வேலய போட்டுட்டு அதுக்காகவெல்லாம் மெனக்கெடணுமா சார்."

"ஆமாமா, நீ சொல்றமாதிரி நாலஞ்சி பேரு இருக்காங்கதான். தேர்தல் வந்தா அவங்கதான் நிப்பாங்க. அவங்கள்ள யாரோ ஒருத்தர் செயிப்பாங்க. அவங்க வேல அது. நம்ம வேலய நம்ம பாத்துக் கிட்டுருப்பமுன்னு நாம ஒதுங்கியே போயிக்கிட்டு இருக்குறது சரியா? நீயே யோசிச்சிப் பாரு. நம்ம தொழிற்பேட்டயில எவ்வளவு வேல செய்யவேண்டியிருக்கு. அதையெல்லாம் செய்யிறதுக்கு ஆளு வேண்டாமா? அரசாங்கத்துலேருந்து ஒவ்வொரு வார்டுக்கும் எவ்வளவு பணம் ஒதுக்குறாங்க தெரியுமா? அதையெல்லாம் மொறயாவா செலவு பண்றாங்க. கடமைக்கு ஏதோ ஒண்ணுரெண்ட செஞ்சிட்டு கணக்கு எழுதி வச்சர்றாங்க. பணத்தயெல்லாம் சுருட்டிக்கிர்றாங்க.

இதையெல்லாம் பாத்துக்கிட்டுருந்தும் நாம இதுக்குமேலயும் போனாப்போவுதுன்னு உட்டுட்டு இக்கலாமா சொல்லு. நான் சொல்றத

நீயும் யோசிச்சிப்பாரு மாயவன். நிக்கவைக்கிறதுக்கு மலர்க்கொடி தவிர சரியான ஆளு வேற யாராவது இருக்காங்களா சொல்லு.”

“இருந்தாலும் நம்ப எப்புடி சார்?”

“நீ ஒண்ணும் யோசிக்காத. இந்த மொற மலரு பேருல பணத்தக்கட்டி நிக்க வைக்கிறம்.”

மலர்க்கொடி ஒரு வார்த்தைகூட வாய்திறந்து பேசவில்லை. அவள் மனதிற்குள் தொழிற்பேட்டையும் இதுவரை இருந்த கவுன்சிலர்களும் தேர்தலும் என்று காட்சிகள் மாறிமாறி ஓடிக்கொண்டிருந்தன. இதுவரை அதையெல்லாம் ஒரு பொருட்டாகக்கூட நின்று நிதானித்து நினைத்துப் பார்க்காதவள் அவள். அவளுக்கு ஓட்டுப்போடும் வாய்ப்பு கிடைத்தபிறகு தொடர்ந்து ஓட்டு மட்டுமே போட்டுக் கொண்டிருக்கிறாள். அந்த ஓட்டுக்குப்பின்னால் இருக்கக்கூடிய எந்த விவரத்தையும் அவள் அறிந்துகொள்ள முற்பட்டதில்லை. மற்றவர்கள் அரசியல்வாதிகளை குறைசொல்லிப் பேசும்போதும் இவள் அதைப்பற்றி பெரிதாய் கவனம் கொண்டதில்லை. இப்போது ஒரு வினாடிக்குள் எத்தனையோ விதமான சிந்தனைகள் மனதிற்குள் வந்துசெல்வதை உணர்ந்தாள்.

நாமாக எதையும் சொல்லவேண்டாம். மாயவனும் கிழவியும் என்ன சொல்கிறார்கள் என்று பார்ப்போம் என்பதுபோல அமைதியாக இருந்தாள்.

“தேர்தல்ல நின்னாலும் ஓட்டு வாங்குனாத்தான சார் செயிக்க முடியும். நமக்கெல்லாம் ஓட்டுப் போடுவாங்களா சார்?”

“அட நின்னுதான் பாக்குறது. இந்த தொழிற்பேட்டையில இருக்குற எல்லாருக்குமே மலர்க்கொடிய பத்தி நல்லாவே தெரியும். எந்த அளவுக்கு அடுத்தவங்களுக்காக எறங்கி செய்யிற பொண்ணு அதுங்கறத அஞ்சல குடும்பத்து சாவுலயே எல்லாரும் தெரிஞ்சி கிட்டிருப்பாங்க.”

“..........”

“அன்னக்கி எடுத்த முடிவு ஏதோ உணர்ச்சிவசப்பட்டு அவசரத்துல எடுத்த முடிவுன்னாலுமே கூட அதுக்குப்பெறகு செய்துகிட்டு வர்ற எல்லாத்தையும் சனங்க பாத்துக்கிட்டுத்தான இருக்காங்க”

“நம்ம குடும்பத்துக்குள்ள நடக்குறது. இது நம்ம சொந்த விஷயம் சார். பொது விஷயமுன்னா வேறமாதிரிதான இருக்கும். இதயெல்லாம் வச்சி எப்புடி ஓட்டு போடுவாங்கன்னு சொல்லமுடியும்?”

சொந்த வாழ்க்கையில ஒருத்தவங்க எந்த அளவுக்கு அக்கற உள்ளவங்களாவும், நிர்வாகத்தெறம உள்ளவங்களாவும் உண்மையா நடந்துக்கிர்றவங்களாவும் குடும்பத்த முன்னேத்துறதுக்கு ஒழைக்கிறவங்களாவும் இருக்காங்களோ, அவங்களாலதான் பொது வாழ்க்கையிலயும் அதே மாதிரி வெளிப்பட முடியும்.

"………."

"அடிப்படையில நல்ல மனசு படைச்சவங்களாலதான் மாயவன் இதுமாதிரியெல்லாம் செய்ய முடியும்."

"………."

"மலர்க்கொடிய பொருத்தவரைக்கும், தேர்தல்ல நிக்கிறதுக்கும் செயிக்கிறதுக்கும் அதுக்கு மேல நம்ம தொழிற்பேட்டய முன்னேத்துறதுக்குமான எல்லா நல்ல அமைப்பும் அதுக்கு நெறையாவே இருக்கு மாயவன். யோசிக்காம பதில் சொல்லு."

"நெறயா செலவாகுமா சார்?"

"செலவு செய்யலாமுன்னா செய்யலாந்தான். அரசாங்கம் இவ்வளவுதான் செலவு செய்யணுமுன்னு சொல்லிருக்கு. அதமட்டும் செஞ்சாலே போதும்."

"ஓட்டுக்கு நூறு ரூபா தருவாங்களே. அத எப்புடி நம்ம தர்றது. ஓட்டுக்கு நூறு ரூபாய்தானா வெளில போயி பாரு போட்டியில ஐநூறு, ஆயிரமுன்னு அள்ளி வீசுறானுவொ. அதுமாதிரியெல்லாம் குடுக்குறது தப்பு. நம்ம அதுமாதிரியெல்லாம் செய்யவேண்டாம்."

"போட்டா போட்டு போஸ்டர் அடிச்சி எல்லா செவத்துலயும் ஒட்டணுமே சார்."

"ஆமா, அதெல்லாம் செய்யாம இருக்க முடியாது." சார், புடிக்காதவங்க போஸ்டர்ல்ல மொகத்துக்கு நேரா சாணிய அடிச்சிட்டுப் போவாங்க சார்."

"அட நீ என்னப்பா இப்புடியெல்லாம் யோசிக்கிற. பொது எடத்துல வந்து நின்னுட்டமுன்னா நம்ம மேல பூவ மட்டுமே தூவணுமுன்னு எதிர்பாக்கக்கூடாது. பல பேரு எப்பவும் கையில கல்லதான் வச்சிக்கிட்டு காத்திருப்பானுங்க. யாரு எவரு? நல்லவங்களா? கெட்டவங்களா? எப்புடிப்பட்டவங்கன்னு என்ன ஏதுன்னு யோசிக்காமலே கூட நம்ம மேல கல்ல வீசிட்டுப் போவாங்க. கல்லு மட்டுமில்ல பலநேரம் கேட்கவே முடியாதபடி சொல்லயும் வீசிட்டுப் போவாங்க."

"..........."

"அடிப்படையில நம்ம நோக்கம் சரியாயிருந்தா அதுக்கான பலனும் ரொம்ப ரொம்ப நல்லதாவேயிருக்கும்."

கிழவியால் அதற்கு மேலும் அமைதியாக கேட்டுக்கொண்டு இருக்க முடியவில்லை.

"சரிங்க தம்பி" என்றவள் மாயவனைப் பார்த்து இதுக்கு மேலயும் யோசிக்காதப்பா. மலரு பேருல பணத்தக் கட்டு. சாருகூட போயி அதுக்கு என்ன செய்யணுமோ அத செஞ்சிட்டு வா என்றாள்.

"மலருகிட்டயும் ஒரு வார்த்த கேட்டுடுங்க" என்றார் அவர். மூவரும் ஒரே நேரத்தில் மலர்க்கொடியை பார்த்தார்கள். அவளுக்கு ஒருவித சங்கடமாக இருந்தது. அதை சமாளித்தவாறே எனக்கு இதப்பத்தி ஒண்ணும் தெரியல சார். நான் இதுவரைக்கும் யோசிச்சிம் பாத்ததில்ல. நீங்க சொல்றீங்கன்னா நல்லதுக்காகத்தான் இருக்கும். எப்பவும் மாதிரி ஆயாவும் மாயவனும் ஒத்துக்கிட்டா எனக்கும் சம்மதம்தான் என்றாள்.

இந்த பதில் அவருக்கு மிகப்பெரிய மகிழ்ச்சியையும் நம்பிக்கையையும் தந்தது.

அவரது மனக்கண் முன் தொழிற்பேட்டையின் வளர்ச்சிக்கான செயல்கள் ஒவ்வொன்றாக வந்துபோனது. ஆனால் அவருக்குமே கூட தோன்றாத பல காட்சிகள் அந்த ஒருசில நொடிப்பொழுது களுக்குள்ளாகவே மலர்க்கொடியின் கண்முன் விரியத் தொடங்கின. உண்மைதான். அவள் அவ்வளவு துரிதமாகவும் சுறுசுறுப்பாகவும் தான் கண்ட கனவுகளையெல்லாம் நிறைவேற்றாது போயிருந்தால் இன்று இந்த தொழிற்பேட்டையின் கவுன்சிலராகி இரண்டே ஆண்டுகளில் அப்பகுதி மக்கள் அத்தனைபேரும் தூக்கி வைத்துக் கொண்டாடும் ஒரு நல்ல அரசியல்வாதி ஆகியிருப்பாளா?

*

19

சவரைப்பேட்டை அய்யனார் கோயில் வளாகம் முழுவதும் ஆலமர நிழலால் குளுமையாகியிருந்தது. கையில் பெரிய கத்தியுடனும் முறுக்கிவிட்ட முரட்டு மீசையுடனும் மதுரைவீரன் வீற்றிருந்தார். அவரின் பெரிய கரிய மிரட்டும் கண்கள் குற்றமனம் உள்ளவர்களை பதறவைப்பதாய் இருந்தது.

கவிதா - புனிதா இருவரையும் அழைத்துக்கொண்டு இந்தக் கோயிலுக்கு வருவது மலர்க்கொடிக்கு வழக்கமான ஒன்றுதான். இருவரும் விடுமுறைக்கு வரும்போதெல்லாம் ஏதாவதொரு வெள்ளிக்கிழமையில் இருவரையும் அழைத்துக்கொண்டு வர மறப்பதேயில்லை அவள்.

தொழிற்பேட்டையிலிருந்து செல்லும் குறுக்குவழிப் பாதை அது. மாட்டுவண்டிகளின் சுவடு பதிந்த குறுகலான மண்சாலை. இருபுறமும் அடர்ந்த புதர்க்காடுகள். பலவகையான செடிகொடிகளும் அரிய வகை மூலிகைகளும் அடர்ந்து கிடக்கும் பாதை. இந்தப் பாதையில் தன் மகள்கள் இருவருடனும் பேசிக்கொண்டே நடந்து வருவது மலர்க்கொடிக்கு பிடிக்கும் என்பது மட்டுமல்லாது கவிதா, புனிதா இருவருக்குமேகூட நல்ல அனுபவமாக இருக்கும். இன்றும் அப்படித்தான் மூவரும் பேசிக்கொண்டே வந்ததில் நடந்துவந்த களைப்பு தெரியவில்லை. இருந்தபோதும் நிழலின் குளுமைக்கு ஆசைப்படுபவளைப் போல "கொஞ்ச நேரம் ஒக்காருவம்மா" என்றாள் புனிதா.

"சாமி கும்புட்டுட்டு வந்து ஒக்காருவம் வா" என்றவாறே வீரன் முன்னே போய் நின்றாள் மலர்க்கொடி. கையில் பெரிதாய் வழிபாட்டுப் பொருட்கள் எதையும் எடுத்துக்கொண்டு வரவில்லை. கட்டிச் சூடமும் எலுமிச்சம் பழமும் மட்டுமே இருந்தது. மதுரைவீரனின் கூரிய கத்திமுனையில் ஒரு எலுமிச்சை பழத்தைச் செருகி சூடம் ஏற்றிவிட்டாள். பயபக்தியோடு தலையில் தரைபட விழுந்து வணங்கினாள். பின் ஐயனாரையும் அதேபோல் வணங்கி எழுந்தார்கள். மூவரும் புனிதா காட்டிய இடத்தில் உட்கார்ந்தார்கள்.

கவிதா, தனது கடைசி வருடப் படிப்பிற்கான தேர்வை எழுதி முடித்துவிட்டு வந்திருந்தாள். புனிதாவிற்கு இன்னும் ஓராண்டு இருக்கிறது. கவிதா ஒரு வருடம் அதே மருத்துவமனையில் பயிற்சி மருத்துவராய் பணியாற்ற வேண்டும். பிறகுதான் வெளியே வரமுடியும்.

“அம்மா எனக்கு இனிமே ஒவ்வொரு மாசமும் சம்பளம் வரும். என்னோட செலவு போக புனிதாவுக்கும் எல்லா செலவயும் நானே பாத்துக்கிர்றன்” என்றாள் கவிதா.

“அப்படியா?”

“ஆமாம்மா. நீங்க இனிமே செரமப்பட வேண்டாம்.”

“அப்புடியெல்லாம் நீ எதுவும் செய்யவேண்டாம். நீ மேல படிக்கணுமுன்னு சொன்னேல்ல அதுக்கு ஒதவுறமாதிரி வர்ற சம்பளத்த சேத்து வச்சிக்க.”

“..........”

“ஒனக்கு பண்ணுன மாதிரியே புனிதாவுக்கும் முழுமையா நானே எல்லாத்தையும் செய்தர்றன்.”

“மேல படிக்கணுமுன்னு ஆசப்படுறது உண்மதாம்மா. ஆனா அதுக்கு முன்னால நான் வேலக்கி போவணுமுன்னு ரொம்ப ஆசப்படுறன்.”

ஏன்? என்பதுபோல கவிதாவை ஏறிட்டுப் பார்த்தாள் மலர்க்கொடி.

“நான் வேலக்குப்போயி சம்பாதிச்சி ஒங்களுக்கு அப்பாவுக்கு ஆயாவுக்கெல்லாம் நெறையா செய்யணுமுன்னு நெனக்கிறம்மா”

“எங்களுக்கு என்ன செய்யப்போற?”

“மனசுக்குள்ள நெறயா ஆசயிருக்கு. நெறயா ஐடியா இருக்கு.”

“என்னன்னுதான் சொல்லன்.”

“சொல்லமாட்டன். சொல்லிட்டு செய்யிறதுல ஒரு சந்தோஷமும் கெடைக்காது.”

“அப்புடியா!”

“ஆமாம்மா.”

“ஆனா அதுக்குப் பெறவு ஒங்களுக்கு கல்யாணம் பண்ணி குடுக்குற வேல ஒண்ணு இருக்கு தெரியுமா எங்களுக்கு.”

“அதுக்கெல்லாம் என்னம்மா அவசரம்?”

“காலா காலத்துல செய்யவேண்டியத செய்துடணும் தெரியுமா?”

“..........”

“அந்த செலவுக்கெல்லாம் நீ சம்பாதிக்கிறதத்தான் உபயோகப் படுத்திக்கணும்.”

“கண்டிப்பாம்மா.”

“அப்பறம் ரெண்டுபேருகிட்டயும் இன்னொரு விஷயத்தையும் சொல்லணுமுன்னு நெனச்சிக்கிட்டுருந்தன்.”

“சொல்லுங்கம்மா.....”

“ஒங்க ரெண்டு பேருக்குமே மாப்புள்ள பாக்குற அளவுக்கு எனக்கு வெவரம் பத்தாது.”

கவிதாவும் புனிதாவும் மலர்க்கொடி சொல்வதைக் கேட்டு ஒருவரை ஒருவர் பார்த்துக் கொண்டார்கள்.

“ஒங்களுக்கு புடிச்ச ஒரு பையன நீங்களேதான் பாத்துச் சொல்லணும்.”

“..........”

“எப்புடிப்பட்ட எடமாருந்தாலும் மேற்கொண்டு நாங்க பேசி முடிச்சிருவம்.”

“கல்யாணத்தப் பத்தியெல்லாம் நாங்க இதுவரைக்கும் யோசிச்சிக் கூட பாத்ததில்ல. ஆனாலும் ஒரு விஷயத்துல மட்டும் நாங்க ஆசப்படுறமாதிரி கெடச்சிட்டா ரொம்ப நல்லாருக்கும்” என்றாள் கவிதா.

“என்ன கெடைக்கணுமுன்னு ஆசப்படுறீங்க ரெண்டு பேரும்?”

“எங்களுக்கு எது எப்புடி அமைஞ்சாலும் பரவால்ல. ஆனா மாப்புள்ள கொணகத்துல நம்ப மாயவன் அப்பா மாதிரியே கெடைச்சிறணும். அதுதான் எங்க ஆச.”

கவிதா கூறியதை ஆமோதிப்பவளைப் போலவே புனிதாவும் தலையை ஆட்டிக்கொண்டிருந்தாள்.

மலர்க்கொடிக்கு என்ன பேசுவதென்றே ஒரு கணம் எதுவும் தோன்றவில்லை. இந்தப் பிள்ளைகள் இருவரும் மாயவன்மீது எவ்வளவு மதிப்பு வைத்திருந்தால் இப்படியெல்லாம் யோசித்திருப்பார்கள்.

“உங்க ரெண்டுபேரயும் வீட்டுக்குள்ளயேவா அடச்சிப் போட்டு வளக்குறம்? மாயவனத் தவிர வேற ஆம்புளைவொளயே நீங்க பாத்ததில்லயா?”

“எத்துன பேர பாத்தாலும் மனசுக்குப் புடிச்சவங்களத்தான சுட்டிக்காட்ட முடியும்.”

“ஒங்க மெடிக்கல் காலேஜ்லயே பாக்குறீங்கல்ல. எத்தனயோ டாக்டருங்க வெள்ளையும் சொள்ளையுமா நெட்டையும் குட்டையுமா பம்பரம் மாதிரி சுத்தி வந்து வேல பாக்குறாங்க. அவங்கள்லாம் அழகுல கொறஞ்சவங்களா இல்ல அந்தஸ்துல கொறஞ்சவங்களா? அவங்ககிட்ட நல்ல படிப்பு இல்லயா? அவங்கள்ல ஒருத்தர கையக்காட்டி இவருமாதிரி மாப்புள்ள வேணுமுன்னு கேட்டா ஒத்துக்கலாம். மாயவன் அப்பா மாதிரி மாயவன் அப்பா மாதிரின்னு சொல்றீங்களே ஒங்க மாயவன் படிச்சிருக்குதா? அரசாங்க சம்பளம் வாங்குதா? அழகு அந்திசா இருக்குதா? அதுக்கிட்ட என்ன இருக்குதுன்னு அதுமாதிரியே மாப்புள்ள வேணுமுன்னு கேக்குறீங்க?” என்றாள் மலர்க்கொடி.

இது பொய்ப்பேச்சு, போலியான அங்கலாய்ப்புதான் என்பதை மூவரும் உணர்ந்திருக்கவே செய்தார்கள். இருந்தபோதும் துளியளவும் உண்மையில்லாத இந்தப் பேச்சை அவள் உள்ளூர பேசவில்லை என்பதை கவிதாவும் புனிதாவும் நன்றாகவே அறிந்திருந்தார்கள்.

மலர்க்கொடிக்குமேகூட இப்படி உள்ளே சிலிர்ப்பும் உதட்டில் வெடிப்புமாகப் பேசும் இந்த வஞ்சகப் பேச்சை பேசுகிறோமே என்று சற்று கூச்சமாக இருந்தது. இருந்தாலும் அவள் அதை வெளிக்காட்டிக் கொள்ளவில்லை. மகள்கள் என்ன சொல்கிறார்கள் பார்ப்போம் என்பதுபோல அவர்களது முகத்தைப் பார்த்தாள்.

“ஒலகத்துல வேற ஆம்புளைவொளே கெடைக்கலயா? நீங்க எதுக்காவ மாயவன் அப்பாவ கட்டிக்கிட்டீங்க?”

“என்ன கூட ஒங்கள ஒப்பிட்டுப் பேசக்கூடாது. என்னோட கதயே வேற”

“..........”

“நீங்க நம்புவிங்களோ மாட்டீங்களோ. இந்த ஒலகத்துல எனக்குன்னு இருந்த ஒரே சொந்தம் ஆயா மட்டும்தான். அப்பறமாத்தான் மாயவன தெரிஞ்சிச்சிது. ஆயாவா பாத்துதான் மாயவன எனக்கு கட்டிவச்சிது.”

"………."

"இதுக்குமேல சொல்ல எதுவுமே இல்ல எங்க கதையில."

"சும்மா சொல்லாதீங்கம்மா. ஆயா சொன்னதாலதான் மாயவன் அப்பாவ கட்டிக்கிட்டீங்களா? ஒங்களுக்கு அப்பாவ புடிக்கலயா?" என்றாள் புனிதா சிரித்தபடியே.

"புடிக்காம இருந்துருந்தாலும் வேறவழியில்ல. ஆனா நான் எந்தப் பிறவியில என்ன புண்ணியம் பண்ணுனனோ தெரியல. மாயவன் என் மனமறிஞ்சி நடந்துக்குற மனுசனா இருக்குது. யாருமத்த அனாதயா அலஞ்சி திரிஞ்ச எனக்கு அந்த கூரப்பேட்ட ஐயனாரு தேடிக்குடுத்த சொந்தம்தான் ஆயாவும் மாயவனும்." மலர்க்கொடிக்கு தொண்டை அடைத்தது. கண்கள் கலங்க நன்றிப்பெருக்கோடு ஐயனாரைப் பார்த்தாள்.

"அவங்க ரெண்டுபேரும் மட்டும்தானா? அப்பன்னா நாங்க?" தழுதழுத்தபடி கேட்டாள் புனிதா. திடுக்கிட்டு மகள்கள் இருவரையும் பார்த்த மலர்க்கொடி,

"இந்த ஐயனாரு அள்ளிக்குடுத்த பொக்கிஷம்மா நீங்க ரெண்டுபேரும். எனக்கு மட்டுமில்ல. எங்க மூணுபேருக்குமே கெடச்ச பொதையல் நீங்க"

"இருவரையும் அணைத்துக் கொண்டாள். மூவருடைய கண்களும் கலங்கித் தளும்பின. இந்த கூரைப்பேட்ட ஐயனாரின் கருணையால்தான் தனக்கு இவ்வளவு நன்மைகளும் நடப்பதாக மலர்க்கொடி நம்பினாள். மலர்க்கொடியின் நம்பிக்கை எதுவோ அதுவே மகள்களின் நம்பிக்கையாகவும் இருந்தது. மூவரும் ஐயனாரின் முன் தரையில் மீண்டுமொருமுறை விழுந்து வணங்கினர். மலர்க்கொடியின் வாய் எதையோ முணுமுணுத்தபடி இருந்தது. அனேகமாக, அவை பக்திக்கான மந்திர வார்த்தைகளாக அல்லாமல் நன்றி தெரிவிக்கும் உச்சரிப்புகளாகத்தான் இருக்கக்கூடும். மூவரும் கோயிலைவிட்டு வெளியேறி கடலூர் செல்லும் ரோட்டைக் கடந்து வந்த வழியாகவே திரும்பி நடந்தார்கள்."

"அம்மா, ரொம்ப நாளாவே ஒங்கள ஒண்ணு கேக்கணுமுன்னு நெனச்சது. கேட்டா தப்பா எடுத்துக்கக் கூடாது."

"தப்பா என்ன கேட்டுறப் போற கேளு."

"என்னதான் டாக்டருக்கு படிச்சாலும் ஒங்ககிட்ட டாக்டர் மாதிரியெல்லாம் பேச வரமாட்டங்குதும்மா."

கவிதா, ஏதோ முக்கியமான ஒன்று பற்றித்தான் பேச முற்படுகிறாள் என்று தோன்றிய அதே நொடியில், குழந்தை பெற்றுக்கொள்வது பற்றியதாகத்தான் இருக்கும் என்பதையும் புரிந்துகொண்டாள். எப்படியாவது பேச்சை மாற்றிவிட வேண்டும். கவிதாவின் கவனத்தை திசை திருப்பிவிட வேண்டும் என்று நினைத்தாள்.

“படிப்பு முடிஞ்சபெறகு சொந்தமா ஆஸ்பத்திரி வைக்கலாமா? இல்ல வேற எங்கயாவுது வேல பாக்கலாமா? நீங்க ரெண்டுபேரும் என்ன யோசனயில இருக்கீங்க?” என்றாள் மலர்க்கொடி

“அத பாத்துக்கலாம்மா. அது ஒரு பிரச்சனயே இல்ல. படிச்சிட்டு சும்மாவே இருந்துறப் போறதில்ல.”

“..........”

“நீங்க யாம்மா வருசத்த வீணாக்குறீங்க?” படாரென்று கேட்டுவிட்டாள் கவிதா.

“வருசத்த வீணாக்குறனா?”

“ஆமா ஒரு கொழந்தய பெத்து வளத்து படிக்கவச்சி ஆளாக்குறதுன்னா அது சாதாரண வேலயா? நாலு நாள் பத்து நாளுல முடியிற வேலயா?”

“..........”

“நீங்க இப்புடி நாள தள்ளிப் போட்டுக்கிட்டே போனீங்கன்னா பெறகு எல்லாமே செரமமாயிடும்மா.”

மலர்க்கொடி எதிர்பார்த்ததுதான் என்றபோதும் நேரடியாக கவிதா இப்படிக் கேட்டதும் பதிலேதும் சொல்ல முடியாமல் விக்கித்துப் போனாள் அவள்.

“சொல்லுங்கம்மா. ஒங்க மனசுல என்னதான் நெனச்சிக்கிட்டு இருக்கீங்க?”

“நீ என்ன இப்புடி கேக்குற? நான் என்ன நெனக்க முடியும்?”

“இல்லம்மா. நீங்க பொய் சொல்லக்கூடாது. எங்களுக்கு நல்லாவே தெரியும். எங்கள வளக்கணும், படிக்க வைக்கணுமுன்னுதான் இத்தன வருசமாவும் கொழந்த பெத்துக்காம இருக்கீங்க.”

“அடக் கடவுளே, இது என்ன பேச்சு. இப்புடியெல்லாம் எதுக்காக யோசிக்கிறீங்க?” பதறிவிட்டாள் மலர்க்கொடி.

“எங்களுக்கு ரொம்ப நாளாவே இந்த சந்தேகம் இருந்துக்கிட்டுதாம்மா இருக்கு.”

“நீங்க நெனைக்கிறது உண்மை கெடையாது. இது மாதிரியெல்லாம் யோசிக்காதீங்க இனிமே.”

“அப்புடின்னா சொல்லுங்க இதுவரைக்கும் ஏன் நீங்க கொழந்த பெத்துக்கல.”

“இதுக்கு பதில் அந்த கூரபேட்ட ஐயனாருக்குத்தான் தெரியும்.”

கவிதாவும் புனிதாவும் ஒருவரை ஒருவர் சற்று கலக்கமாய் பார்த்துக் கொண்டார்கள்.

“அம்மா அக்கம்பக்கம் இருக்குறவங்கள்லாம் என்ன நெனக்கிறாங்க பேசிக்கிர்றாங்க தெரியுமா?”

“..........”

“எங்களுக்கு ரொம்பவே குற்ற உணர்வா இருக்கும்மா.”

“உண்ம என்னன்னு தெரிஞ்சிக்காம ஒங்க இஷ்டத்துக்கு பேசாதீங்க” என்றாள் சற்று கோபமான குரலில்.

“சரி, உண்ம என்னங்கிறதத்தான் சொல்லுங்களேன், பாப்போம்.”

“உங்கள வீட்டுக்கு அழச்சிட்டு வந்தப்ப நமக்குன்னு இனிமே புள்ளங்க வேண்டாம். இந்த ரெண்டு புள்ளைங்களையும் வளத்து ஆளாக்கிட்டா அதுவே போதுமுன்னு மாயவனுக்கிட்ட சொன்னதெல்லாம் உண்மதான்.”

“..........”

“ஆனா அதுக்குப் பெறகு இந்த விஷயம் தெரிஞ்சி ஆயா என்னக்கிட்ட சண்ட போட்டுச்சி. மாயவனுக்கும் மனசுக்குள்ள ஆச இருக்குங்குறத தெரிஞ்சிக்கிட்டன். நானும் ஒரு பொண்ணுதான, எனக்கு மட்டும் புள்ள ஆச இல்லாம இருக்குமா?”

“..........”

“நமக்கு குடுத்து வச்சது அவ்வளவுதான்” பெருமூச்சு விட்டாள் மலர்க்கொடி.

“அக்கா இது......” புனிதாவை கையமர்த்தினாள் கவிதா, நான் பார்த்துக் கொள்கிறேன் என்பதுபோல.

“சரிம்மா, எந்த டாக்டரயாவது போயி பாத்தீங்களா?”

“இல்ல.”

“நீங்க இனிமே ஒரு நாள்கூட தாமதம் பண்ணக் கூடாது.”

“இதெல்லாம் தானா கெடைக்கணும். வைத்தியம் பாத்தா சரியா வருமா?”

“அப்புடியெல்லாம் இல்லம்மா. நம்ம உடம்புல சின்ன சின்னதா ஏதாவது ஒண்ணு ரெண்டு பிரச்சன இருக்கும். அத கண்டுபுடிச்சி சரி பண்ணிக்கணும். அது ஒரு பெரிய விஷயமில்ல.”

“..........”

“நம்ம ஊருலயே இதயெல்லாம் பாக்குற டாக்டரு இருப்பாங்க. இல்லாட்டி போனாலும் நாளைக்கு விடியக்காலமே கௌம்பி கடலூர் போயிட்டு வந்திடுங்க” கண்டிப்புடன் கூறினாள் கவிதா.

அரை மனதுடன் ஒத்துக்கொண்டாள் மலர்க்கொடி. அவளுக்கு இதிலெல்லாம் நம்பிக்கையில்லாமல் போயிருந்தது. நமக்கு பிள்ளை இருக்கவேண்டும் என்று இருந்திருந்தால் தானாகவே இருந்திருக்கும்.

“இந்தப் பிள்ளைகள்தான் எனக்குப் பிள்ளைகள். இதுதான் கடவுளின் விருப்பமாக இருந்தால் இதை மாற்ற யாரால் முடியும்?” மனதிற்குள் ஏதேதோ எண்ணமிட்டவளாக நடந்தாள்.

மலர்க்கொடியிடம் எப்படி பேச்சை ஆரம்பிப்பது, குழந்தை பற்றியெல்லாம் எவ்வாறு பேசுவது என்று நிறைய தயங்கிக் கொண்டிருந்த மகள்கள் இருவருக்கும் இந்த வேலை இவ்வளவு சுலபமாய் முடிந்ததே என்று நிம்மதியாக இருந்தது.

“அம்மா... தம்பியோ, தங்கச்சியோ எதுவாருந்தாலும் பரவால்ல. பெத்து மட்டும் குடுத்துடுங்க. அப்பறம் பாருங்க நாங்க எப்புடி வளக்குறோங்குறத்த” வாய் ஊறச் சொன்னாள் புனிதா.

“ஆமாம்மா நாங்க ஒங்களோட வளர்ப்புதான? எங்களுக்கும் உங்க பிள்ளைய வளக்குறதுக்கு ஒரு வாய்ப்ப குடுங்க.”

“இது மட்டும் நடக்கலன்னா, கடைசி வரைக்கும் எங்களுக்கு குற்ற உணர்வு மனச உறுத்திக்கிட்டே இருக்கும்மா” என்றாள் கவிதா.

இருவரும் இவளுக்காக யோசிப்பதையும் இவர்களுடைய நல்லெண்ணத்தையும் மலர்க்கொடியால் புரிந்துகொள்ள முடிந்தது.

“கடவுளே... இவர்களின் விருப்பத்தை என்னால் நிறைவேற்ற முடியுமா?”

"வீட்டுக்குப்போனதும் ஆயாகிட்டயும் மாயவன் அப்பாகிட்டயும் சொல்லி கூடிய சிக்கிரமே டாக்டர்கிட்ட கூட்டிட்டுப் போகச் சொல்லணும்" கவிதா மனதிற்குள் சொல்லிக் கொண்டாள்.

'கடவுளே! கூரப்பேட்ட ஐயனாரய்யா எந்த கொறயுமில்லாம எங்கம்மாவுக்கு ஒரு பிள்ளையக் குடுங்க.' புனிதா மனதிற்குள் வேண்டிக் கொண்டாள். யாரும் யாருடனும் எதுவும் பேசவில்லை. மூன்று பேரின் மனமும் கடவுளின் முன் குழந்தைக்கான வேண்டுதலுக்காய் மண்டியிட்டுக் கொண்டிருந்தது.

ஆனால் அந்த இயற்கையின் விருப்பம் வேறு ஒன்றாக இருந்ததை பாவம் இவர்களால் எவ்வாறு தெரிந்துகொள்ள முடியும்.

✶

20

விருத்தாசலத்திலிருந்து காட்டுக்கூடலூர் செல்லும் சாலையில் வாகனம் சென்று கொண்டிருந்தது. மேற்கூரையில்லா திறந்தநிலையில் இருந்த வாகனம் அது. இரு கரங்களையும் கூப்பி வணங்கியபடி நின்று கொண்டிருந்தாள் மலர்க்கொடி. கழுத்தில் தொழிற்பேட்டை அணிவித்த ரோஜாப்பூ மாலை. முகத்தில் நெகிழ்ச்சியும் மகிழ்ச்சியும் பெருமிதமும் கலந்த புன்சிரிப்பு. தான் இதுபோன்றதொரு நிலைக்கு வருவோம் என்று மலர்க்கொடி கனவிலும் நினைத்துப் பார்த்தது கிடையாது. அவளை அறிந்தவர்களுமே சிறிதும் நினைத்துப் பார்த்திருக்க மாட்டார்கள். ஆனால் காலம் அவளை கைபிடித்து அழைத்துவந்து இன்று இப்படி நிறுத்தியிருக்கிறது.

“அன்பான வாக்காளப் பெருங்குடி மக்களே.... உங்களின் நல்லாதரவைப் பெற்று வெற்றிபெற்ற வேட்பாளர்.... உங்களின் பொன்னான வாக்குகளை அளித்து நீங்கள் வெற்றிபெற வைத்த வேட்பாளர் விருத்தாசலம் சட்டமன்ற உறுப்பினராக இதோ உங்களின் வீடுதேடி வருகிறார். உங்களின் பொன்னான வாக்குகளுக்கு நன்றி தெரிவித்து வீடுவீடாக வருகிறார்....”

முன்னால் சென்று கொண்டிருக்கும் ஆட்டோவிலிருந்து கரகரத்த குரலில் அறிவித்தபடி செல்ல பின்னால் இவளின் வாகனம்.

எல்லோராலும் மலர்க்கொடியை பார்க்க முடிந்தது. அவளாலும் வழியெங்கும் தென்படும் ஒவ்வொருவர் முகத்தையும் நன்றாகப் பார்க்க முடிந்தது. வாகனம் ஒவ்வொரு கிராமத்திற்குள்ளும் நுழைந்து எல்லா தெருக்கள் வழியாகவும் பயணித்துக் கொண்டிருந்தது.

“நம் விருத்தாசலம் சட்டமன்றத் தொகுதியின் உறுப்பினர் மலர்க்கொடி மாயவன் அவர்கள் அகல்விளக்குச் சின்னத்தில் போட்டியிட்டு உங்களின் அமோக ஆதரவைப் பெற்று குத்துவிளக்காக, நம் விவசாயக் குடிகளின் குலவிளக்காக இங்கே வந்து கொண்டிருக்கிறார்.. நன்றி கூறி வந்துகொண்டிருக்கிறார்.”

மலர்க்கொடிக்காக எழுதிக்கொடுக்கப்பட்டிருந்த அறிவிப்பு வாசகங்களை ஒன்றுவிடாமல் உரத்த குரலில் ஏற்ற இறக்கத்தோடு மைக்கில் கூவிக்கொண்டே சென்றார் ஆட்டோவில் சென்றவர்.

இவ்வளவு பரபரப்புக்கிடையிலும் அவளுடைய பெயரை மலர்க்கொடி மாயவன் என்று கூறியதை அவள் கவனிக்கத் தவறவில்லை. ஆம். இப்போது அவள் மலர்க்கொடி மாயவனாகியிருந்தாள். நான் ஏன் மலர்க்கொடி மாயவனாக வேண்டும். இவ்வளவு நாட்களும் மலர்க்கொடியாகத்தானே இருந்தேன். என்ன குறைந்துபோய் விட்டது. இப்போது இந்தப் பெயர் மாற்றத்திற்கான அவசியம் என்ன வந்துவிட்டது என்பதாக யோசித்தாள். இது எதுவுமே அவள் எடுக்கின்ற முடிவாக இருக்கவில்லை. அவளுடைய பழைய முதலாளியும் இன்னும் சில முக்கியப்பட்ட மனிதர்களுமாக சேர்ந்து எடுத்த முடிவு இது.

மலர்க்கொடியால் இதையும் நம்பமுடியவில்லை. வார்டு கவுன்சிலர் பதவிக்காலம் முடிய இன்னும் இரண்டு வருடங்கள் இருக்கும் நிலையில் இந்த சட்டமன்றத் தேர்தலில் நிற்க வைத்துவிட்டார்களே. அதுவும் சுயேட்சையாக என்று அவள் எத்தனையோ முறை யோசித்ததுண்டு. மூன்று வருட கவுன்சிலர் பதவியைப் பயன்படுத்தி தொழிற்பேட்டைக்கு கூடுமானவரை நல்ல விஷயங்களை செய்திருக்கிறேன் என்பதென்னவோ உண்மைதான் என்றாலும்கூட அது தொழிற்பேட்டையிலுள்ள சனங்களுக்குத்தானே தெரியும். மற்ற ஊர் சனங்களுக்கு என்மீது எப்படி நம்பிக்கை வரும்? எந்த அடிப்படையில் எனக்கு ஓட்டுப்போடுவார்கள். இதையெல்லாம் அவள் தன்னை நிற்கவைக்க ஆசைப்பட்ட அத்தனைபேரிடமும் கேட்டுவிட்டாள். அதற்கு அவர்கள் அத்தனை பேரும் சொல்லிய பதில் இதுதான்.

“இதுவரை இந்தத் தொகுதியில் நின்ற யாருமே எதிர்பார்த்த மாதிரி எதையும் பெரிதாகச் செய்துவிடவில்லை. சரி, இப்போதாவது நல்ல ஒரு ஆளை வேட்பாளராக நிறுத்தியிருக்கிறார்களா என்று பார்த்தால், ஒரு கட்சியும் பொறுப்போடு வேட்பாளரை தேர்வு செய்யவில்லை. இது ஒன்றே போதும் நாம் வெற்றி பெறுவதற்கு. போதாக்குறைக்கு நீ இந்த தொழிற்பேட்டைக்கு செய்த நல்ல காரியங்களை எடுத்துச் சொல்லி ஓட்டு கேட்போம்” என்றார்கள்.

“இந்த தொழிற்பேட்டையில வேல செய்யிறவங்கள்லாம் யாரு. சுத்துப்பட்டுல இருக்குற கிராமத்து சனங்கதான. அவங்கள்லாம் போயி அங்கங்க ஒன்னப்பத்தி பேசாமயா இருக்கப்போறாங்க.” என்றார் முதியவர் ஒருவர்.

மற்றவர்கள் அவளை வேட்பாளராக நிறுத்திவிட வேண்டுமென்று வற்புறுத்துவது ஒருபுறம் இருந்தாலும் அவளுக்குள்ளேயுமே கூட அப்படி ஒரு ஆசை அரும்பத் தொடங்கியிருந்தது. கடந்த சில வருடங்களாகவே அவள் ஒருவித போதைக்கு அடிமையாகியிருப்பதை அவளாலேயே நன்றாக உணரமுடிந்தது. புகழ்ச்சிக்கு மயங்கும் போதை அது.

பிறருக்கு உகந்தபடி நல்ல காரியங்களைச் செய்வது, அதன்மூலம் கிடைக்கக்கூடிய புகழுரைகளைக் கேட்கும் போதைக்கு அடிமையாகி யிருந்தாள். அதனால்தான் இந்தத் தேர்தலில் நிற்க வேட்புமனு தாக்கல் செய்த அன்றைய தினத்திலிருந்து ஒரு நாள்கூட ஓய்வில்லாமல், வேகாத வெயில் என்றுகூட பார்க்காமல் ஊர் ஊராக வீதிக்கு வீதி, வீட்டுக்கு வீடு சென்று இரு கரங்களையும் கூப்பி வணங்கி தனக்கு வாக்களிக்கும்படி கேட்டு வந்தாள்.

கிராமத்து சனங்களுக்கு மலர்க்கொடியின் எளிமையான நடையுடை பாவனைகளில், ஆடம்பரமற்ற பேச்சில் இருக்கக்கூடிய உண்மையும் நேர்மையும் தெரிந்திருக்க வேண்டும். இவள் நமக்கான வேலைகளைச் செய்பவளாக இருப்பாள். இவளுக்கு நாம் நிச்சயமாக நம்பி வாக்களிக்கலாம் என்று முடிவெடுத்திருக்க வேண்டும். மக்கள் இவள்மீது நம்பிக்கை வைத்து போட்டார்களோ இல்லை ஒரு மாற்றத்தை விரும்பி போட்டார்களோ மலர்க்கொடி மாயவனை வெற்றியடைய வைத்துவிட்டார்கள். இனி அவளுடைய காலம். புகழ்ச்சி என்னும் போதையை அவள் வேண்டியமட்டும் அள்ளிப் பருகலாம். ஆனால் இதற்காக அவள் தரவேண்டிய விலையாகவும் ஒன்று இருக்கத்தான் செய்தது. அவளது குடும்பத்தை விருத்தியாக்கச் செய்யும் குழந்தை பற்றிய எண்ணத்தை குழிதோண்டிப் புதைத்ததுதான் அது. இதன் காரணமாக, கவிதாவும் புனிதாவும் இவள்மீது மிகுந்த வருத்தத்தில் இருக்கிறார்கள். மங்களத்துக் கிழவிக்குக் கொடுத்த வாக்கை காப்பாற்ற முடியாதவளானாள். எல்லாவற்றுக்கும் மேலாக மாயவனின் தான் ஒரு குழந்தைக்கு தகப்பனாவோம் என்ற கனவிலும் மண்ணள்ளி போட்டுவிட்டாள்.

குழந்தை பெற்றுக்கொள்வதற்காக அவள் எடுத்திருந்த முயற்சிகளை அப்படியே கைவிட்டுவிட்டு தனது அரசியல் வாழ்வில் மூழ்கிப் போய்விட்டாள்.

மலர்க்கொடியின் வாகனம் கச்சிராயநத்தம் கிராமத்திற்குள் சென்றதுமே எதிரே வந்து நின்றாள் பரமேஸ்வரி. அவளுடைய கையில் பெரிய மாலை இருந்தது. தன்னுடன் ஒன்றாக கம்பெனியில் வேலை

செய்த மலர்க்கொடி இன்று எம்எல்ஏவாகி விட்டாள். பரமேஸ்வரியால் அந்தப் பெருமையைத் தாங்கிக்கொள்ள முடியவில்லை. மலர்க்கொடிக்காக பேசி கச்சிராயநத்தத்தின் பெரும்பகுதி ஓட்டுகளை பெற்றுக் கொடுத்தவள் பரமேஸ்வரி.

மலர்க்கொடி ஜெயிச்சா நம்மளே ஜெயிச்ச மாதிரிதான் என்று அடிக்கடி எல்லோரிடமும் சொல்லிக் கொண்டிருப்பாள்.

பரமேஸ்வரியைக் கண்டதும் வாகனத்தை விட்டு இறங்கி வந்தாள் மலர்க்கொடி. மாலையணிவித்த பரமேஸ்வரியை கட்டிப்பிடித்துக் கொண்டாள் ஏனோ அவளது கண்கள் கண்ணீரை உதிர்த்தன. அது ஆனந்தக் கண்ணீர்தான் என்று தெரிந்தபோதும் பரமேஸ்வரியும் அழுதுவிட்டாள்.

உழைத்துக்கொண்டேயிருக்கும் பெண்களுக்கு இயற்கை புதுப்புது பாதைகளை திறந்துவிடுகிறது என்ற நன்றிப் பெருக்காலும்கூட இருவரும் அழுதிருக்கலாம்.

மலர்க்கொடி நன்றி சொல்லிக்கொண்டுதான் செல்கிறாள் என்றபோதும் ஒவ்வொரு ஊரிலும் அவளுக்கு நல்ல வரவேற்பு கிடைத்தது. மற்ற அரசியல்வாதிகளை தூரத்தில் நின்று வேடிக்கை பார்த்த பெண்களெல்லாம் கூட மலர்க்கொடியைக் கண்டவுடன் கிட்டே வந்து உச்சிமுகர்ந்து மகிழ்ந்தார்கள்.

21

சட்டமன்ற உறுப்பினர்களின் விடுதியில் தனக்கான அறையில் குறுக்கும் நெடுக்குமாக நடந்துகொண்டிருந்தாள் மலர்க்கொடி. அவளுக்கு கிடை கொடுக்கவில்லை. குடல் முதுகுத்தண்டோடு ஒட்டிக்கொள்வது போலிருந்தது. ஒரு டம்ளர் தண்ணீரை சாய்த்துக் குடித்தாள். மதியம் இரவு இரு வேளையும் சாப்பிடாமல் கிடந்தால் எப்படியிருக்கும். படுத்தால் தூக்கம் வரவில்லை. பெரிதாய் பசிப்பதுபோல் தெரியவில்லை என்றாலும்கூட உடலை அவளால் கிடத்த முடியவில்லை. ஏதாவது சாப்பிட்டுப் பார்க்கலாம் என்று முயற்சித்தாலும் ஒரு வாய்கூட உள்ளே இறங்காது என்பதை அவள் நன்றாகவே உணர்ந்திருந்தாள். கடிகாரத்தைப் பார்த்தாள். மணி ஒன்றைத்தாண்டியிருந்தது. தண்ணீரை குடித்திருந்தபோதும் ஆகாரமற்ற குடல் சுருட்டுவது போலிருந்தது. அவளையறியாமலே கை வயிற்றைத் தடவியது. காலையில் ஏழு மணிவாக்கில் இரண்டு இட்லி சாப்பிட்டதுதான். அதற்குப்பிறகு டீயோ காப்பியோ கூட குடிக்கவில்லை அவள். மதியம், இரவு சாப்பிட வேண்டுமென்று தோன்றவில்லை. மறுபடியும் தண்ணீரை எடுத்து சரித்துக்கொண்டாள். பசித்த வயிறு அரை பாட்டில் தண்ணீரை வாங்கிக்கொண்டது.

மங்களத்துக்கிழவிக்கு கடந்த ஒரு மாதத்திற்கு முன்பிருந்தே உடம்பு சரியில்லாமல் போய்விட்டது. நடக்கவும் பிடிக்கவுமாக இருந்தாள். மருத்துவர்களிடம் காண்பித்து முறையான கவனிப்பில் இருந்தபோதும் பத்து நாட்களாகப் படுத்த படுக்கையாகிவிட்டாள். ஆகாரமும் குறைந்துபோய்விட்டது. உடம்பு மெலிந்து பார்க்கவே பரிதாபமாக ஆகிவிட்டாள். மலர்க்கொடிக்கு அவளை பார்க்கும் தோறும் மனது துடிதுடித்தது. அவள், பெற்ற தாயிடம் அனுபவிக்க வேண்டிய அன்பையும் அரவணைப்பையும் மங்களத்துக் கிழவிதானே கொடுத்தாள். ரயில் நிலையத்தில் ஆதரவற்று உட்கார்ந்திருந்தவளை அன்று மங்களத்துக்கிழவி மட்டும் அழைத்து வந்திருக்காவிட்டால் இந்நேரம் அவளுடைய வாழ்க்கை எப்படி ஆகியிருக்குமோ யார் கண்டார்கள். கிழவி அழைத்துவந்த அந்த நாளை மலர்க்கொடி, தான்

புதிதாய் பிறவியெடுத்து வந்த நாளாக நினைத்துக்கொள்வாள். ஒரு தாயின் சீராட்டலும் பாராட்டலும் அவளுக்கு கிழவியிடமிருந்து துளியும் குறைவில்லாமல் கிடைத்துக்கொண்டிருந்தது. ஒவ்வொரு நாளும் பார்த்துப் பார்த்து மலர்க்கொடிக்கு வேண்டியதையெல்லாம் செய்தாள். அவளுக்கு நல்லதொரு தாயாய் இருந்து என்னென்ன வெல்லாம் சொல்லித்தர வேண்டுமோ அத்தனையையும் சொல்லிக் கொடுத்து வளர்த்தாள்.

கிழவியுடன் வந்தபிறகு மலர்க்கொடி ஒருநாளும் தான் ஒரு யாருமற்ற அனாதையென்றோ, தன் உறவுகள் யாராவது தன்னைத் தேடி வருவார்கள் என்றோ எதுபற்றியும் அவள் சிறிதும் யோசித்ததில்லை.

மங்களத்துக் கிழவியேதான் மாயவனை அவளுக்கு மணமுடித்து வைத்தாள். அதற்குப் பிறகும் அவளுடைய ஒவ்வொரு நாள் வளர்ச்சிக்கும் அவளே ஆதாரமாயிருந்தாள். எல்லாவற்றுக்கும் அடித்தளமிட்டுக் கொடுத்தவளும் கிழவிதான். இன்று அந்தக்கிழவி அன்ன ஆகாரமின்றி உயிருக்குப் போராடிக்கொண்டு கிடக்கிறாள். நாம் அவளது பக்கத்தில் இருந்து பார்த்துக்கொள்ள முடியாமல் போய்விட்டதே என்று வருந்தினாள். எனக்கு எல்லாமுமாக இருந்தவளுக்கு நான் என்ன செய்திருக்கிறேன். இதுவரை ஆயாவுக்கென்று நான் எதுவுமே செய்ததில்லை. இப்போது பக்கத்தில் இருந்து கவனிக்கக்கூட இல்லையென்றால், நான் எவ்வளவு நன்றிகெட்டவளாக இருக்க வேண்டும். கடவுளே நான் என்ன செய்வேன்.

இந்த சட்டமன்ற கூட்டத்தொடர் முடிய இன்னும் பதினாறு நாட்களாகும். இன்றோடு ஆறு நாட்கள் முடிந்துள்ளது. மொத்தம் இருபத்து இரண்டு நாட்கள் சட்டமன்றம் செயல்படும் என்று திட்டவட்டமாக முன்பே முடிவு செய்யப்பட்டு அறிவிக்கப் பட்டிருந்தது. சட்டமன்ற உறுப்பினராக பணியாற்றிக்கொண்டிருக்கும் இந்த இரண்டு ஆண்டுகளில் மலர்க்கொடி ஒருநாள்கூட விடுப்பு எடுத்ததில்லை. ஒவ்வொரு கூட்டத்தொடரின் போதும் ஆரம்பமாகும் அன்று வருபவள் முடிந்தபிறகுதான் ஊருக்குத் திரும்புவாள். அதுவரை இந்த விடுதியில்தான் தங்கியிருப்பாள். ஆனால் இந்தமுறை அவளால் முழுமையாக பங்கேற்க முடியாது என்றே தோன்றியது.

முக்கியமான விவாதங்களின்போது கூர்ந்து கவனிப்பவள் மலர்க்கொடி. இங்கு வந்த பிறகுதான் அவளால் சட்டமன்ற நடவடிக்கைகள் பற்றியெல்லாம் நன்றாகத் தெரிந்துகொள்ள முடிந்தது. சட்டமன்ற கூட்டத்தில் கலந்துகொள்ளும் ஒவ்வொரு நாளும் அவளுக்கு எத்தனையோ விஷயங்களில் தெளிவு கிடைத்திருக்கிறது.

ஒவ்வொரு நாளும் அரசியல் பற்றி கற்றுக்கொள்ள முடிகிறது. தான் ஒரு சட்டமன்ற உறுப்பினராக இருக்கும்பட்சத்தில் இவற்றையெல்லாம் தெரிந்துகொள்ளவேண்டியது எவ்வளவு அவசியமானதாகும் என்பதையும் உணர்ந்தவள் மலர்க்கொடி அதோடு மட்டுமல்லாது, தற்போதைய கூட்டத்தொடர் விவாதங்களின்போது சந்தர்ப்பம் பார்த்து தமது கோரிக்கைகளை முன்வைக்க வேண்டியவளாகவும் இருந்தாள்.

விருத்தாசலம் தொழிற்பேட்டையில் பெயரளவில் இயங்கிக் கொண்டிருக்கும் பீங்கான் தொழில்நுட்பக் கல்லூரியை சீர்படுத்தி, சிறப்பாக செயல்படுத்த கோரிக்கை வைக்கவேண்டுமென்று திட்டமிட்டிருந்தாள். இன்னும் இதுபோல் நான்கைந்து பிரச்சனைகளை கையில் வைத்திருந்தாள். இதைப்பற்றியெல்லாம் பேசாமல், உரிமைகளைக் கேட்டுப்பெறாமல் எப்படி ஊருக்குப் போகமுடியும். ஆயாவுக்கு ஒரு மகளாயிருந்து நான் செய்ய வேண்டியது என்னுடைய கடமைதான். அதற்காக வாக்களித்த மக்களுக்கு செய்யவேண்டிய கடமையை செய்யாமல்போவது தவறில்லையா? நான் என்ன செய்வது.

கடவுளே, கூரப்பேட்டை அய்யனாரய்யா எனக்கு ஒரு வழியக் காட்டு. மனதிற்குள் புலம்பித் தவித்தாள் மலர்க்கொடி.

ஆயாவை பார்த்துக்கொள்ள மாயவனைத்தவிர வீட்டில் வேறு யாருமில்லை என்று நினைத்து அவள் கண் கலங்கிய போதெல்லாம் அவன்தான் அவளுக்கு தைரியத்தைக்கொடுத்தான். அவனளித்த நம்பிக்கையாலும் உறுதியாலும்தான் இந்த ஆறு நாட்களும்கூட அவளால் கூட்டத்தொடரில் கலந்துகொள்ள முடிந்தது. ஆனால் இன்று அவனேதான் நம்பமுடியாதபடி மாறிப்போயிருக்கிறான்.

கிழவியை இந்த நிலையில் போட்டுவிட்டு சென்னைக்கு எப்படிப் போவதென்று மலர்க்கொடி தயங்கிக்கொண்டே நின்றபோது மாயவன்தான்,

"மலரு என்ன யோசிக்கிற?" என்றான்.

"ஆயா இப்புடி அன்ன ஆகாரமில்லாம, கண்ணு தொறக்காம கெடக்கக்குள்ள நான் எப்புடி போறது?" என்றாள்.

"நீ இப்புடியெல்லாம் பேசிக்கிட்டு இருக்காத மலரு. ஆயாவ பாத்துக்க நான் இருக்குறன். ஒண்ணப்பத்தியும் நெனச்சி கவலப்படாம நீ போ. ஒன்னோட வேல எவ்வளவு முக்கியமானதுன்னு யோசிச்சிப்பாரு. ஆயா ஒரு உசுருக்காக பாத்தியன்னா, ஒனக்கு ஓட்டுப்போட்ட ரெண்டு லட்சம் பேரோட நம்பிக்கைய எப்புடி காப்பாத்துவ? சும்மா சுத்தி

வரவும் ஒப்புக்கு ஒப்பாரி வைக்கவுமா ஒனக்கு ஓட்டுப் போட்டு தேர்ந்தெடுத்தாங்க?"

"ஆயா எனக்கு செஞ்சதயெல்லாம் நெனச்சிப்பாத்தா நீ இப்புடி பேசமாட்ட."

"எனக்கு மட்டும் தெரியாமயா இருக்கு. நீ இப்ப ஒன்னோட நல்லதுக்காகவா போற? இல்ல விருந்து வேட்டன்னு வெட்டியா பொழுதுபோக்கப் போறியா?"

"நீ மட்டும் தனியா ஆயாவ எப்புடி பாத்துப்ப?"

"நீ எப்புடி பாத்துப்பியோ அதேமாதிரிதான் நானும் பாத்துப்பன்."

"இல்ல. நீ ஆம்புளயா இருக்குற. ஆயாவ தூக்க, எடுக்க, கழுவிவிட, துணிமணி மாத்திவிடவெல்லாம் ஒனக்கு சங்கடமா இருக்குமேன்னு பாத்தன்."

"ஆயா ஒனக்கு மட்டும்தான் நல்லது செஞ்சிருக்குன்னு நெனக்காத. இன்னக்கி நான் இந்த நெலமயில இருக்கேன்னா அதுக்கும் ஆயாதான காரணம். ஒனக்கு செஞ்சதவிடவும் ஒருபடி அதிகமா ஆயா எனக்குத்தான் செய்திருக்கு தெரியுமா." மாயவன் எதை மனதில் வைத்துக்கொண்டு இவ்வாறு பேசுகிறான் என்பதை மலர்க்கொடியால் புரிந்துகொள்ள முடிந்தது. இருந்தபோதும் தொடர்ந்து அதுபற்றி பேசுவதற்கும் யோசிப்பதற்குமான நேரமில்லை இது என்று எண்ணியவள்,

"நான் அதச் சொல்லல. ஆயாவ கவனிக்கிறதுல ஒனக்கு சங்கடம் வந்துடக்கூடாதேன்னுதான் சொல்றன்."

"படுக்கயில வுழுந்து பச்சபுள்ளயாட்டம் கெடக்குறது ஆணாருந்தான்ன, பொண்ணாருந்தான்ன... கொழந்த மாதிரிதான. ஒரு கொழந்தைக்கு பண்ணிவிடுறதா நெனச்சி ஆயாவுக்கும் செய்ய வேண்டியதுதான்."

"புனிதாவ வேணுமுன்னா வரச்சொல்லுவமா" என்றாள்

"புனிதா வந்து பாத்தாமட்டும் ஆயா எழும்பி ஒக்காந்துறப் போவுதா. அது இப்பதான் போயி வேலையில சேந்துருக்கு. ஒடனே லீவு போடுன்னு சொல்லலாமா. நீனே யோசிச்சிப்பாரு மலரு. இங்க வந்து இருந்தா ஆயாவ மட்டும்தான் பாக்க முடியும். ஆஸ்பத்திரில இருந்தா எத்துன பேருக்கு வைத்தியம் பாக்கும். அத கெடுக்கலாமா நம்ம"

கவிதாவையும் வரச்சொல்ல முடியாது. அவள் இப்போது அவளது கணவனுடன் இருக்கிறாள். தவிரவும் அவளுக்கு இன்னும் மேற்படிப்பும் முடியவில்லை. மலர்க்கொடிக்கோ, மாயவனுக்கோ அதிக சிரமம் தந்துவிடக்கூடாது என்று தனது வாழ்க்கையை தானே தேடிக்கொண்டவள் கவிதா.

அவளுக்கு எல்லாமே இலகுவாய் அமைந்துவிட்டது. பயிற்சி மருத்துவராய் இருக்கும்போதே மேற்படிப்பிற்கான தேர்வை எழுதினாள். அவள் விரும்பிய பிரிவில் இடம் கிடைத்து சேர்ந்தாள். மேற்படிப்பில் சேர்ந்து நான்கைந்து மாதங்கள்கூட ஆகியிருக்காது. கேரளாவிலிருந்து வந்து இவளுடன் படிக்கும் பையன் ஒருவனை ஒருநாள் வீட்டுக்கு அழைத்துக்கொண்டு வந்தாள். அவனைப்பற்றி கூறி அறிமுகப்படுத்தினாள்.

மலர்க்கொடிக்கு சட்டென்று எல்லாம் புரிந்துவிட்டது. அவளது கண்களிலிருந்து கண்ணீர் வந்தது. தன்னுடைய மனதைப் புரிந்துகொண்டு இப்படி செய்திருக்கிறாள் என்று கவிதாவை நினைத்து நினைத்து மலர்க்கொடியின் மனம் கரைந்தது.

மலர்க்கொடி மாயவன் இருவரின் மனதிற்குள்ளும் அழுத்திக் கொண்டிருந்த பிரச்சனை இதுதான். இருவரையும் வளர்த்தது, படிக்கவைத்ததெல்லாம் பெரிய விஷயமாகத் தோன்றவில்லை. இருவருக்கும் எப்படி சம்பந்தம் தேடி கட்டிக்கொடுப்பது என்பது மட்டும்தான் பெரும்பாரமாக அழுத்திக்கொண்டிருந்தது. எந்த சாதியில் மாப்பிள்ளையைப் பார்ப்பது? அஞ்சலையின் சொந்தக்காரர்கள் வழியில் பார்க்கவும் முடியாது என்று தோன்றியது. ஏனென்றால் அஞ்சலையின் கணவனை கடைசிவரை அவளது உறவினர்கள் ஏற்றுக்கொள்ளவில்லை. அதனால்தான் இந்தப் பிள்ளைகள்மீதுகூட அவர்கள் விருப்பத்தைக் காட்டாமல் போய்விட்டார்கள். அஞ்சலையின் கணவன் வழியில் பார்க்கலாமென்றால் இந்தப் பிள்ளைகளுக்கு இணையாக படித்தவர்கள் இருப்பார்களா, அதற்கு இந்தப் பிள்ளைகள் ஒத்துக்கொள்வார்களா என்று பலவிதமான சங்கடங்களும் இருவருடைய மனதிலும் இருந்துகொண்டேதானிருந்தது.

இதையெல்லாம் மனதில் வைத்துக்கொண்டுதானோ என்னவோ சாதியும் வேண்டாம், ஒரு மண்ணாங்கட்டியும் வேண்டாம் என்பது போல வேறு ஒரு மொழி பேசும் பையனொருவனை தேர்வுசெய்து கொண்டுவந்து நிறுத்தியிருந்தாள்.

பையன் வெள்ளை வெளேரென்று அழகாய் இருந்தான். உயரமாய், வாட்டசாட்டமாய் எந்தவகையிலும் குறைசொல்ல

முடியாதவனாய் இருந்தான். அவனுக்கும் கவிதாவை ரொம்பவே பிடித்திருந்தது என்பதுதான் எல்லாவற்றைவிடவும் நம்பிக்கையளித்த விஷயம். கடவுளின் கருணையில்லாமல் இதெல்லாம் எவ்வாறு நடந்திருக்க முடியும் என்று தோன்றியது மலர்க்கொடிக்கு.

இருவருமே திருமணத்தில் ஆடம்பரம் வேண்டாம் என்று சொல்லிவிட்டார்கள். தவிரவும், இருவரும் படித்துக்கொண்டிருப்பதால் திருமண சம்பிரதாயங்களுக்காக அதிக நாட்களை செலவிடமுடியாதென்றும் சொல்லிவிட்டார்கள். மலர்க்கொடிக்குமேகூட திருமணத்திற்காக நேரத்தையும் பணத்தையும் அதிகமாய் செலவு செய்வதில் விருப்பமில்லைதான். ஆனாலும் கவிதா புனிதா விஷயத்தில் தான் நினைப்பதுபோல செய்துவிடமுடியாது என்று நினைத்திருந்தாள். ஆனால் கவிதா மலர்க்கொடியை விடவும் இரண்டு பங்கு யோசிப்பவளாக இருந்தாள். கவிதா வலியுறுத்திய விஷயங்கள் அனைத்தும் மலர்க்கொடியினுடையதைப் போலவே இருந்ததால் அவள்தன் வளர்ப்பு மகளை நினைத்துப் பெருமைகொண்டாள். மாயவன் மனதில்தான் திருமணத்தை பெரிதாய் நடத்திக் காண்பிக்க வேண்டுமென்ற ஆசை இருந்தது.

'தாய் தகப்பன் இல்லாத புள்ளைங்கள எடுத்து வளத்தம். படிக்க வச்சம். இப்பப் பாருங்க எவ்வள சிறப்பா கல்யாணத்த பண்ணி வைக்கிறோமுன்னு' என்று சொல்வதுபோல எல்லோரையும் அழைத்துச் செய்ய வேண்டுமென்று நினைத்தான். ஆனால் அவன் நினைத்தது நடக்கவில்லை.

முக்கியமான ஒருசிலரையும் கவிதா, மாப்பிள்ளையுடன் படிக்கும் வெகுசிலரையும் மட்டும் அழைத்துச்சென்று கேரளாவில் மணமகன் வீட்டு வழக்கப்படி திருமணத்தை முடித்துக்கொண்டு வந்தார்கள். இப்போது இருவரும் படித்துக்கொண்டே வேலையும் பார்த்துக்கொண்டு நன்றாக இருக்கிறார்கள்.

கவிதா - புனிதா இருவரையும் ஆயாவை கவனித்துக் கொள்வதற்காக கூப்பிட முடியாது என்பதில் மாயவன் உறுதியாய் இருந்தான்.

"நீ கவிதாவுக்கும் புனிதாவுக்கும் விஷயத்த மட்டுமாவுது சொல்லிடு. வர முடிஞ்சா வந்து ஒருதடவ மொகத்த பாத்துட்டாவது போவட்டும்" என்றாள் மலர்க்கொடி.

"சரி, நான் போன் பண்ணி சொல்றன். நீ சென்னைக்கு கிளம்பு" என்றான்.

“நான் போறன். நம்ப கம்பெனில வேல செய்யிற தெய்வான அக்காகிட்ட நான் சொல்லுறன்.”

“என்ன சொல்லப் போற?”

“ஆயாவ பாத்துக்கச் சொல்லி.”

“எதுக்கு?”

“எல்லா நேரமும் ஒன் ஒருத்தனால மட்டுமே பாத்துக்க முடியாது. சோறு தண்ணி ஊட்டிவிட, துணிமாத்திவிட அந்தக்காவும் ஒதவிக்கு இருந்தா நல்லாருக்குமுன்னு நெனக்கிறன்.”

“அதுக்கென்ன வரச்சொல்லேன். என்னால தனியாவே ஆயாவ கவனிச்சிக்க முடியும். ஒன்னோட மன நிம்மதிக்காவ வேணுமுன்னா வரச்சொல்லு.”

“.....”

“நீ யார வேணுமுன்னாலும் வந்து பாத்துக்கச் சொல்லு. ஆனா நீ மட்டும் இங்க இருந்து பாத்துக்கிறன்னு சொல்லிட்டு வேலய செய்யாம விட்டுறக்கூடாது”

“ஒரு நாளு ரெண்டு நாளு போவாம இருக்குறத்தால எந்த பாதிப்பும் வந்துறாது.”

“ அத நம்ம சொல்லக்கூடாது.”

“.......”

“நீதான மலரு சொல்லுவ. நம்மளமாதிரி சாதாரண ஆளுங்களுக்கெல்லாம் பெரிய பெரிய பொறுப்பும் வேலயும் வந்து சேருதுன்னா, அது நம்மளோட செல்வாக்காலயோ, அதிஷ்டத்தாலயோ இல்ல. வாங்குற கூலிக்கு வஞ்சனயில்லாம, ஒத்துக்கிட்ட வேலய கண்ணும் கருத்துமா செஞ்சி முடிக்கிறதாலதான்னு அடிக்கடி சொல்லுவேல்ல.”

“.....”

“இப்ப எங்க போச்சி அந்த புத்தியும் யோசனயும்?”

“படுக்கயில கெடக்குறது ஆயாவாச்சே. நான் என்ன பண்ணுவன்?”

“கூட இருந்து பாத்துக்கிறன்னு சொல்லுறது நான்தான. யாம்மேல ஒனக்கு நம்பிக்கயில்லயா?”

“ஓம்மேல நம்பிக்கயிருக்கு. இருந்தாலும் எங் கையால ஆயாவுக்கு செஞ்சாத்தான் மனசு ஆரும் போலருக்கு.”

“நீ வேற நான் வேற இல்ல. நான் செய்யறதும் நீ செய்யிறது மாதிரிதான். மனசப் போட்டு கஷ்டப்படுத்திக்காம சென்னைக்கு கிளம்புற வேலயப் பாரு.”

மாயவனின் வார்த்தைகளில் இருந்த நியாயம் புரிந்தது மலர்க்கொடிக்கு. இருபத்து இரண்டு நாட்களுக்குத் தேவையான துணிமணிகளை எடுத்து வைத்துக்கொண்டு கிளம்பத் தயாரானாள். போவதற்கு முன்பாக கிழவியைப் பார்த்து பேச ஆசைப்பட்டவளாக அவள் படுக்கையருகே வந்தாள்.

“ஆயா.” கூப்பிட்ட குரலுக்கு மெல்ல கண்ணசைத்து திறந்து பார்த்தாள்.

“நான் ஊருக்குப் போயி வரட்டுமா ஆயா. பத்தரமா இருக்குறியா?” இவள் எதையோ கேட்க, அவள் எதையோ வாயசைத்து சொல்லிக்கொண்டிருந்தாள். கிழவிக்கு முன்புபோல தொடர்ச்சியாக பேச வரவில்லை. பெரும்பாலான நேரம் நினைவு அனைத்தும் மறந்து போய்விட்டவளைப் போல பேசினாள். நாக்கும் குழறியது. கிழவியின் கைகளைப் பிடித்துக்கொண்டு கதறிவிட்டாள் மலர்க்கொடி. அவள் எதற்காக அழுகிறாள் என்பதைக்கூட கிழவியால் புரிந்துகொள்ள முடியவில்லை.

“இதுவரைக்கும் எனக்கு ஒரு கொறயும் இல்லாம பாத்துக் கிட்டியே ஆயா. ஒன்ன இப்புடி படுக்கப் போட்டுட்டு திரும்பிப் பாக்காம போறனே ஆயா.” கேவினாள்.

மாயவன்தான் மலர்க்கொடியை ஒருவாறாக தேற்றி சமாதானப்படுத்தி அனுப்பி வைத்தான். ரயிலில் ஏற்றிவிட வழக்கமாய் மாயவன்தான் அவளுடன் வருவான். இந்தமுறை அவனை அவள் வரவேண்டாமென்று சொல்லி மறுத்துவிட்டாள். ரயிலடிக்கும் அவள் வீட்டுக்குமான தூரம் குறைவுதான். எனவே நடந்தேதான் வந்தாள். கம்பெனியில் வேலை செய்யும் பெண்ணொருத்தி இவளுக்குத் துணையாக வந்திருந்தாள். முன்பாகவே அவளிடமும் எச்சரித்துதான் அனுப்பியிருந்தான் மாயவன். மலர்க்கொடி இடையில் மனம்மாறி ரயில் ஏறாமல் திரும்பி வந்தாலும் வந்துவிடுவாள். எனவே, அவளை ரயிலில் ஏற்றி உள்ளே உட்காரவைத்து ரயில் எடுத்த பிறகுதான் நீ அவ்விடத்தைவிட்டு வரவேண்டும் என்று சொல்லியனுப்பி யிருந்தான்.

மாயவன் சொன்னது உண்மைதான் என்பதை அப்பெண்ணும் சிறிது நேரத்திலேயே உணர்ந்துகொண்டாள். மலர்க்கொடி எந்த நேரம் வேண்டுமானாலும் வீட்டிற்கு திரும்பிவிடக்கூடியவள் போலவேதான் நடந்துகொண்டாள்.

ரயிலில் ஏறும் வரை ஆயாவ பாத்துக்கோ. எப்பவும் ஆயாகிட்ட யாராவது இருந்துக்கிட்டே இருங்க. ஆயாவுக்கு நெனவு வந்து என்னக் கேட்டா ஒடனே சொல்லிடுங்க. நான் வந்தர்றன் என்று புலம்பிக் கொண்டேதான் இருந்தாள்.

அவளுக்கு வழி நெடுகவுமே கிழவியைப்பற்றிய சிந்தனையாகவே இருந்தது. பேரவைக் கூட்டத்தில் யார் என்ன பேசுகிறார்கள் என்று அவளுடைய சிந்தனையை செலுத்த முடியாமல் தவித்துக் கொண்டிருந்தாள்.

அப்போதெல்லாம்கூட மாயவன்தான் அவ்வப்போது போன் செய்து 'இப்போ ஆயாவுக்கு பரவால்ல. ஆயா இப்ப இட்லி சாப்புடுது. பால் குடிக்கிது. பழச்சாறு குடுத்தன். நெதானமா பேசுது. இனிமே ஆயாவுக்கு ஒண்ணும் செய்யாது. பொழச்சிக்கும். நீ இங்க வரக்குள்ள எழுந்து ஒக்காந்து ஒங்கிட்ட பேசும் பாரு' என்று வேளைக்கு ஒரு தகவலாகச் சொல்லி அவளது கவலையை போக்கிக் கொண்டிருந்தான். அதன் பிறகுதான் அவளாலும் தனது வேலைகளில் கவனமாக ஈடுபட முடிந்தது.

ஆனால் இன்று காலையிலிருந்து மாயவனின் ஆறுதல் வார்த்தைகளின் தன்மை மாறிப்போயிருக்கிறது. அவனேதான் கட்டாயப்படுத்தி அனுப்பி வைத்தான். இப்போது அவன் பேசியது எதுவுமே நினைவில் இல்லாதவனைப்போல வார்த்தைகளைக் கொட்டுகிறான். ஆயா மரணத்தைக்கூட தாங்கிக் கொண்டுவிடலாம் போலிருக்கிறது. இந்த மாயவன் இப்படி மாறிப்போனதைத்தான் அவளால் தாங்கிக்கொள்ள முடியவில்லை. என்ன நடந்திருக்கும்? ஆயாவை பார்த்துக்கொண்ட பாரத்தால் உண்டான சலிப்பால் பேசுகிறானா அல்லது பக்கத்தில் இருந்து ஆயாவையே பார்த்துக் கொண்டிருப்பதால் அவள்மீது அதீதமான அன்பும் இரக்கமும் ஏற்பட்டு அதன் காரணமாக இப்படி நம்மை கோவித்துக்கொள்கிறானா? மலர்க்கொடிக்கு எதுவும் புரியவில்லை.

மாயவன் சொல்வது உண்மைதானா? நான் நன்றி கெட்டவளாகத்தான் நடந்துகொள்கிறேனா? கடவுளே நான் என்ன செய்வேன். கிழவி படுத்த படுக்கையாய் கிடக்கிறாள். கிட்டேயிருந்து கவனித்துக்கொள்ள

வேண்டிய நேரத்தில் இங்கே வந்து தங்கும்படி ஆகிவிட்டதே என்று வருத்தப்பட்டாள். சட்டமன்ற கூட்டத்தொடர் முடிய இன்னும் குறைந்தது 10 நாட்களாவது ஆகும் போலிருந்தது. முக்கியமான விவாதங்கள் நடக்கும்போது அவையில் இருக்காமல் வீட்டுக்குப்போக மனம் வரவில்லை. இன்று காலையிலிருந்து மாயவன் எத்தனையோ முறை இவளை அழைத்துப் பார்த்துவிட்டான்.

“இது என்ன நம்ப பொம்ம கம்பெனி மாதிரி நெனச்சிட்டியா. நம்ப இஷ்டத்துக்கு வாறத்துக்கும் போறதுக்கும்?”

“.......”

“ஓட்டுப்போட்ட சனங்களுக்கு ஞாயமா நடந்துக்க வேண்டாமா?”

“அதுக்காக ஆயாவுக்கு முடியாம கெடக்கக்குள்ள கூட பக்கத்துல இருந்து பாத்துக்க மாட்டியா?”

“எனக்கும் கஷ்டமாத்தான் இருக்கு. ஆனா என்ன செய்யிறது.”

“ஒனக்கு எப்புடி மனசு வருது?”

“நீ இருக்குற. பத்தரமா பாத்துப்பேங்குற தைரியத்துலதான் நான் இங்க இருக்குறன்.”

“நீ இப்புடியெல்லாம் செய்யக்கூடாது மலரு. நன்றி கெட்டத்தனமா நடந்துக்கிர்ற.”

மலர்க்கொடிக்கு சட்டமன்ற உறுப்பினர்களின் பொறுப்பு, கடமை, வேலை எதைப்பற்றியும் ஆரம்பத்தில் தெரியாமல்தான் இருந்தது. ஆனால் என்றைக்கு அவள் நிற்க சம்மதித்தாளோ அன்றுமுதல் அரசியல் குறித்த அத்தனை விஷயங்களையும் வருவோர் போவோரிடமெல்லாம் விசாரித்து தெரிந்து கொள்ள தலைப் பட்டிருந்தாள்.

‘நாம் ஜெயித்து எம்.எல்.ஏ ஆகிவிட்டால் இப்படியெல்லாம் நடந்துகொள்ள வேண்டும், இதையெல்லாம் செய்ய வேண்டும், இதுமாதிரியெல்லாம் எக்காரணம் கொண்டும் ஒருபோதும் யோசிக்கவே கூடாது.’ என்று முன்பே உறுதிபூண்டிருந்தாள். அவற்றில் ஒன்றுதான் சட்டமன்றத்திற்கு வராமலிருக்கக்கூடாது என்பதும் சட்டமன்றத்தை புறக்கணிக்கக் கூடாது என்பதும்.

ஆனால் இன்று அவளுக்கு இவ்வளவு பெரிய நெருக்கடி வந்து சேரும் என்று அவள் கனவிலும் நினைத்துப் பார்க்கவில்லை.

கிழவியை அருகிலிருந்து கவனித்துக் கொள்ளமுடியாதது ஒரு குறையென்றாலும் அதைவிடவும் மாயவன் பேசிய வார்த்தைகளைத்தான் அவளால் தாங்கிக்கொள்ள முடியவில்லை.

'மாயவனுக்கு என்னைப்பற்றி நன்றாகவே தெரியும். இதுபோன்ற சோதனையான நேரத்தில் எனக்கு ஆதரவாயிருப்பான், என் மனம் எண்ணுவதையெல்லாம் செய்து முடிக்க அனைத்து வகையிலும் ஒத்தாசையாய் இருப்பான்' என்று எதிர்பார்த்தவளால் அவன், அவளை குற்றவாளியாக்கி பேசுவதையும் நன்றிகெட்டவளாக்கி பார்ப்பதையும் சீரணித்துக்கொள்ள முடியவில்லை. மறுபடியும் ஒரு டம்ளர் தண்ணீரை சாய்த்துக் குடித்தாள். வெற்றுக்குடலுக்குள் தண்ணீர் சலசலத்து ஓடுவது போலிருந்தது. எப்படியாவது தூங்கிவிட வேண்டும் என்று நினைத்தவள் இரவு விளக்கையும் அணைத்துவிட்டுப் படுத்தாள். கண்களை மூடிக்கொண்டாள். தூங்கிவிடவேண்டும் தூங்கிவிடவேண்டும் என மனம் ஜெபிப்பது போலிருந்தது. அவள் அதை நம்பி போர்வையை இழுத்து, போர்த்தி சரிசெய்துகொண்டாள். ஆனால் அவளது உள்மனம் மங்களத்துக் கிழவியை சுற்றிவரத் தொடங்கியிருந்தது.

யாரையாவது பார்த்துப் பேசினால் தேவலாம் போலிருந்தது. யாரிடமாவது தனது மனக்குறைகளை சொல்லி அழவேண்டும்போல் இருந்தது. இதுபோல அவள் துயருறும்போதெல்லாம் அவள் சொல்லாமலே அவளது மன வருத்தத்தை அறிந்து ஆறுதலைத் தரக்கூடியவர்களாய் இதுவரை மங்களத்துக்கிழவியும் மாயவனும் மட்டுமே இருந்திருக்கிறார்கள். ஆனால் இன்று அவர்களேதான் அவளது இந்த துன்பத்திற்கும் வேதனைக்கும் காரணமாகியிருக்கிறார்கள். கிழவி படுக்கையில் விழுந்துவிட்டாள். அவள்மீது குற்றமில்லை. ஆனால் மாயவன்? என் நிலையறிந்தும் என்னை குற்றவாளியாக்கிப் பேசுகிறான். மீண்டும் மீண்டும் மலர்க்கொடியின் எண்ணமெல்லாம் அங்கேயே வந்து நின்றது.

இந்த நள்ளிரவில் நான் யாரிடம் சென்று பேசமுடியும். எல்லோரும் நன்றாக தூங்கிக்கொண்டிருக்கும் இந்த நேரத்தில் யாரைப்போய் எழுப்புவது. தவிரவும் அவளுக்கு அவ்வளவு நெருக்கமான தோழிகள் என்று சட்டமன்ற உறுப்பினர்களில் யாரும் கிடையாது. தொழிற்பேட்டையிலென்றால் வாசுகிபோல ஒருசில தோழிகள் இருக்கிறார்கள். இங்கே யாரிருக்கிறார்கள்? பக்கத்துத் தொகுதியான உளுந்தூர்பேட்டை எம்எல்ஏ சாந்தி பொன்னுசாமியுடன் மட்டும்தான் ஓரளவு நட்பு இருந்தது. ஆனால் தூக்கத்திலிருந்து எழுப்பி

ஆறுதல் கோரும் அளவு ஆழமான நட்பா அது என தனக்குள்ளே கேட்டுக்கொண்டாள். இப்போதுதான் மலர்க்கொடிக்கு அது சட்டென்று நினைவுக்கு வந்தது. சட்டமன்றத்தில் தேனீர் இடைவேளையின்போது ஏதோ சொல்ல வந்தாளே. அடடா எப்படி நாம் மறந்தோம்? என மலர்க்கொடி தன்னையே கடிந்துகொண்டாள். முக்கியமான விஷயம் என்பதுபோலத்தான் பேச்சை ஆரம்பித்தாள் ஆனால் மற்றவர்களின் குறுக்கீட்டால் எதையும் சொல்ல முடியாமல் போய்விட்டது அவளால். விடுதிக்கு வந்து சொல்கிறேன் என்றாளே. கிழவியின் கவலையால் நான்தான் மறந்துவிட்டேன் என்றால் அவளாவது வந்து பேசியிருக்கலாமே என நினைத்தாள்.

மலர்க்கொடியால் அதற்குமேல் அறைக்குள் இருக்க முடியவில்லை. சாந்தியை எழுப்பியாவது பேசிவிடுவதென்று எண்ணியவள், மெதுவாக தனது அறைக்கதவை திறந்துகொண்டு வெளியே வந்தாள். வளாகம் முழுவதும் மங்கலான வெளிச்சம் பரவியிருந்தது. வராண்டாவில் ஒவ்வொரு அறையையும் பார்த்தபடி மெதுவாக நடந்தாள். எந்த அறையிலிருந்தும் சத்தமோ, வெளிச்சமோ இல்லை. எல்லோரும் நன்றாக தூங்கிக் கொண்டிருக்கும் இந்த நேரத்தில் ஒரு திருடனைப்போல நடந்துகொள்வதாகத் தோன்றியது அவளுக்கு. மலர்க்கொடிக்கு சாந்தியின் அறை எது என்பது நன்றாகத் தெரியும். இருந்தபோதும் வேறு யாருடைய அறைக்கதவையாவது தட்டிவிட்டால் என்ன செய்வது என்ற பயம் லேசாக மனதிற்குள் வந்துபோனது. பகல் நேரங்களில் தெரிந்துவைத்திருந்த அடையாளங்கள் பலவும் இப்போது வேறுவிதமாய் மாறிவிட்டது போலிருந்தது. சாந்தியின் அறைமுன் வந்து நின்றாள். இது, அவளுடைய அறைதான் என்பதை ஒருமுறை உறுதிசெய்துகொண்டாள். நன்றாக தூங்கிக்கொண்டிருப்பவளை இப்படி கதவைத்தட்டி எழுப்புகிறோமே என்ற தயக்கம் ஒருபுறம் இருந்தது. திரும்பிப் போய்விடுவோமா என்றுகூட ஒருகணம் யோசித்தாள். ஆனால் அப்படிப் போகவும் அவளுக்கு மனம் வரவில்லை. மெல்லத்தட்டினாள். அவள் தட்டியது கதவுக்கேகூட கேட்டிருக்க வாய்ப்பில்லை என்று அவள் எண்ணிக்கொண்டிருந்த நேரத்தில் கதவைத் திறந்தாள் சாந்தி. மலர்க்கொடியால் நம்பமுடிய வில்லை. 'எப்படி நீ கதவைத் திறந்தாய். நான் வந்து நிற்பதை எவ்வாறு நீ அறிந்தாய்? அப்படியென்றால் நீயும்கூட தூங்காமல்தான் இருந்தாயா? என்னைப்போலவே நீயும் நிம்மதியற்று தவித்துக் கொண்டிருக்கிறாயா?' மலர்க்கொடியின் மனதில் சாந்தியிடம் கேட்க அடுக்கடுக்கான கேள்விகள் மனதில் எழுந்தன.

"உள்ள வாங்க மலர்" என்றவாறே அவளை உள்ளே விட்டு மீண்டும் கதவை மூடி தாழிட்டுவிட்டு வந்தாள் சாந்தி. சாந்தியின் செல்போன் அதுவரை பயன்படுத்தியதற்கு அடையாளமாக ஒளிர்ந்து கொண்டிருந்தது.

"இவ்வள நேரமா நீங்க தூங்காமயா இருந்தீங்க?"

"எங்க தூங்குறது. ஒரு பெரிய சிக்கல்ல மாட்டிக்கிட்ட மாதிரி இருக்கு மலர்"

'நாம் நினைத்தது சரியாகத்தான் இருக்கிறது' என்று எண்ணமிட்டவளாகக் கேட்டாள்.

"தூக்கத்த கெடுக்குற அளவுக்கு அப்புடி என்ன சிக்கல்?"

"அத சொல்லத்தான் வந்தன். அப்பறம் முடியாம போயிட்டுது"

"........"

"என்னப்பத்தி தப்பா நெனச்சிக்கக்கூடாது."

"நெனக்கல சொல்லுங்க."

"என்னோட வீட்டுக்காரரப் பத்தி ஒங்களுக்குத் தெரியும் தான?"

"ஆமா. நல்லாவே தெரியுமே."

" எம்மேல உசுரா இருப்பாரு. எனக்கு என்ன வேணுமோ அதையெல்லாம் பாத்துப் பாத்து செய்வாரு."

".........."

"எம்எல்ஏவுக்கு நிக்க சீட்டு கெடச்சப்பகூட, தான் நிக்காம என்ன நிக்கவச்சி ஜெயிக்க வச்சாரு."

"அவங்க சொந்தபந்தமெல்லாம் எப்பவுமே என்ன பெரிசா மதிக்கணுமுன்னு நெனப்பாரு."

"ஆமா. உண்மதான். எங்க விருத்தாசலம் தொகுதிய பெண்களுக்கான தொகுதியா ஒதுக்குனதாலதான் என்னாலயெல்லாம் எம்எல்ஏ ஆகமுடிஞ்சிது. ஆனா உளுந்தூர்ப்பேட்ட தொகுதி பொதுத்தொகுதியா இருந்தும்கொட தான் நிக்காம ஒங்கள நிக்கவச்சி ஜெயிக்க வச்சிருக்காருன்னா அவரப்பத்தி வேற என்ன சொல்லணும்."

"எல்லாம் எனக்காவத்தான் செஞ்சாரு."

"உங்க மேல உள்ள அன்பால மட்டும் இதயெல்லாம் செய்திருக்க மாட்டாரு. நீங்க எல்லாத்தையும் நல்லா செய்வீங்க. பொறுப்பா நடந்துப்பீங்க. நல்ல பேர சம்பாதிச்சிக் குடுப்பீங்க அப்புடின்னு

உங்கமேல உள்ள நம்பிக்கையால தான் எல்லாத்தையும் ஒங்க கைல ஒப்படச்சிருப்பாரு.”

“இப்ப அந்த நம்பிக்கைய ஒண்ணுமில்லாம ஆக்குறமாதிரியான வேலயத்தான் நான் பண்ணிக்கிட்டு இருக்குறன்.”

மலர்க்கொடியால் சாந்தி என்ன சொல்கிறாள் என்று புரிந்துகொள்ள முடியவில்லை.

“நம்பிக்கைய கெடுக்குறமாதிரி அப்புடி என்ன நீங்க செய்யிறீங்க?”

“இந்த செல்ல பாருங்க மலர்க்கொடி.” கட்டிலில் கிடந்த செல்போனை எடுத்து மலர்க்கொடியின் கையில் கொடுத்தாள்.

“இதுல என்ன இருக்கு?”

“வாட்ஸ்ஆப் பாப்பீங்கல்ல? பாருங்க எவ்வளது சாட் பண்ணிருக்கோமுண்ணு.”

இரண்டுபேருக்குள் நடந்த நீண்ட உரையாடல் இருவேறு வண்ண கட்டங்களுக்குள் எழுத்துகளாகவும் படங்களாகவும் தெரிந்தது. மலர்க்கொடி அதைப் பார்த்ததும் அவளையுமறியாமல் சிரித்துவிட்டாள்.

“பொன்னுசாமி அண்ணாச்சிக்கு பொண்டாட்டி மேல அவ்வள ஆச போலருக்கு. இந்த வயசுலயும் சின்னஞ்சிறுசுக மாதிரி செல்போனுல விளையாடுறாரு.”

“……”

“வயசுக்கும் மனசுக்கும் சம்மந்தமில்லதான். பரவால்ல. இந்த வயசுலயும் இப்புடி கொஞ்சிக்குலாவுற புருசன் எல்லாருக்கும் கெடச்சிருவாங்களா. நீங்க உண்மையிலயே அதிஷ்டசாலிதான் சாந்தி. உங்கள நெனச்சா எனக்கு கொஞ்சம் பொறாமையாக்கூட இருக்கு.”

“இது மட்டும் என்னோட புருசனாருந்துருந்தா நானும் ஒங்களமாதிரியே சந்தோஷப்பட்டுருப்பன் மலர்க்கொடி.”

சாந்தி சொன்னதைக் கேட்டு ஒருகணம் அதிர்ந்து போனாள் மலர்க்கொடி. இருந்தபோதும் எதையும் வெளிக்காட்டிக் கொள்ளாது கேட்டாள்:

“இவ்வள நேரமும் அண்ணங்கிட்ட விளையாண்டது போதாதா? என்னக்கிட்ட வேற விளயாடணுமா?”

“நான் வெளையாடல மலர்க்கொடி. உண்மையத்தான் சொல்லுறன்?”

“அண்ணன் இல்லன்னா பெறகு யாரு?” அவளால் அதிர்ச்சியை குரலில் காட்டாமல் இருக்கமுடியவில்லை.

“இவரு எங்க ஊருக்கும் பக்கத்து ஊருக்காரு. வெளில போகணுமுன்னாலே இவங்கள்லாம் எங்க ஊர தாண்டிதான் போகணும். எங்க வீடு ரோட்டோரமாவே இருந்ததால தெனமும் இவரு போறது வாறத பாக்கமுடியும்.”

தொடர்ந்து அவளே சொல்லட்டுமென்று சாந்தியின் முகத்தையே பார்த்துக்கொண்டிருந்தாள் மலர்க்கொடி.

“எங்க கல்யாணத்துக்கு முன்னாடி எங்க வீட்டுல நான் இருந்தப்ப இவரதான் கல்யாணம் பண்ணிக்கணுமுன்னு ஆசப்பட்டன்.”

“.......”

“அப்ப எனக்கு பதினெட்டு பத்தொம்பது வயசுதான் இருக்கும். ஒருநாளு எங்க வீட்டுக்கிட்ட வந்தப்ப அவரோட சைக்கிள் டயர் பஞ்சராயிட்டுது. ரொம்ப நேரம் என்ன செய்யிறதுன்னு யோசிச்சிக்கிட்டு நின்னவரு அப்பறமா காத்தடிக்க பம்பு வேணும் இருக்கான்னு ரொம்ப தயங்கித் தயங்கி வந்து கேட்டாரு.”

“.......”

“அதுக்கு முன்னாடி வரைக்கும் அவர நான் பாத்ததே இல்ல. அவரு வெளியூருல தங்கி படிச்சிருப்பாரு போலருக்கு. அப்பதான் படிப்ப முடிச்சிட்டு வந்திருந்துருக்காரு. நீங்க யாரு எந்த ஊருன்னு கேட்டன். அப்பதான் காலேஜ் முடிச்சிட்டு வந்துருந்ததால பாக்க நல்ல ஸ்டைலா இருந்தாரு. பேச்சு, நடையுடை பாவனையெல்லாம் இதுவரைக்கும் நான் பாக்காதது மாதிரி இருந்திச்சி. எனக்கு அப்பவே அவர ரொம்ப புடிச்சிப்போச்சி.”

“........”

“அவருக்கும் என்ன புடிச்சிருக்குமுன்னுதான் நெனச்சன். எங்க ஊருக்கும் அடுத்த ஊருல ஒரு டியூசன் சென்டர்ல வேலைக்குச் சேந்துட்டாரு. தெனமும் அவரு போகக்குள்ளயும் வரக்குள்ளயும் நான் பாப்பன். அவரு கண்ணும் என்னத் தேடும். நேருல நின்னு பேசுறதுக்கு தைரியம் வராது. அவரு தனியாவும் வரமாட்டாரு. அவருகூட வேலபாக்குற இன்னொரு வாத்தியாரு, படிக்கிற பசங்கன்னு பத்துபேருக்குக் கொறயாம ஒரு படயே தெரண்டு வர்றமாதிரி ஆளுக்கொரு சைக்கிள்ல வருவாங்க. அதுமாதிரி வரும்போது நான்

எப்புடித்தான் பேசமுடியும். ஆனாலும் அவர அதிகமா தவிக்க விடக்கூடாதுன்னு நெனப்பன். நான் நின்னு பாக்குற எடத்த அவருக்குத் தெரியிற மாதிரி பண்ணிட்டன். அதுக்குப்பெறகு அவரும் என்ன பாப்பாரு நானும் அவரப் பாப்பன். போற வேகத்துல பாக்குறது தான. அதுல நிறைவடையிற மனசு அப்ப ரெண்டு பேருக்குமே இல்ல. இருந்தாலும் எங்களுக்கு வேற வழியில்ல. எங்க தெருவுல வரும்போது மட்டும் அவரோட சைக்கிள் மெதுவா உருளும்."

"......."

"தெனமும் நான் அவரு வரும்போதும் போவும்போதும் மறஞ்சிருந்து பாக்குறத கவனிச்சிக்கிட்டேயிருந்த எங்க தெரு தம்பி ஒருத்தன், எங்க அண்ணங்கிட்ட போட்டுக் குடுத்துட்டான். மறு நாளுலேருந்து எங்கள எங்க அண்ணனும் கவனிக்க ஆரம்பிச்சிட்டுது. அவருகூட வர்ற அவரோட சொந்தக்கார தம்பி மதிக்கு மட்டும் எல்லாத்தையும் சொல்லிருப்பாருபோல. அந்தப் பையனும் இவருகூட எங்க தெரு வந்ததும் சைக்கிள மெதுவா ஓட்டும்."

"......"

"இவங்க ரெண்டுபேரும் பாத்து சிரிச்சிட்டு பேசிக்கிட்டு போறத அண்ணன் கவனிச்சி உறுதிப்படுத்திக்கிட்டு."

"......."

"மறுநாள் வர்ற வழில ரெண்டு பேருகூட போயி நின்னுக்கிட்டு மதியமட்டும் வழி மறிச்சி அடிச்சிருக்காங்க. இந்த அடி ஒனக்கில்ல ஒன்னோட அண்ணனுக்கு போயி சொல்லுன்னு மெரட்டி அனுப்பிருக்காங்க."

"அப்பறம்?"

"அதுக்குப்பெறகு அவரு என்ன பாக்குறதேயில்ல. நானும் அவர பாக்கக்கூடாதுன்னு என்னயும் அடிச்சிட்டுது. அதோட இல்லாம, நான் வழக்கமா நின்னு பாக்குற எடத்துக்குப் போகமுடியாதபடி காவல் வேற."

"......."

"என்னால இதயெல்லாம் பொறுத்துக்க முடியல. இருந்தாலும் அண்ணன் சொல்லக்கேட்டு நடக்குற மாதிரி ரெண்டு மூணுநாளு அமைதியா இருந்தன். அதுக்கப்பறம் வேற ஏதோ வேல செய்யிறமாதிரி வீட்டவுட்டு நழுவிடுவேன்"

"எங்க?"

"எங்க தெருவுல ஒரு பெரிய புளியமரம் இருந்துது. ரொம்ப ஒயரமாவும் இருக்கும். அதுல ஏறி உச்சாண்ட கெளைக்கு போயிடுவேன். அங்க இருந்து பாத்தா ரொம்ப தூரத்துல தெக்கேருந்து வாறதுகூட நல்லாத் தெரியும். வழக்கமா, அவரு வர்ற நேரத்துக்கும் அரமணி நேரத்துக்கு முன்னாடியே மரத்துல ஏறி வாட்டமான கெளயில ஒக்காந்துக்குவேன். பாத்துக்கிட்டே இருப்பேன். தூரத்துல சைக்கிள் படையா வர்றத பாத்ததுமே மனசு படபடக்க ஆரம்பிச்சிரும். எங்க தெருவக் கடந்து போயி கண்ணவுட்டு மறயிற வரைக்கும் கண்ணச்சிமிட்டாம பாத்துக்கிட்டே இருப்பன். சாமி தரிசனம் பண்ணுற மாதிரிதான் தெனமும் எனக்கு அவரப் பாக்குறது. நான்தான் அவர பாப்பனே தவற அவரால என்ன பாக்க முடியாது. அவரு மொகத்துல நல்லா அந்த ஏக்கம் தெரியும்."

"அதுக்குப் பெறகு ரெண்டுமூணு நாளு கூட்டத்தோட வராம அப்பப்ப கொஞ்சம் தாமதமா தனியா வந்தாரு. அதுகூட எனக்காவத்தான் இருக்குமுன்னு நானா நெனச்சிக்கிட்டன்.

ஆனா என்ன அவரால பாக்கவே முடியல. அவரோட தவிப்ப புரிஞ்சிக்க முடிஞ்சாக்கூட என்னால அவரப் பாக்க முடியுதேன்னு நிம்மதியாருந்தன்."

"......."

"என்னோட நிம்மதியும் நீடிக்காம போயிட்டுது." "ஏன். என்னாச்சிது?"

"அவரு வரவேயில்ல. மத்த எல்லாரும் போனாங்க. அவரமட்டும் காணும்."

"எங்க போனாறாம்?"

"அப்ப தெரியல. இப்ப கேட்டப்ப சொல்றாரு. சென்னைக்கு போயிட்டாராம்."

"......"

"ரெண்டு வருசம் அவரயே நெனச்சிக்கிட்டு இருந்தேன். எங்கயாவுது தென்படமாட்டாருன்னு கண்ணுல வெளக்கெண்ணெய ஊத்திக்கிட்டு தேடிக்கிட்டே இருந்தன். அவரப்பத்தி யாருகிட்டயும் விசாரிக்கவும் முடியல."

"நல்ல சம்மந்தம் விட்டுறக்கூடாதுன்னு இவருக்கு என்ன கல்யாணம் பண்ணிக் குடுத்துட்டாங்க எங்க வீட்டுல. என்னால இத ஏத்துக்காம இருக்க முடியல."

"நீங்களே சொல்லுங்க எந்த நம்பிக்கையில நான் கல்யாணம் வேண்டாமுன்னு சொல்றது."

"நல்லவங்களோ, கெட்டவங்களோ... யாரோ ஒருத்தர கல்யாணம் பண்ணிக்கிட்டு எங்க வீட்டவிட்டு வெளில வந்துறனுமுன்னு நெனச்சன். இப்புடி இருக்கக்குள்ள என்னால எப்புடி கல்யாணத்த வேண்டாமுன்னு சொல்ல முடியும்."

"வந்து பாத்த பெறகுதான் தெரிஞ்சிது, இவரு எவ்வளவு நல்ல மனுசன்ங்குறது."

"நம்ம ஆசப்பட்ட வாழ்க்க கெடைக்கலன்னாலும் கெடச்சிருக்குற வாழ்க்க ரொம்ப நல்ல வாழ்க்கையாருக்குன்னு கொஞ்சம் ஆறுதலாருந்துச்சி. கொஞ்சம் கொஞ்சமா எல்லாத்தையும் மறந்துட்டேன். குடும்பம், பிள்ளைங்க, சொந்தக்காரங்கன்னு சந்தோஷமாயிட்டன்."

"எங்களுக்கு கல்யாணம் ஆயி இருபது வருசத்துக்கு மேல ஆயிட்டு. நானும் தேர்தல்ல நின்னு ஜெயிச்சி எம் எல் ஏவா ஆயிட்டன்."

".........."

"இப்ப வந்து இதுமாதிரி ஒரு சிக்கல்."

"அவரு பேரு என்ன?"

"இவ்வளவும் சொல்லிட்டேன். ஆனா இன்னமும் அவரு பேர சொல்லாம இருந்திருக்கேன் பாருங்க. அவருபேரு சாமிநாதன்."

"சாமிநாதன் இப்ப உங்கள எப்புடி கண்டுபுடிச்சி பேசினாராம்?"

"எம்எல்ஏ ங்குறதால செல் நம்பர் ஈசியா கெடச்சிருக்கும் போலருக்கு. வாட்ஸ்ஆப்புல வந்தாரு. தயங்கித் தயங்கி விசாரிச்சாரு. எனக்கு சாமிநாதன்தான்னு தெரிஞ்சி போச்சி. நானும் நல்லாருக்கீங்களான்னு விசாரிச்சேன்."

"இப்ப எங்க இருக்காராம். என்ன பண்ணிக்கிட்டு இருக்காராம்?"

"திருச்சியில கல்லூரிப் பேராசிரியரா இருக்காராம்."

"என்ன சொல்றாரு?"

“ரெண்டு வருசம் சென்னையில இருந்துட்டு எப்புடியாவுது என்னப் பாத்து பேசிடணும். அதிக நாள் வளத்தாம கல்யாணம் பண்ணிக்கணுமுன்னு வந்தாராம். எதுவும் முடியாம போயிட்டுதுன்னு கஷ்டமா சொல்றாரு.”

“அதுக்கு இப்ப என்ன பண்ணனுமாம்?”

“என்னக்கிட்ட பேசாம இருக்க முடியலயாம்.”

“நீங்களாவது எடுத்துச்சொல்ல வேண்டியதுதான?”

“நான் என்ன சொல்லுவன்? என்னாலயும்தான் அவருகூட பேசாம இருக்க முடியமாட்டங்குது. எப்பவும் அவரு நெனப்பாவே இருக்கு.”

“.........”

“அந்த நாளுல நான்தான் அவருமேல அதிகமா ஆசப்பட்டன். கொஞ்சம் பொறுமையா இருந்து பாத்துருக்கலாம். அவருக்கு வாய்ப்பே குடுக்காம நான்தான் அவர கஷ்டப்படுத்திட்டன்.”

“அவரோட குடும்பம்?”

“ரொம்ப லேட்டாதான் கல்யாணம் பண்ணிக்கிட்டாராம். ஒரேயோரு பொண்ணு மட்டும் இருக்காம்.”

“இப்ப என்னதான் பிரச்சன உங்களுக்கு?”

“ரெண்டு பேருக்குமே குடும்பம் இருக்கு. பொறுப்பான பதவில வேலயில இருக்குறோம். இதுமாதிரி பேசிக்கிறதும் வாட்ஸ்ஆப்ல எழுதியனுப்புறதும் தப்பில்லயா?”

“தப்புன்னு தெரிஞ்சா அப்பறம் எதுக்கு செய்றீங்க விட்டுடுங்க.”

“அதுதான் முடியல. ரெண்டு பேராலயுமே முடியல.” “உங்களுக்குள்ள வேற திட்டம் ஏதாவுது இருக்கா?” “திட்டமுன்னா?”

“ரெண்டு பேரும் சேந்து வாழணும்ங்குற மாதிரி?”

“இப்புடியெல்லாம் கேக்காதீங்க மலரு. என்னால தாங்கிக்க முடியாது. தப்போ, சரியோ அறியாத வயசுல செஞ்சிட்டன். ஒருத்தரோட மனசுல ஆசய வளத்துட்டு பொறுத்துருந்து பாக்காம போயிட்டமேங்குற குற்ற உணர்வுல நான் படுறபாடு போறாதா? புருசன், புள்ளங்க, குடும்பம் எல்லாத்தையும் உட்டுட்டு போறவ மாதிரியாத் தெரியிது என்னப்பாத்தா.”

“நான் அப்புடி நெனக்கல. நெறயா எடத்துல அதுமாதிரியெல்லாம் நடந்துபோகுதுல்ல. நாம ஒவ்வொரு நாளும் எவ்வளோது கேள்விப்படுறம்.”

“மத்த எடத்துல எது வேணுமுன்னாலும் நடக்கும். ஆனா எங்க விஷயத்துல அப்புடியெல்லாம் ஒருநாளும் நடக்காது.” சாந்தியின் குரலில் கோபமும் நம்மைப் பார்த்து இப்படி கேட்டுவிட்டாளே என்ற வருத்தமும் இருந்தது.

அவளை சமாதானப்படுத்தும் விதமாக “சாந்தி நான் சும்மா ஒரு வார்த்தைக்காகத்தான் கேட்டேன். ஒங்களப்பத்தி எனக்குத் தெரியாதா?” என்றாள்.

“இப்புடி பேசிக்கிட்டு இருக்குறதே எங்க ரெண்டு பேருக்கும் பெரிய ஆறுதலா இருக்கு. இதவிட வேற என்ன வேணும் எங்களுக்கு. சொல்லுங்க.”

“நம்முடைய எண்ணத்தை சொல்லுவதற்கான சந்தர்ப்பம் இது இல்லை என்பதை உணர்ந்தாள் மலர்க்கொடி. சாந்தி தம்மிடம் சொல்ல இன்னும் நிறைய விஷயங்களை தமக்குள் வைத்திருப்பதாகத் தோன்றியது அவளுக்கு. எல்லாவற்றையும் சொல்லி முடிக்கும் முன்பாக நாம் எதைச் சொன்னாலும் அதை சிந்தையில் வாங்கிக்கொள்ள மாட்டாள். இப்போது அவளுக்கு எந்த அறிவுரையும் வழிகாட்டுதலும் உதவாது எனவும் நினைத்தாள்.”

“பரவால்ல, இவ்வளவு வருசமான பின்னாலயும் உங்களுக்குள்ள உள்ள நல்ல உறவு அப்புடியே மாறாம இருக்கு.” மலர்க்கொடி எதிர்ப்பு எதையும் காட்டாமல் ஆதரவாய்ப் பேசியது சாந்தியை மேலும் உற்சாகப்படுத்திவிட்டது என்றுதான் சொல்ல வேண்டும்.

“அவரு எம்மடில படுத்துக்கணுமுன்னு ஆசப்பட்டு கேட்டாரு. அதுக்கென்ன படுத்துக்கங்கன்னு நானும் சொல்லிட்டன். இதையெல்லாம் உண்மயா நடந்ததுன்னு நெனச்சிக்காதீங்க.”

“நான் அப்புடியெல்லாம் நெனக்கமாட்டேன். எனக்குத்தெரியாதா இதெல்லாம் நடக்குறதுக்கு வாய்ப்பே இல்லங்குறது. சொல்லுங்க. கற்பனையா செய்யிற எந்த வேலைக்கும் மனசு மட்டும் இருந்தாலே போதுமாச்சே.”

“அத நெனச்சிக்கிட்டே இருந்தனா மனசுக்குள்ள பாட்டெல்லாம் ஓட ஆரம்பிச்சிச்சி.”

“சினிமா பாட்டா?”

"சினிமா பாட்டு மாதிரிதான். ஆனா இது நானே இட்டுக் கட்டுனது."

"ஓகோ. அப்புடியா? பாட்டு கட்டுற அளவுக்கு மனசு லயிச்சிப்போயி கெடக்கா ஒங்களுக்கு."

முள்ளை முள்ளால்தான் எடுக்கமுடியும் என்பதை நன்கு அறிந்தவள் மலர்க்கொடி.

"பாடிக்காட்டவா" என்றாள் சாந்தி. அவள் பத்தொன்பது வயது பெண்போலவே நடந்துகொள்வதாகத் தோன்றியது மலர்க்கொடிக்கு.

"ம். பாடிக்காட்டுங்க."

"மடிமீது தலைசாய்க்க இடம் கேட்கிறாய்
என் மனம்பாடும் பாட்டுக்கு சுதி சேர்க்கிறாய்.
உனையீன்ற தாயாக நான் மாறவா
என் உதிரத்தில் சேர்த்துன்னை சேயாக்கவா?
இறவாத காதலிது என் ஆதவா
இறக்கும்முன்னே எனைக்காண நீ ஓடிவா.
பனிமூடும் அதிகாலை நீ தூங்கினாய்
பருவமதை தவறவிட்டு பின் ஏங்கினாய்.
விடியாத இரவுகளை நான் வாங்கினேன்.
விழிநீரில் மரம்காவி கரையேகினேன்.
தணியாத புயலொன்று எனைச் சேர்த்தது
தன்னிடத்தே சுழலவிட்டு பதம்பார்க்குது.
வாராத வாழ்வென்று ஊர் மெச்சுது
வந்தவழி பார்த்தாலோ தலைசுத்துது.
உனைச்சேர தினம்தோறும் வரம் கேட்கிறேன்
இல்லாத ஊருக்கு தடம் பார்க்கிறேன்.
மடிமீது தலைசாய்த்து நீ தூங்கிடு
மறுப்பில்லை நமக்கென்றும் கனவேயிது."

மலர்க்கொடியால் உண்மையாகவே நம்ப முடியவில்லை. "நெசமாவே இது நீங்க கட்டுன பாட்டுதானா?"

"எதுக்காக அப்புடி கேக்குறீங்க. நான் பன்னண்டாவது வரைக்கும் படிச்சவதான் தெரியுமா?"

"ரொம்ப நல்லாருக்கு. எப்புடி ஒங்களால இப்புடியெல்லாம் எழுத முடியுது?"

ஏற்கெனவே தன்னிலை மறந்த ஒருவித மயக்க நிலையில் இருந்தவளுக்கு மலர்க்கொடியின் பாராட்டு இன்னும் அவளைக் கிறங்க வைத்துவிட்டது என்றுதான் சொல்லவேண்டும்.

“இன்னங்கொட எழுதி வச்சிருக்குறன். காட்டவா?” என்றவள், இவளின் பதிலைக் கூட எதிர்பார்க்காமல் எழுந்து சென்று அலமாரியிலிருந்து டைரி ஒன்றை எடுத்து வந்தாள்.

சிறு குழந்தைபோல படபடவென அதன் பக்கங்களை அங்குமிங்குமாக புரட்டினாள். ஒவ்வொரு பக்கத்திலும் எழுதியும் அடித்தும் திருத்தியும் குறுக்கிலும் நெடுக்கிலுமாய் நிறைய செய்திருந்தாள். அவள் தேடிய பக்கங்கள் கிடைத்தபோது அதை மலர்க்கொடியிடம் காட்டினாள்.

“நீயொரு தூறல் பூக்கும் வானம்
நிதமெனை தூங்க வைக்கும் கானம்
என் வாசல்தேடி வந்துமோதுதுன் வாசம்
நான் வீழ்ந்தபின்னும் நின்றுபேசிடும் என் நேசம்
அன்பே என் அன்பே.... அன்பே என்னன்பே.....”

மலர்க்கொடியால் எதுவும் பேசமுடியவில்லை. சாந்தியையே பார்த்துக்கொண்டிருந்தாள்.

“இத படிச்சிப்பாருங்க மலர்” என்று இன்னொரு பக்கத்தை காண்பித்தாள்.

“உருகுதே மனம் உருகுதே உனையின்று நான் நினைத்தால்
பெருகுதே காதல் பெருகுதே கனவிலே நீ அணைத்தால்
கருக்கொண்ட வானம் பருவத்தில் பெய்யாமல் பொய்த்துப் போனதும் ஏனய்யா
உயிருக்கும்மேலான நம்நேசம் தாங்காது உறவுகள் செய்த சதி தானய்யா.”

படக்கென்று டைரியை மூடிவைத்துவிட்டு எழுந்துவிட்டாள் மலர்க்கொடி. இதற்கு மேலும் படித்தால் ஒருவேளை நம் மனதுமேகூட சாந்திக்கு ஆதரவாக யோசிக்க ஆரம்பித்துவிடக்கூடும் என்ற பயம் அவளுக்குள் ஏற்பட்டிருந்தது. சாந்தியின் குடும்பம், பதவி, பொறுப்புகள் எல்லாவற்றையும் ஒரு வினாடி யோசித்துப்பார்த்தாள் மலர்க்கொடி. மற்றவர்கள் யாருக்கும் தெரிவதற்கு முன்பாக இந்த சிக்கலிலிருந்து சாந்தியை விடுவித்துவிட வேண்டும். நம்மை விட்டால் இந்த விஷயத்தில் உதவ சாந்திக்கு வேறு யாரும் இல்லை. நல்லவேளையாக இதை அவள் நம்மிடம் சொன்னாள். வேறு யாரிடமாவது சொல்லியிருந்தால் என்னாவது. நினைக்கவே நடுக்கமாக இருந்தது மலர்க்கொடிக்கு.

“ஏன் எழும்பிட்டீங்க மலர்? நல்லா இல்லையா” என்றாள் சற்று தயங்கியபடியே. இவளுடைய அப்பாவித்தனத்தை என்னவென்று சொல்வது என்று நினைத்தவளாக,

“அப்புடியெல்லாம் ஒண்ணுமில்ல சாந்தி. நீங்க எழுதிருக்குறது ரொம்ப நல்லாருக்கு. மணியப் பாருங்க மூணாவப்போகுது. நாளைக்கு சட்டமன்றம் போவணுமில்ல. கொஞ்ச நேரமாவுது தூங்குங்க. நானும் போயி தூங்குறன். எதுன்னாலும் நாளைக்கு பேசிப்பம்.”

சாந்தியின் அறையிலிருந்து தன் அறைக்கு வந்து படுத்துக் கொண்டாள் மலர்க்கொடி. எதற்காக சாந்தியைத் தேடிக்கொண்டு அவளுடைய அறைக்குப் போனோம் என்று நினைத்துப்பார்க்கக் கூட தோன்றவில்லை அவளுக்கு. சாந்தியின் விஷயத்தில் உடனடியாக செய்தாக வேண்டிய மிகப்பெரிய கடமை தனக்கு இருப்பதாகத் தோன்றியது. அதை சரிவர செய்துமுடிக்க தற்போது ஓய்வும் தூக்கமும் தேவையென நினைத்தவள் சிறிதுநேரத்திலேயே தூங்கியும் போனாள்.

*

22

கைபேசி ஒலிக்கும் சத்தம் கேட்டு துடித்துப் பிடித்து எழுந்தாள் மலர்க்கொடி. 'கடவுளே, கூப்புடுறது மாயவனா இருக்கக்கூடாது. ஆயாவுக்கு ஒண்ணும் ஆகக்கூடாது.' வேண்டிக்கொண்டே எடுத்தவள் அழைப்பது சாந்தி பொன்னுசாமி என்பதைப் பார்த்ததும் நிம்மதி யடைந்தாள்.

"ஹலோ சாந்தி சொல்லுங்க."

"தூங்கிட்டு இருந்தீங்களா?"

"விடியக்காலம்தான படுத்தோம். அதான் தூங்கிட்டேன் போலருக்கு. நீங்க தூங்குனீங்களா?"

"கொஞ்சநேரம் தூங்குனேன். எங்க ஆளுங்கட்சி எம்எல்ஏ எல்லாரையும் அவசரமா கூப்பிட்டுருக்காங்க. சட்டமன்ற கூட்டத்துக்கு முன்னாடி ஏதோ பேசணுமுன்னு அவசரக்கூட்டத்த கூட்டியிருக்காங்க. நான் வந்துட்டேன். அதச்சொல்லத்தான் போன் பண்ணினேன்."

"என்ன விஷயம்? எதுக்காக அவசரக்கூட்டமாம்."

"இதப்பத்தியெல்லாம் போன்ல பேசக்கூடாது. சி எம் மேடத்து மேல கேசு ஒண்ணு நடந்துட்டு இருந்துது. அந்த கேசோட தீர்ப்பு தேதிய இன்னக்கி சொல்லப்போறாங்க போல அதான். நம்ப நேர்ல பேசிப்போம். நீங்க கோட்டைக்கு வந்துருங்க. நான் வச்சர்றன்"

கடிகாரத்தைப் பார்த்தாள். மணி ஏழைத் தாண்டியிருந்தது. இவ்வளவு நேரம்வரை அவள் ஒருநாளும் தூங்கியதில்லை. ஆனால் இன்று இன்னும்கூட கொஞ்சநேரம் தூங்கினால் தேவலாம் போல இருந்தது. முகத்தை கழுவிவிட்டு வந்தாள். ஆயா எப்படியிருக்கிறது என்று விசாரிக்க வேண்டும் போலிருந்தது. ஆனால் மாயவனிடம் பேசவே அவளுக்கு தயக்கமாகவும் ஒருவித பயமாகவும் இருந்தது. நேற்றிலிருந்து அவன் பேசுவதை அவளால் நம்பவே முடியவில்லை. மனம்மாறி மறுபடியும் அவன் பழையபடி பேசும்வரை அவனிடம் பேசாமலே இருந்துவிட்டால் பரவாயில்லை என்று தோன்றியது. அவன் ஏதோ கோவத்திலிருக்கிறான்போல தோன்றியது அவளுக்கு.

இந்த நேரத்தில் பேசி மேலும் மேலும் அவனது கசப்பான வார்த்தைகளை கேட்டுவிடக்கூடாது என நினைத்தாள். இருந்தபோதும் ஆயாவைப்பற்றி அவளால் விசாரிக்காமல் இருக்க முடியவில்லை. மாயவனைத்தவிர வேறு யாரிடமும் விசாரிக்கவும் முடியாது. யாரிடம் விசாரித்தாலும் அது மாயவனுக்குத் தெரியவந்தால் இன்னும் நம்மீது வேகப்படுவான். தவிரவும் "கெழவிய பாத்துக்கிறது ஓம் புருசன் அவனுக்கிட்ட விசாரிக்காம என்னகிட்ட எதுக்காவ விசாரிக்கிற, மாயவன்கிட்ட ஏதாவது வருத்தமா?" என சந்தேகப்பட்டு கேட்டுவிட்டால் என்ன செய்வது. குடும்ப விவகாரங்களுக்குள் தேவையில்லாமல் அடுத்தவர்களை இழுத்துவந்து விடுவது போலாகிவிடும். இதுபோன்ற பிரச்சனை எதுவும் ஏற்படுத்தாத நம்பகமான கூட்டாளி வாசுகியின் நினைவு வந்தது. வாசுகியிடம் விசாரிப்பதுதான் நல்லது என நினைத்தவள் உடனே அவளுக்கு போன் செய்தாள். காலை நேரம் தெரு குழாயில் தண்ணீர் பிடித்துக்கொண்டு இருப்பாள். நாமும் கிளம்ப வேண்டும். இப்போது பேச முடியாவிட்டால் பிறகு அவளும் கம்பெனியில் இருப்பாள்.

'கடவுளே, வாசுகி போனை எடுக்கவேண்டும்.'

"ஹலோ மலரு."

"வாசுகி, நல்லவேள நீ போன எடுத்துட்ட. ஆயாவப் போயி பாத்தியா? இப்ப எப்புடி இருக்குது. ஏதாவது சாப்புடுதா?"

"விடியாத டீ போட்டுக்கொண்டு குடுத்துட்டு பாத்துட்டுதான் வந்தன்."

"ஆயா எப்புடி இருக்கு வாசுகி?"

"நீ ஒண்ணும் மனச போட்டு கஷ்டப்படுத்திக்காத"

"ரொம்ப முடியலயா?"

"வயசாயி படுக்கயில வுழுந்தா நாளுக்கு நாளு சௌரியம் கொறஞ்சிக்கிட்டேதான வரும்?"

"......"

"காலு ரெண்டும் வீங்கிப்போச்சி. அப்பப்ப மூச்சி விட முடியாம தெணறுது."

"பேசுதா?"

"பேச்செல்லாம் சுத்தமா இல்ல. நாலஞ்சி தடவ நல்லா சத்தம் போட்டு கூப்புட்டா கண்ண சொழட்டி பாக்குது. அப்புடியே மூடிக்குது."

"........"

"மலரு"

"......"

"மலரு அழுவுறியா?"

"அழுவாத மலரு. என்னைக்கிருந்தாலும் ஒருநாளு நடக்குறதுதான். நம்ம தாங்கிக்கத்தான் வேணும்."

"அதுனாலதான் மாயவன் என்னக்கிட்ட கோவமா பேசிச்சா?"

"என்னது மாயவன் ஒன்னக்கிட்ட கோவமா பேசிச்சா."

"ஆமா. ஆயா நெலமய பாத்து தாங்கமுடியாம பேசிருக்கும் போலருக்கு. அதுனாலதான் அதுகிட்ட பேச பயந்துக்கிட்டு ஒனக்கு போன் போட்டன்."

"ஆயாவால ஒண்ணும் மாயவன் பரிதவிக்கல இப்ப. அதுக்கு வேற காரணம் இருக்கு. நானே ஒனக்கு போனப்போட்டு பேசணுமுன்னு நெனச்சிருந்தன்."

"என்ன விஷயம் வாசுகி. சொல்லு"

"அது ஒண்ணுமில்ல. நீ ஏற்கெனவே அழுதுக்கிட்டு இருக்குற. இப்ப இதப்பத்தி ஒண்ணும் பேசவேண்டாம் வுடு."

"நான் கௌம்பி வந்துறவா?"

"வந்துட்டாலும் நல்லதுதான்."

"ஒடனே கிளம்பி வர்றன்."

"இல்ல மலரு. நீ இப்பவே வரவேண்டாம். இன்னக்கி வேலய இருந்து பாத்துட்டு சாங்கால ரயிலுக்கு வா. நான் இன்னக்கி கம்பெனிக்கு போகல. ஆயாகூட இருந்து பாத்துக்கிறன்."

"நீ சொல்லுறத பாத்தா எனக்கென்னமோ ரொம்ப பயமாருக்கு. நா வர்றதுக்குள்ள ஆயாவுக்கு எதுவும் ஆயிட்டா?"

"ஒண்ணும் ஆவாது. நீ பொழுதோட வந்துடு."

"வந்தர்றன். எதுவும் சொல்லணுமுன்னா எனக்கு ஒடனே போன் பண்ணு வாசுகி."

"கண்டிப்பா பண்ணுறன். ஒண்ணும் கவலப்படாத. ஒனக்கு நாங்கள்லாம் இருக்குறம்."

மலர்க்கொடிக்கு என்ன செய்வதென்று ஒன்றும் புரியவில்லை. அப்படியே உட்கார்ந்துவிட்டாள். குளிக்க வேண்டும். சட்டமன்றத்துக்கு கிளம்பவேண்டும் என்ற சிந்தனையில்லாமல் வாசுகி சொன்ன விஷயத்தைப் பற்றியே யோசித்துக்கொண்டிருந்தாள். ஆயாவின் காரணமாக இல்லை என்றால் மாயவனுக்கு என்மேல் அப்படி என்ன கோவம்? நான் என்ன தவறு செய்தேன். 'நானே ஒனக்கு போன்பண்ணி சொல்லணுமுன்னு நெனச்சன். ஏற்கெனவே நீ ஆயாவ நெனச்சி அழுதுக்கிட்டு இருக்குற. இப்ப வேண்டாம்' திரும்பத் திரும்ப வாசுகியின் வார்த்தைகளே மனதுக்குள் ஓடிக்கொண்டிருந்தது. 'நான் கேட்டு அழுவதுபோல ஒரு விஷயம் மாயவனிடம் இருக்கிறது என்றால் அது என்னவாக இருக்கும்? கடவுளே, மாயவன் ரொம்ப நல்லவன். அதுக்கு எந்தக் கஷ்டமும் வந்துறக்கூடாது. எந்த சிக்கல்லயும் மாட்டிக்கக்கூடாது. மாயவன் வம்புதும்புக்கோ, சண்ட சச்சரவுக்கோ போற ஆளு கெடையாது. அடுத்தவங்களுக்கு பழிபாவம் நெனக்கிற ஆளும் கெடையாது. அப்புடி இருக்கும்போது யாம்மேலயே பாயிற அளவுக்கு என்ன நடந்துருக்கும். மாயவனுக்கு ஒண்ணுன்னா என்னால அத தாங்கிக்கவே முடியாது. கடவுளே என்ன சோதிக்காத.' மலர்க்கொடியின் மனம் பலவற்றையும் நினைத்து சஞ்சலப்பட்டது. 'மாயவன் ஏதோ பிரச்சனயில இருக்குறப்ப நாமதான ஆறுதலா இருக்கணும். இந்த நேரம் பாத்து அது கோவப்படுது 'ஏசுது' எரிஞ்சிவுழுதுன்னு சாக்குபோக்கு சொல்லிக்கிட்டு நாம பேசாமப் போறது ஞாயமில்ல. இப்பயே பேசிடுவம்.' என நினைத்தவள் மாயவனுக்கு போன் பண்ணினாள். 'அது என்ன பேசுனாலும் பரவால்ல நம்ப ஆறுதலா மட்டும்தான் பேசணும். பாவம் அதுக்கு மட்டும் நம்மள விட்டா வேற யாரு இருக்கா'

"ஹலோ யாரு பேசுறது?" பெண்ணின் குரல் கேட்டு திடுக்கிட்டாள் மலர்க்கொடி.

"நீங்க யாரு பேசுறது?"

"அலோ போன் பண்ணுனது நீங்க. நீங்கதான் சொல்லணும் யாருன்னு,"

"மாயவன் இருக்கா? நான் அதுக்கிட்டதான் பேசணும்."

"மாமா இப்ப இல்ல. கடத்தெருவுக்கு போயிருக்கு சாமான் வாங்க."

"செல்ல எடுத்துக்கிட்டு போவலயா?"

"சார்ஜ் ஏத்த கரண்டுல போட்டுட்டு போயிருக்கு."

"நீங்க எதுன்னாலும் என்னக்கிட்ட சொல்லுங்க. வந்ததும் நான் சொல்லியிர்றன்."

"வந்த பெறவு நானே பேசிக்கிறன்." வைத்துவிட்டாள். 'மாயவனை மாமா என்கிறாளே. யாராக இருப்பாள் இவள். மலர்க்கொடியின் மனம் மேலும் குழம்பியது.' வாசுகி இதைப் பற்றித்தான் சொல்ல நினைத்திருப்பாளோ. கடவுளே இது என்ன சோதனை. வாசுகி மாயவனைப்பற்றி பேசும்போது அவளது குரல் அவன்மீது ஏதோ வேகத்தோடு பேசுவது போலத்தான் கேட்டது. அதற்கெல்லாம் இதுதான் காரணமா? நான் இப்போது என்ன செய்வது. இதுபற்றி மறுபடியும் வாசுகியிடம்தான் விசாரித்துப் பார்க்க வேண்டும். ஆனால் இப்போது எதுவும் பேசவேண்டாம் என்று முன்பே சொல்லிவிட்டாள். என்னவாக இருந்தாலும் இருக்கட்டும். இனிமேல் இதுபற்றி நாம் யோசிக்கக்கூடாது. சட்டமன்றத்துக்கு கிளம்ப நேரமாகிவிட்டது. நம் வேலை எதுவோ அதைப்பார்ப்போம் முதலில், குளித்து சாப்பிட்டு சட்டமன்றத்துக்குக் கிளம்பிவிட்டாள்.

இன்று சட்டமன்றம் வழக்கம் போலல்லாமல் களையிழந்து இருப்பதாகத் தோன்றியது மலர்க்கொடிக்கு. அதுவும் ஆளுங்கட்சி எம்எல்ஏக்களின் முகங்கள் கறுத்து சுருங்கிப்போனது போலிருந்தது. அமைச்சர்களின் முகங்களில் ஈயாடவில்லை. ஆளுங்கட்சியின் வருத்தங்களும் துன்பங்களும் இயல்பாய் எதிர்க்கட்சியினரை மலரச்செய்யும். ஆனால் இன்று அவையில் எதிர்க்கட்சியினர்கூட இருக்குமிடம் தெரியாதவாறு அடக்கமாக நடந்துகொண்டார்கள். ஆளும்கட்சிக்கும் எதிர்க்கட்சிக்கும் எம்எல்ஏக்களின் எண்ணிக்கையில் அதிக வித்தியாசமில்லாத சட்டமன்றமாக இருந்தது இந்த சட்டமன்றம். ஆளும்கட்சி தாம் பெற்றிருந்த சொற்ப எண்ணிக்கை வித்தியாசத்துடன் உபரிகளாய் வெற்றிபெற்றிருந்த சிறுசிறு கட்சிகளின் மூன்று எம்எல்ஏக்களின் ஆதரவுடன் ஆட்சியை அமைத்திருக்கிறது. அந்த ஆதரவையுமேகூட ஏதோ ஒப்பந்தத்தின் அடிப்படையில்தான் கொடுத்திருக்கிறார்கள் என்று எல்லோரும் பேசிக்கொண்டார்கள். ஆரம்பத்திலேயே சுயேச்சையாக நின்று ஜெயித்த மலர்க்கொடியிடமும் ஆதரவு கேட்கப்பட்டது. பதிலாக அவள் என்ன கேட்டாலும் செய்து தருவதாகவும் தங்களோடு இணைந்துகொண்டால் அமைச்சர் பதவிகூட தருவதாகவும் உறுதியளிக்கப்பட்டது. ஆனால் மலர்க்கொடி மறுத்துவிட்டாள். உங்கள் ஆட்சிக்கு எனது ஆதரவு தேவைப்பட்டால் அதைத் தருகிறேன். கைமாறாக எனக்கு எதுவும் வேண்டாம். எதற்காக எனக்கு ஓட்டுப் போட்டார்களோ அந்த வேலைகளை நான் நல்லவிதமாக செய்யமுடிந்தால் அதுவே எனக்குப் போதும். சனங்களின் வாக்கை என் சொந்த லாபத்திற்காக நான் ஒருநாளும் பயன்படுத்த மாட்டேன் என்று உறுதியாக மறுத்துவிட்டாள்.

கொஞ்சம்கூட அரசியலில் முன் அனுபவம் இல்லாதவள். அதிகம் படிக்காதவள் பதவிக்கு, பணத்திற்கு ஆசைப்பட்டு எடுத்தார் கைப்பிள்ளையாக வளைந்து கொடுப்பாள் என்று நினைத்தால் இவ்வளவு உறுதியோடு இருக்கிறாளே என ஆச்சரியப்பட்டு சிஎம் மேடமேகூட மலர்க்கொடியை அழைத்துப் பாராட்டியிருக்கிறார். சட்டமன்ற கூட்டத்தின்போதும் அவளை சிஎம் கவனித்துக்கொண்டு இருப்பதுபோலத் தோன்றும் மலர்க்கொடிக்கு. சாந்தி போன்ற மற்ற சில எம்எல்ஏக்களும்கூட இதைக் கவனித்துவிட்டு மலர்க்கொடியிடம் வந்து சொல்லியிருக்கிறார்கள். சிஎம் விஜயராணி மேடத்தைப்பற்றி மலர்க்கொடிக்கு அவ்வளவாய் எதுவும் தெரியாது. அவளைப் பொறுத்தவரை ஒரு சிஎம்மாக மட்டுமே ஒரே அவைக்குள்ளிருந்து பலமுறை பார்த்திருக்கிறாள். இவளுடைய தொகுதி பிரச்சனைகளைப் பேசியபோது காது கொடுத்துக் கேட்டிருக்கிறாள். அவளது தொகுதிக்கு கேட்டதை செய்து கொடுத்திருக்கிறாள். குடும்பம், பிள்ளைகள் என தனிப்பட்ட வாழ்வின் நெருக்கடிகள் எதுவுமில்லாதவள். கட்சிக்கும் ஆட்சிக்கும் அவளே முதன்மை. இப்படியான பின்னணி கொண்ட ஒரு பெண்மணிக்கு ஊழல் வழக்கில் சிக்கிக்கொள்ள வேண்டிய நிலை எப்படி ஏற்பட்டிருக்கும். இதைப்பற்றி யோசிப்பதால் என்ன பயன். ஆனால் இன்று தீர்ப்பு அறிவிக்க இருக்கும் தேதியை மட்டுமே வெளியிடப் போகிறது நீதிமன்றம். எல்லோரும் ஏன் இப்படி தீர்ப்பையே அறிவித்துவிட்டதைப்போல இவ்வளவு கலக்கத்தில் இருக்கிறார்கள். தீர்ப்பு சிஎம் விஜயராணி மேடத்திற்கு பாதகமாகத்தான் வரப்போகிறது என்பது எல்லோருக்கும் தெரிந்திருக்கிறது. அதனால்தான் இத்தனை முன்னேற்பாடுகளையும் அவசர அவசரமாக செய்கிறார்கள். இவர்களின் நடவடிக்கைகளைப் பார்க்கும்போது தீர்ப்பு பற்றிய பதற்றத்தைவிடவும் அது மிகவும் சீக்கிரமாக அறிவிக்கப்பட்டு விடுமோ என்ற பரிதவிப்பே எல்லோரிடமும் அதிகம் தெரிந்தது. விசாரணையின்போது காட்டிய கெடுபிடிகளை பார்க்கும்போது தீர்ப்புத் தேதியை நீண்ட நாட்களுக்குப்பின் என தள்ளிவைக்கப் போவதில்லை என்ற பயத்துடன் பலரும் பேசிக்கொண்டதையும் கேட்க முடிந்தது.

சாந்தி பொன்னுசாமி இவளைத் தேடிக்கொண்டு வந்து பக்கத்தில் உட்கார்ந்தாள்.

"சாப்பிட்டீங்களா மலர்க்கொடி?"

"ஹாஸ்டல்லயே முடிச்சிட்டுதான் வந்தன். நீங்க சாப்பிட்டீங்களா?"

"கட்சி ஆபீஸ்ல மீட்டிங் நடந்துதில்ல. அங்கயே ஏற்பாடு பண்ணிருந்தாங்க."

“அப்புடி என்ன அவசரக்கூட்டம்?”

“அதான் சொன்னேன்ல. சிஎம் மேடம் கேஸ் தீர்ப்பு வரப்போவுதாம்.”

“தீர்ப்பு வந்தபெறகு. எதுன்னாலும் பாத்துக்கிட்டு அப்பறம் செய்தா என்ன?”

“அதான முடியாது. மேடத்த தவிர கட்சி ஆளுங்கள, மந்திரிகள, எம்எல்ஏக்கள வேற யாராலயும் கன்ரோல் பண்ண முடியாதாச்சே. அவனவனும் நான்தான் பெரியவன், நீதான் பெரியவன்னு அடிச்சிகிட்டு நிப்பாங்க.”

“அதுக்காக இப்ப என்ன சொல்றாங்க?”

“இன்னைக்கு கூட்டத்துல என்ன பேசினாங்கன்னா, தீர்ப்பு நமக்கு எதிரா வர்றதுக்குத்தான் அதிக வாய்ப்பிருக்கு. கொறஞ்சது நாலு வருச தண்டனை கெடைக்கலாம். மேல்முறையீடு, சீராய்வு மனுன்னு நான் எதுக்காகவும் மெனக்கெடப் போறதில்ல. அதுனால நீங்க எல்லாரும் ரொம்ப ஒத்துமையா இருக்கணும். இன்னும் ரெண்டு வருச ஆட்சி இருக்கு. இத இழந்துறக்கூடாது. இன்னைக்கு தீர்ப்பு வந்தாலும் இதுக்கு மேல ஒருநாள் கூட இந்த ஆட்சியில நான் பங்கெடுக்க முடியாது. ஆனா தண்டனை முடிஞ்சி நான் வெளிய வரும்போது அதுவரைக்கும் காப்பாத்தி வச்சிருந்து கட்சியயும் ஆட்சியயும் ஒப்படைக்கணும். யார் பொறுப்பு ஏத்துக்கறீங்க” அப்புடின்னு கேட்டாங்க. சிஎம் விஜயராணி ஒரு வார்த்தைக்காகத்தான் இதைக் கேட்டார். பிறகு அமைச்சர்களின் முகங்களை உற்றுப்பார்த்தார். எல்லோருடைய மனதிலும் எதிர்பார்ப்பும் ஆசையும் இருப்பதாகத் தெரிந்தது. ‘சுயநலமில்லாமல் பணியாற்றும் ஒருவரால்தான் இந்த நெருக்கடியான நிலையை சமாளித்து தக்கவைத்துக் கொள்ளமுடியும். என்னை நம்பும் நீங்கள் நான் எடுக்கப்போகும் முடிவுகளையும் ஏற்றுக்கொள்ள வேண்டும். அப்படி ஏற்றுக்கொண்டால் மட்டும்தான் இன்னும் இரண்டு ஆண்டுகள் நீங்கள் அமைச்சர்களாக எம்எல்ஏக்களாக பதவியில் நீடிக்க முடியும். இல்லாவிட்டால் உங்களுக்கு இந்த அடையாளங்கள் எதுவுமே இல்லாமல் போய்விடும். என் இடத்தில் யாரை நான் உட்காரவைத்தாலும் மறு கேள்வியில்லாமல் நீங்கள் அனைவரும் முழுமனதாக ஏற்றுக்கொள்ள வேண்டும். அப்படி பொறுப்பு ஏற்பவர், நான் சிறையிலிருந்தாலும் அவ்வப்போது என்னை வந்து சந்தித்து முக்கிய முடிவுகளைப்பற்றி ஆலோசித்து பிறகுதான் அறிவிக்க வேண்டும். இப்புடியெல்லாம் சொன்னதோட இல்லாம ஆளுக்கொரு உறுதிமொழி பத்திரத்தக் கொடுத்து கையெழுத்து போட்டுக் கேட்டாங்க. கையெழுத்துப் போடுறதுக்கு முன்னாடி ஒருதடவைக்கு பல தடவயா நல்லா யோசிச்சிப் போடுங்க.

கையெழுத்து போட்டபிறகு மீறக்கூடாது. இதுக்கெல்லாம் ஒத்துக்க முடியாதுங்குறவங்க தாராளமா பேப்பர கிழிச்சுப் போட்டுட்டுப் போகலாம். ஆனா அதுக்குப் பெறகு ஒருநாள்கூட இந்தப் பதவியில நீடிக்கக் கூடாது. ராஜினாமா செய்திரணும். ஏன்னா உங்களோட வெற்றியில உங்களுக்கு எந்தப் பங்கும் இல்ல. எல்லாம் என்னோட உழைப்புக்கு கெடச்ச பலன். என்மேல மக்களுக்கு இருந்த நம்பிக்கையால கெடச்ச பரிசு. என்னோட வார்த்தைகள ஏத்துக்க முடியாதபோது என்னால கெடச்ச பதவியை அனுபவிக்கவும் நீங்க விருப்பப்பட மாட்டீர்கள் என்பது எனக்குத் தெரியும். நமக்கு நேரமில்லை. நான் எனது காலை சிற்றுண்டியை முடித்துவிட்டு மீண்டும் உங்களை வந்து சந்திக்கிறேன். நீங்கள் அனைவரும்கூட உங்கள் காலைச் சிற்றுண்டியை முடித்துவிட்டு வந்து கையெழுத்திட்டுக் கொடுத்தால் போதும்.' கண்டிப்பும் கறாருமாய்ப் பேசியதைக் கேட்ட பிறகும் யாருக்காவது எதிர்த்து கருத்துச் சொல்லவோ மறுத்துப் பேசவோ துணிவு வருமா? யாருக்கும் பசியாரும் சிந்தனைகூட இல்லை. எல்லோரும் சிளம் விஜயராணி வருவதற்குள்ளாக வந்து காத்திருந்தனர். பயபக்தியோடு மதுரைவீரனுக்கு படையலிடுவது போல கையெழுத்துப் போட்ட உறுதிமொழிப் படிவத்தை அவளிடம் சமர்ப்பித்தனர்.

சாந்தி சொல்லியதையெல்லாம் ஒருவித வியப்போடு கதை கேட்பது போன்றதொரு சுவாரஸ்யத்தோடும் கேட்டுக்கொண்டிருந்தாள் மலர்க்கொடி.

"எல்லாரும் கையெழுத்துப் போட்டு குடுத்த பெறகு என்ன நடந்துது தெரியுமா?"

"சிளம் மேடம் அப்புடியே மாறிட்டாங்க. அவ்வளவு கறாரா பேசுனவங்களா இப்ப இவ்வளவு அன்பா, கனிவா பேசுறாங்கன்னு நம்பவே முடியல. அவங்க மனசு ரொம்ப எளகிப் போச்சின்னு நெனக்கிறன். கண்ணு கலங்க கலங்க உருக்கமா பேசுனாங்க. நாங்க எல்லாருமே அழுதுட்டம்."

"பரவால்ல. சரியா எத எப்ப எப்புடி சொல்லனுமோ அப்புடி சொல்லிருக்காங்க. ரொம்ப தெறமையானவங்களா இருக்காங்க இல்ல?"

"ஆமாம். அப்புடி இல்லாம இருந்திருந்தா தனி ஒரு பொம்பளயா இருந்துக்கிட்டு இவ்வள பெரிய கட்சியயும் ஆட்சியயும் காப்பாத்திக்கிட்டு இருக்கமுடியுமா?"

"உண்மதான் இது சாதாரண வேல இல்லதான். உண்மையிலயே உங்க சிளம் மேடம் மாதிரி யாராலயும் இருக்கமுடியாது."

"இப்ப எல்லாருடைய எதிர்பார்ப்பும் என்ன தெரியுமா?" "என்ன?"

"சிஎம் பொறுப்பு யாருக்குக் கெடைக்கும்ங்குறதுதான்." "அதுவேற இருக்குல்ல?"

"ஆமாம்"

"சரி. யாருகிட்ட ஒப்படைப்பாங்கன்னு ஏதாவது தெரியுமா?"

"எங்க மேடத்த பொறுத்தவரைக்கும் அவங்க என்ன யோசிப்பாங்க, எப்புடி செய்வாங்கன்னு யாராலயும் யூகிக்கவே முடியாது. திடீர் அதிர்ஷ்டம் யாருக்கு வேணுமுன்னாலும் கிடைக்கும். அவங்களுக்கு யார புடிக்கிதோ அவங்க பேர அறிவிச்சி திக்குமுக்காட வச்சிருவாங்க."

"பரவால்ல. நல்ல தலைமைதான். எல்லாரும் உள்ள போறாங்க பாருங்க. வாங்க சாந்தி நாமளும் போவம்." இருவரும் எழுந்து கொண்டார்கள்.

"பேரவை முடிஞ்ச பெறவும் எங்களுக்கு மீட்டிங் இருக்கும் போலருக்கு. நான் உங்ககிட்ட நைட்டு வந்து பேசுறன் மலர்க்கொடி"

"நான் இந்தக் கூட்டம் முடிஞ்சதும் ஊருக்குக் கிளம்புறன். எங்க ஆயாவுக்கு ரொம்ப முடியல. நான் பக்கத்துல இருக்கணும் அதான்."

"அப்புடியா? நான் உங்ககிட்ட நெறயா பேசணுமுன்னு நெனச்சிருந்தன்."

"மலர்க்கொடியால் அவளுக்கு பதிலேதும் சொல்லமுடியவில்லை. சாந்தியின் கூடவே இருந்து அவளை நிறைய பேசவிட்டு கொஞ்சம் கொஞ்சமாய் புரிந்துகொள்ள வைக்கவேண்டும். மனம்மாறி இந்தப் பிரச்சனையிலிருந்து முற்றிலுமாக அவளை விடுவிக்க வேண்டுமென்றால் நாம் கூடவே இருந்தால்தான் நல்லது. ஆனால் என்னால் ஆயாவைப் போய் பார்க்காமல் இனிமேல் ஒரு பொழுதுகூட இங்கே இருக்க முடியாது."

"சாந்தி இந்த நேரம் உங்கள் கட்சிக்கும் ஆட்சிக்கும் நெருக்கடியான நேரமா இருக்கு. எம்எல்ஏக்களோட போன கூட கண்காணிக்கலாம். யாருகிட்ட பேசுறீங்க. யாரு யார சந்திக்கிறீங்கன்னு கவனிச்சிக்கிட்டே இருப்பாங்க. நீங்க இதுமாதிரி ஒரு தொடர்புல இருக்குறது தெரியவந்தா எதிர்க்கட்சிக்காரங்களுக்கு அதுவே ஆதாயமாயிடும். ஊருக்கே தெரியவந்துடும். கண்ணு காது மூக்கு வச்சி பெருசா ஆக்கிடுவாங்க. பெறகு எந்தவகையிலும் அத சரிபண்ணவே முடியாது."

மலர்க்கொடி கூறியவற்றில் இருக்கும் உண்மைகளை உணர்ந்தவளாய் எதுவும் பேசாமல் இருந்தாள் சாந்தி.

“நான் சொல்றனேன்னு தப்பா நெனக்காதீங்க சாந்தி. இந்த நெலமயெல்லாம் சரியாகுற வரைக்கும் நீங்க அவருகூட எந்தத் தொடர்பும் வச்சிக்காதீங்க.”

“நீங்க சொல்றதெல்லாம் சரிதான். ஆனா நான் எப்புடி அவருகூட பேசாம இருக்குறது. என்னால முடியாதே. என்ன விடுங்க. அவரால எப்புடி எங்கிட்ட பேசாம இருக்க முடியும்? அவரு ரொம்ப பாவம் மலர்க்கொடி.”

“நீங்களே நெனச்சிப் பாருங்க. இது வெளில எல்லாருக்கும் தெரியவந்தா என்ன ஆகும்?”

“பேசாம இருக்க முடியுமா?”

“.......”

“கிட்டத்தட்ட ஒரு பைத்தியம்மாதிரி ஆயிட்டன் மலர்க்கொடி.”

“அப்புடியெல்லாம் எதுவும் இல்ல.”

“அப்புடித்தான். நீங்க என்னோட நெலமய புரிஞ்சிக்குங்க.”

“சரி, அப்புடியே இதுல நீங்க உங்கள கட்டுப்படுத்திக்க முடியாத அளவுக்கு போயிருந்தீங்கன்னா கண்டிப்பா இதுக்குமேல நீங்க ரெண்டுபேரும் சேந்து வாழணுமுன்னு முடிவு பண்ணிருப்பீங்க இல்ல?”

“அய்யய்யோ... நீங்க என்ன சொல்றீங்க? எதுக்காவ என்னப்பத்தி இப்புடி தப்புத் தப்பா யோசிக்கிறீங்க. நான் ஒருநாளும் அதுமாதிரி யெல்லாம் நடந்துக்க மாட்டேன். என்ன நம்புங்க மலர்க்கொடி.”

“சரி, நான் நம்புறன். அப்புடின்னா நீங்க இந்த விஷயத்துல காட்டுற தீவிரத்த கண்டிப்பா கொறச்சிக்கணும்.”

“ம்”

“நான் சொல்றத கேட்டா போதும்”

“ம். சொல்லுங்க.”

“எம் பொண்ணுங்க ரெண்டு பேருமே டாக்டர் இல்லயா. அவங்க என்னக்கிட்ட ஒரு விஷயத்த சொல்லிருக்காங்க.”

“..........”

“எந்த ஒரு விஷயத்த நம்மால விடமுடியாதுன்னு நம்புறமோ, அந்த விஷயத்த ஒரு இருபத்தியொரு நாளைக்கு செய்யாம வைராக்கியமா இருந்துட்டோம்ன்னா அப்பறம் அந்த விஷயம் நம்ம

கன்ட்ரோலுக்குள்ள வந்துடுமாம். அதோட இல்லாம அந்த விஷயத்துமேல நமக்கு இருந்த ஈர்ப்பும் கொறஞ்சி போயிருமாம்.''

"இந்த முறைய நீங்க முயற்சி பண்ணிப் பாருங்களேன் சாந்தி.''

"இருந்து பாக்குறன்,''

"ஆரம்பத்துல கஷ்டமாத்தான் இருக்கும். ஆனா பிடிவாதமா யிருந்துட்டமுன்னா நம்ப மனசு நம்ப பேச்ச கேக்குமுல்ல?''

"சரி மலர்க்கொடி. நீங்க சொல்றபடியே அவருகூட பேசாம சாட் பண்ணாம இருக்குறன்.''

"நமக்கு வேறவழியுமில்ல சாந்தி. நீங்க கவனமா இருக்க வேண்டிய நேரம் இது. வெளிய தெரியவந்தா சிஎம் மேல ஊழல் குற்றச்சாட்டு, எம்எல்ஏ மேல கள்ளக்காதல் குற்றச்சாட்டுன்னு பேப்பர்ல எல்லாம் கேவலம் கேவலமா எழுதிடுவானுங்க.''

"கள்ளக்காதல்னா எழுதுவாங்க?''

"பத்திரிக்ககாரனுங்களுக்கு ஒங்களோட கண்ணியமான காதலப்பத்தி எப்புடித் தெரியும். ஏற்கெனவே கல்யாணமான ஆணோ பொண்ணோ வேறவங்ககூட பேசுனாலே இதுமாதிரிதான் சொல்லுவாங்க.''

சாந்திக்கு லேசாக உடல் நடுங்குவதுபோல இருந்தது. "நல்லவேள சாந்தி, சரியான நேரத்துல என்னோட கண்ணத் தொறந்து வுட்டுட்டீங்க. நான் அப்ப சின்ன வயசுல பண்ணுன மாதிரியே வெளயாட்டுத்தனமா ஏதேதோ பண்ணிக்கிட்டு இருந்துட்டன். நான் பண்ணிக்கிட்டு இருந்தது தப்புதான்னு தெரிஞ்சாலும் அதுக்குப் பின்னால இவ்வளவு ஆபத்தெல்லாம் இருக்குமுன்னு நான் கொஞ்சங்கொட நெனச்சிப்பாக்கல. கடவுளே, என்ன காப்பாத்திட்டீங்க.'' சாந்தி பேசியதைக்கேட்டு மலர்க்கொடிக்கு அப்பாடா என்று இருந்தது. தம்முடைய வேலை இவ்வளவு சுலபமாக முடியுமென்று அவள் நினைத்துப் பார்க்கவில்லை. பெரியதொரு பாரத்தை இறக்கி வைத்துவிட்டதுபோல நிம்மதியா யிருந்தது.

*

23

மங்களத்துக் கிழவியை பார்த்து மலர்க்கொடியின் மனம் கரைந்துகொண்டிருந்தது. கிழவியின் கையை எடுத்து தன்னுடைய கைக்குள் அடக்கிக் கொண்டிருந்தவள் தன்னுடைய இன்னொரு கையால் அவள் உடலையும் முகத்தையும் தடவிக்கொண்டிருந்தாள்.

"ஆயா நான் கூப்புடுறது ஒனக்கு கேக்குதா ஆயா?"

"ஆயா... ஆயா."

கண்கள் லேசாக இமைக்குள் அசைந்தன.

"ஆயா கண்ணத் தொறந்து பாராயா. நான் மலரு கூப்புடுறன் ஆயா. ஒனக்கு தெரியலயா ஆயா. கண்ணத் தொற ஆயா. ஆயா என்னப் பாரு ஆயா"

எவ்வளவோ பிரயாசைப்பட்டு பார்த்துவிட்டாள். கிழவி யிடமிருந்து சின்ன ஒரு அசைவும் இல்லை. மலர்க்கொடியால் தாங்கிக்கொள்ள முடியவில்லை. தொண்டையடைக்க அடைக்க நெஞ்சாங்குழிக்குள் இருந்து துக்கமும் அழுகையும் திமிறிக்கொண்டு வந்தது.

"ஆயா, நீ இனிமே ஓங்கண்ணத் தொறந்து என்னப் பாக்கவே மாட்டியா? வாய தொறந்து என்ன கூப்புடவே மாட்டியா? ஆயா, எனக்கு யாருருக்கா ஆயா? ஆயா, என்ன தனியா தவிக்கவிட்டுட்டு இப்புடி கெடக்குறியே ஆயா. ஒனக்கு என்னப்பாத்தா பாவமா இல்லயா? என்ன இப்புடியே வுட்டுட்டு போயிடலாமுன்னு துணிஞ்சிட்டியா? ஒனக்கு எப்புடி ஆயா மனசு வருது. ஆயா ஏதாவது பேசாயா. ஒரே ஒருதடவ கண்ண தொறந்து பாத்துப் பேசாயா."

மலர்க்கொடியால் அழுகையை கட்டுப்படுத்தவே முடியவில்லை. கிழவியை கட்டியணைத்துக் கொண்டு கதறினாள். மலர்க்கொடியின் அழுகைச் சத்தம் கேட்டு ஓடிவந்தான் மாயவன். கிழவியின் முகத்தைப் பார்த்தவன் மூக்கருகில் விரல்வைத்துப் பார்த்தான் மூச்சு வருகிறதாவென்று. அவன் சந்தேகப்படுவதை உணர்ந்த மலர்க்கொடி

திடுக்கிட்டவளாய் கிழவியின் மேல் போர்த்தியதுபோல மூடிக்கிடந்த சேலைத்துணியை சற்று விலக்கிப்பார்த்தாள். நெஞ்சு சீராக ஏறியிறங்கிக் கொண்டிருந்தது.

“இப்ப எதுக்காவ நீ இப்புடி அழுத? நான் என்னவோ ஏதோன்னு பயந்து போயிட்டன்” என்றான் மாயவன். மலர்க்கொடி பதிலேதும் சொல்லாமல் அழுதுகொண்டேயிருந்தாள்.

“மலரு. இங்க பாரு. இப்ப எதுக்கு அழுவுற?”

“……”

“சொல்றேன்ல்ல. அழுவாத. அழவுறதால மட்டும் என்ன நடந்துடப்போவுது?”

மாயவனால் மலர்க்கொடி அழுவதைப் பார்த்துக்கொண்டிருக்க முடியவில்லை. அவளை எப்படியாவது தேற்ற வேண்டும் என்று நினைத்தான். ஆனால் மலர்க்கொடி சென்னையிலிருந்து வந்தது முதல் அவனிடம் ஒரு வார்த்தைகூட பேசவில்லை. அவனது முகத்தை ஏறெடுத்தும் பார்க்கவில்லை. கிழவியால்தான் மாயவன் சொந்தமானான். கிழவியின் முடிவோடு மாயவனின் சொந்தமும் முடிந்துபோகும் என்று ஏனோ அவளது மனதிற்குள் ஓர் எண்ணம் ஏற்பட்டிருந்தது. இனி, நமக்கென்று இந்த ஊரில் யார் இருக்கிறார்கள்?. நாம் எங்கே போவது? யாருடன் இருப்பது? இப்படியான சிந்தனைகளால் அவளது அழுகை அதிகமாகியது. மாயவன் முன்புபோல் இல்லை. அவன் முற்றிலுமாக மாறிவிட்டான் என்றுதான் அவள் நினைத்திருந்தாள். அது உண்மைதான் என்பதுபோலவும் ஒருசில சமயங்களில் அவன் நடந்துகொண்டிருக்கிறான். ஆனால் இப்போது மலர்க்கொடி அழுவதை அவனால் தாங்கிக்கொள்ள முடியவில்லை. அவள் இப்படி அழுது அவன் ஒருநாளும் பார்த்ததுமில்லை. கிழவி அவளை இந்த அளவுக்கு மனங்கலங்க விட்டதில்லை. மாயவனுமேகூட இவ்வளவு நாட்களும் மலர்க்கொடியை அப்படித்தான் கவனித்துக்கொண்டான். மலர்க்கொடியின் ஓரமாய் வந்து உட்கார்ந்து அவளது தோளில் கைவைத்து “அழாதே” என்றான். அவனது கண்களுமே கூட கலங்கியிருந்தது. இப்படி எதுவும் நடந்துவிடக்கூடாது என்பதில் கவனமாயிருந்த மாயவனின் அக்கா குணவதி,

“தம்பி கடைக்கி போயிட்டு வாரியாப்பா. ரெண்டுமூணு சாமான் வாங்கியாறணும்” என்றபடியே வந்து கிழவியின் படுக்கையோரம் நின்றாள். அவளைக் கண்டதும் சட்டென்று எழுந்தவன் மலர்க்கொடியை விட்டு விலகி நின்றான்.

“என்னென்ன வாங்கணுமோ ஒரு பேப்பருல குறிச்சிக்குடு செத்தயிருந்து போயி வாங்கியாந்து தாறன்” என்றான்.

“இல்லப்பா, இப்ப ஒடனே வேணும். ராச்சோத்துக்கு தொட்டுக்க பண்ணணும். நீ வேணுமுன்னா இருந்து பாரு. நானே போயிட்டு வாறன்” என்று தானே போகத் துணிந்தவளைப்போல பாசாங்கு செய்தாள்.

“வேண்டாங்க்கா. ஒன்னால அவ்வளதூரம் நடந்து போயிட்டு வரமுடியாது. நானே போயிட்டு வாறன்” என்று கிளம்பிவிட்டான். மாயவனுக்கு மலர்க்கொடியை அப்படி அழவிட்டுப்போக மனம் வரவில்லை. அவளை சமாதானப்படுத்தலாமென்று நினைத்தாலும் அவனால் அது முடியாமல் போகிறது. என்ன செய்யலாமென்று நினைத்தவனுக்கு வாசுகியின் நினைவு வந்தது. வாசுகியின் வீடு இவர்கள் வீட்டிலிருந்து நான்கு வீடுகள் தள்ளியிருந்தது. கடைக்குப் போவதற்கு முன்பாக வாசுகியின் வீட்டிற்குச் சென்றான். வாசுகியுமேகூட கொஞ்ச நாளாய் அவனுடன் முன்புபோல சரியாகப் பேசுவதில்லை. மலர்க்கொடிக்காக கிழவியைப் பார்த்துக்கொள்ள வருபவள் பேசியாக வேண்டிய கட்டாயம் ஏற்படும்போது மட்டும் ஓரிரு வார்த்தைகள் பேசுவதோடு சரி. இதற்கெல்லாம் காரணம் என்ன என்பதையும் அவன் அறிந்திருந்தான். அவனுடைய ஒன்றுவிட்ட உறவுக்கார அக்கா குடும்பம் என்றைக்கு இவன் வீட்டை தேடிக்கொண்டு வந்ததோ அன்றுமுதல் இந்த தொழிற்பேட்டைவாசிகளில் பலபேர் அவனுடன் பேசுவதை குறைத்துக்கொண்டிருந்தார்கள். எல்லாம் தெரிந்திருந்தும் அவனால் எதுவும் செய்யமுடியவில்லை.

வீட்டுக்கு வருபவர்களை வராதே என்று எப்படிச் சொல்வது. வந்து தங்கியிருப்பவர்களை இங்கே இருக்காதீர்கள் என்றோ, வீட்டைவிட்டு கிளம்புங்கள் என்றோ எப்படிச் சொல்லமுடியும்? இருபத்தைந்து வருடங்களுக்கும் மேலாக மும்பையில் வசித்து வருபவர்கள். வருடத்திற்கு ஒருமுறை வந்து சொந்தபந்தங்களை பார்த்துவிட்டுச் செல்பவள். இந்த வருடம் தன் மகளை கட்டிக் கொடுத்துவிட்டுத்தான் போகவேண்டுமென்று சொல்லி மகளுடன் வந்து மாயவன் வீட்டில் தங்கிவிட்டாள். மாயவனிடம் அவள் இதுபற்றியெல்லாம் எதுவும் சொல்லவில்லை என்றபோதும் உறவினர்கள் சிலபேர் அவளுடைய மகளை மாயவனுக்கே கட்டி வைக்கலாம் என யோசனை கூறியிருந்தார்கள். மாயவன் மலர்க்கொடிக்கு இதுவரை ஒரு குழந்தைகூட பிறக்கவில்லை. இனிமேலும் பிறக்குமென்று சொல்லமுடியாது. மாயவனும் மலர்க்கொடியும் ஓரளவு சொத்து

சேர்த்து வைத்திருக்கிறார்கள். எனவே, மாயவனுக்கு அவளுடைய அக்கா குணவதியின் மகளை கட்டிவைத்தால் சொந்தமும் விட்டுப் போகாது, சொத்தும் வேறிடம் போகாதென்று சொல்லி குணவதியின் மனதில் ஆசையைத் தூண்டிவிட்டிருந்தார்கள். குணவதியும் இதுதான் சந்தர்ப்பமென்று நினைத்து மாயவன் வீட்டிலேயே மகளுடன் வந்து தங்கிவிட்டாள். அவளுக்கு சாதகமாக சூழ்நிலையும் அமைந்துவிட்டது. கிழவி நினைவிழந்து கிடந்தாள். கிழவியைக் கவனித்துக்கொள்ள வேண்டிய மலர்க்கொடியோ சட்டமன்ற கூட்டத்தொடரில் கலந்துகொள்ளச் சென்றுவிட்டாள். இது போதாதா குணவதிக்கு. வந்த நாள் முதல் வீட்டையும் சமையல் சாப்பாடு எல்லாவற்றையும் குணவதிதான் கவனித்து வருகிறாள். அவ்வப்போது கிழவிக்கு வேண்டியவைகளையும் செய்து கொடுப்பதால் மாயவனுக்கு அவள் வந்து தங்கியிருப்பது சற்று ஆறுதலாக இருந்தது. குணவதி நினைத்தது போல மாயவன் நினைக்கவில்லை. ஆனால் குணவதியின் திட்டமனைத்தும் அங்கிருக்கும் எல்லோருக்குமே தெரிந்திருந்தது. மாயவனுக்கும் இந்த விஷயங்கள் அரசல்புரசலாய் தெரியவந்தபோதுதான் அவன் மலரிடம் கோவப்பட்டு பேசியதெல்லாம். அப்படி கோவப்பட்டாலாவது அவள் வந்துவிட மாட்டாளா என்ற எண்ணமே அவனிடம் மேலோங்கியிருந்தது. ஆனால் மலர்க்கொடி அவனது கோபத்தின் அர்த்தம் புரியாமல் துடித்தாள். பின்பு தன் வீட்டுக்கு வந்து தங்கியிருக்கும் குணவதி பற்றியும் அவளுடைய மகள் பற்றியும் அவர்களுடைய நோக்கம் பற்றியும் கேள்விப்பட்டு நொறுங்கிப் போய்விட்டாள். மாயவனும் குணவதியோடு சேர்ந்துதான் தனக்கு எதிராக வேலை செய்கிறானோ என்ற சந்தேகம் அவள் மனதில் உண்டாகியிருந்தது. அது உண்மைதான் என்பதுபோல மாயவனும் சிலநேரங்களில் நடந்துகொண்டான். இவற்றையெல்லாம் அறிந்த பிறகும் மலர்க்கொடியால் மாயவனிடம் எப்படித்தான் பேசமுடியும். மலர்க்கொடிக்கு வாழ்க்கையே இருண்டு போய்விட்டதுபோலத் தோன்றியது. கிழவியோடு எல்லாம் முடிந்துபோய்விடும் என்று திடமாக நம்பினாள்.

வாசுகி வந்து நிற்பதுகூடத் தெரியவில்லை மலர்க்கொடிக்கு. தோளில் கைவைத்து அணைத்தவளை அதன்பிறகுதான் பார்த்தாள். வாசுகியை கட்டிப்பிடித்துக்கொண்டு அழுதாள். “மலரு நீ இப்ப எதுக்காக இப்புடி அழுவுற? மாயவன் வந்து சொன்னப்பக்கூட நான் நம்பல. வந்து பாத்தாதான தெரியிது. நீ இப்புடி ஒடஞ்சிபோயி ஒக்காந்துருக்குறத என்னாலயே தாங்கிக்க முடியல.”

ஏற்கெனவே எதையெதையோ நினைத்து மனம் வெதும்பிப் போயிருந்த மலர்க்கொடிக்கு வாசுகியின் வார்த்தைகள் அவளது சுய பச்சாதாபத்தை மேலும் தூண்டிவிடுவதுபோல ஆகியது. பெரும் விம்மலுடன் அழுகை பீறிட்டு வந்தது. அவளே ஆசைப்பட்டாலும் அவளது அழுகையை அடக்கமுடியாது என்பதை வாசுகி புரிந்து கொண்டாள். மலர்க்கொடி தன்னால் தாங்கிக்கொள்ள முடியாத ஏதோ ஒரு முடிவை எடுத்துவிட்டாள். அந்த முடிவு தரும் வேதனையின் வெளிப்பாடுதான் இந்த அழுகை என்பது மட்டும் வாசுகிக்கு தெளிவாகப் புரிந்தது. எடுத்த முடிவை உறுதிப்படுத்திக்கொள்ள கடைசியாக நெஞ்சைப் பிளந்துகொண்டு வரும் அழுகையல்லவா இது

"கடவுளே, பாவம் மலர்க்கொடி. பிறந்தது முதல் கஷ்டத்தை மட்டுமே அனுபவித்தவள். இப்போதுதான் நல்ல நிலைக்கு வந்திருக்கிறாள். அவளை சோதித்துவிடாதே." வாசுகியின் கண்களும் கலங்கிப்போனது மலர்க்கொடிக்காக. மலர்க்கொடியை இதற்குமேல் தேற்றமுடியாது என்று தோன்றியது. அவள் தானாக ஓய்ந்தால்தான் உண்டு. கிழவியைப் பார்த்தாள். 'நீயாவது இவளுக்காவ இன்னம் கொஞ்சநாளு நல்லபடியா இருந்துருக்கக் கூடாதா. ஒரு ஆதரவத்த பொண்ண அழச்சாந்துவச்சி வளத்து அவளுக்கு ஆசயக்காட்டி கல்யாணத்தையும் பண்ணிவச்சிட்டு இப்ப அம்போன்னு வுட்டுட்டுப் போறியே கெழவி' கிழவியின் முகத்தை உற்றுப் பார்த்தாள். எவ்வித சலனமும் இல்லாமல் இருந்தது. முகத்தில் உயிரைச் சுமந்து கிடக்கும் வலி தெரியவில்லை. அதில் பிரபஞ்சத்தின் பேரமைதி படர்ந்திருந்தது. பால்வடியும் முகத்தில் நிம்மதி பூத்துக்கிடந்ததுபோலத் தெரிந்தது. சுகமாய் தூங்குவதுபோல கிடந்தாள். இதுவரை உடலை வருத்திக்கொண்டிருந்த ஏதோ ஒன்று விட்டுவிலகியதால் உண்டான சுகமல்லவா இது. வாசுகி திடுக்கிட்டாள். "ஐயோ என்ன இது சோதன? நம்ம நெனக்கிறது உண்மதானா? மலரு பக்கத்துல இருக்குறத தெரிஞ்சிக்கிட்டு கெழவி நிம்மதியா போயி சேந்துட்டுதா? கடவுளே."

"ஆயா. என்ன பண்ணிட்ட நீ. ஒனக்கு எப்புடி மனசு வந்துச்சி?" மூக்கினருகில் சுவாசம் வருகிறதாவென விரல் வைத்துப் பார்த்தாள். எதுவும் தெரியவில்லை. நெஞ்சுக்குழி துடிப்பாவது தெரிகிறதாவென கைவைத்துப் பார்த்தாள். தடவிப் பார்த்தாள். உள் துடிப்பு எதையும் அவளால் உணரமுடியவில்லை. மலர்க்கொடி அழுதுகொண்டே இருந்ததால் வாசுகியின் பதட்டத்தை அவளால் கவனிக்க முடியவில்லை. இதை எப்படி மலர்க்கொடியிடம் சொல்லுவது என்று ஒன்றும் புரியாமல் தவித்தாள் வாசுகி. எப்படியாவது தெரியப்படுத்தி

தானே ஆகவேண்டும் என மனதை திடப்படுத்திக்கொண்டவள், மலர்க்கொடியின் தோள்களை அணைத்துக்கொண்டாள். பதட்டமில்லாம பேச நிறைய பிரயாசைப்பட்டாள்.

“மலரு கெழவிக்கு எல்லாமே நீதான். ஒன்ன மட்டும்தான் அது உசுரா நெனச்சிருக்கு. அதுனாலதான் நீ எப்ப வருவன்னு காத்துக்கெடந்துருக்கு இவ்வள நாளும். நீ வந்ததும் ஓம்மடில உசுற வுட்டுருக்கு” வாசுகியின் வார்த்தைகளைக் கேட்டு திடுக்கிட்டாள் மலர்க்கொடி.

“நீ என்ன சொல்ற?”

வாசுகியின் அணைப்பு இறுகியது. திமிறி விடுபட்டு அதிர்ந்த கண்களால் கிழவியைப் பார்த்தாள்.

“வாசுகி உண்மயச் சொல்லு ஆயாவுக்கு என்னாச்சி?” வாசுகி கிழவியின் நாடியை பிடித்துப் பார்த்து மேலும் உறுதிப்படுத்திக் கொண்டாள்.

“அய்யோ ஆயா... என்ன வுட்டுட்டுப் போயிட்டியா?” மலர்க்கொடி பெருங்குரலெடுத்து அழத் தொடங்கினாள். அவளின் அழுகுரல் கேட்டு அக்கம்பக்கத்திலெல்லாம் கூடிவிட்டார்கள். கடைத்தெருவுக்குப் போயிருந்த மாயவன் போகும்போது உயிர் இருப்பதை பார்த்துவிட்டுத்தானே போனோம். திரும்பி வந்து பார்ப்பதற்குள்ளாக இப்படி ஆகிவிட்டதே என்று கவலைப்பட்டான். உயிர் பிரியும் தறுவாயில் பக்கத்தில் இருக்கமுடியாமல் போய்விட்டதே என்று வருத்தப்பட்டான். எல்லாம் இந்த குணவதியக்காவால்தான். நான் பிறகு போகிறேனென்று சொல்லியபோதும் உடனே வேண்டுமென்று சொல்லி அனுப்பிவைத்தவள் அவள்தான். அவள்தான் மலர்க்கொடியோடு பேசவும் அவளை சமாதானப்படுத்தவும் கிடைத்த நல்லதொரு சந்தர்ப்பத்தையும் கெடுத்தாள். அதுவே கிழவியை உயிர்விடும்போது அருகிருந்து ஒருவாய் தண்ணீர் ஊற்ற முடியாதபடியும் செய்துவிட்டது. குணவதியின் மீது மாயவனுக்கு கோபம் கோபமாக வந்தது. மலர்க்கொடியுடன் உடனே பேச வேண்டும் போலிருந்தது. ஆயா இறந்துவிட்ட நிலையில், மகளின் இடத்தில் மலர்க்கொடிதான் இருக்கிறாள். துக்கம் விசாரிக்க வரும் எல்லோரையும் எதிர்கொண்டு மலர்க்கொடிதான் துக்கம் கொடுப்பாள். நம்மையும் அவள் கட்டிப்பிடித்துக்கொண்டு அழுவதுதான் வழக்கமாக நடக்க வேண்டியது. மலர்க்கொடியும் அப்படி உரிமையோடு என்னிடம் ஆறுதல் பெற விரும்புபவள்தான். ஆனால் இப்போது அவள் அப்படியெல்லாம்

நடந்துகொள்வாள் என்று எதிர்பார்க்க முடியாது. இப்படி சிறியதொரு சந்தர்ப்பத்தை கொடுத்தால்கூடப் போதும். மாயவன் அவளை சமாதானப்படுத்திவிடுவான். தன்னுடைய நிலையை அவளுக்குப் புரியும்படி சொல்லி விளக்கிவிடுவான். ஆனால் அதற்கான சந்தர்ப்பம் தனக்கு இனியொருபோதும் கிடைக்காமலே போய்விட்டால் என்ன செய்வது என பயந்தான்.

கடைத்தெருவிலிருந்து வாங்கிவந்த சாமான்களை வீட்டிற்குள் வீசிவிட்டு கிழவி கிடந்த இடத்திற்கு ஓடிவந்தான். அவனையறியாமலே கூட அவன் மலர்க்கொடியை கட்டிக்கொண்டு அழுதுவிடுவான் என்பது போன்றதொரு சூழ்நிலைதான் அங்கிருந்தது. ஆனால் அதற்கிடையே எங்கிருந்தோ ஓடிவந்தாள் குணவதி.

“தம்பி, நம்ப மோசம் போனமப்பா தம்பி. நம்மளயெல்லாம் ஏமாத்திப்புட்டு எமன் எடுத்துக்கிட்டு போயிட்டானேயப்பா நம்ம பொக்கிசத்த. ராவு பகலா ஆயாவவுட்டு நகராம காத்து கெடந்தியேப்பா. அப்பயெல்லாம் கிட்டகூட நெருங்கலயே அந்தப்பாவி. நீ எப்ப எட்ட போவன்னு காத்துக்கிட்டு இருந்து கொள்ளயடிச்சிட்டானே தம்பி. ஒன்ன வாழ வச்ச தெய்வத்த கொண்டுபோயி சேத்துட்டானே தம்பி.” நீட்டி முழக்கி ஒப்பாரி வைத்ததோடல்லாமல் அவனை மலர்க்கொடி பக்கம் நகராமலும் பார்த்துக்கொண்டாள். மாயவன் செத்துக்கிடந்த கிழவியைப் பார்ப்பதுபோலவே ஆற்றாமையோடும் ஏக்கத்தோடும் கண்ணீரோடும் மலர்க்கொடியையும் பார்த்துக்கொண்டு நின்றான். தன் வாழ்வுக்கு ஆதாரமாயிருந்த இருவரும் இனி தமக்கு இல்லை என்ற எண்ணம் அவனது மனதை கூறுபோட்டது. அந்த துயரம் தாங்காதவனாக பெருங்குரலெடுத்து அழுதான். அங்கு குழுமியிருந்த அத்தனைபேரின் நெஞ்சும் உருகிக் கரைந்தது மாயவனின் அழுகையைப் பார்த்து. குணவதி அவனை தேற்றும்விதமாக வெளியே தள்ளிக்கொண்டு போனாள். மாயவன் தன் கையறு நிலையை எண்ணி எண்ணி அழுது கொண்டிருந்தான். அவனது அழுகையை யாருடைய ஆறுதல் வார்த்தைகளாலும் கட்டுப்படுத்த முடியவில்லை.

*

24

கிழக்குக் கடற்கரை சாலையில் அந்தப் பேருந்து சீரான வேகத்தில் சென்றுகொண்டிருந்தது. சன்னலோர இருக்கையில் அமர்ந்திருந்தாள் மலர்க்கொடி. சிதம்பரத்திலிருந்து தென்திசை நோக்கிய இந்தப் பயணம் அவளுக்கு புதிது. ஒருமுறை இவளுக்கு கல்யாணமான புதிதில் மங்களத்துக்கிழவி இருவரையும் வேளாங்கண்ணி மாதா கோயிலுக்கு போய்வரச்சொல்லி வற்புறுத்தினாள். மாயவனுமேகூட ஆர்வமா யிருந்தான். ஆனால் மலர்க்கொடிதான் அதற்கு சம்மதிக்கவில்லை.

"ஆயா நீயும் வர்றதா இருந்தா வா. மூணுபேரும் போயி வருவம். நாங்க மட்டுமுன்னா வேண்டாம்." என்று மறுத்துவிட்டாள்.

பக்கத்தில் உட்கார்ந்திருந்த பெண்ணின் மடியிலிருந்த குழந்தை இவளது கையில் போட்டிருந்த வளையல்களில் கைவைத்து இழுத்தது. இவள் திரும்பிப் பார்த்ததும் கையை எடுத்துக்கொண்டு இவளது முகத்தைப் பார்த்தது. இவள் சிரித்தபடியே "பாப்பாவுக்கு இந்த வளையல் வேணுமா" என்றாள். அவ்வளவுதான் குழந்தை பயமில்லாமல் இழுத்தும் அசைத்தும் விளையாட ஆரம்பித்துவிட்டது. அக்குழந்தையின் தாய் இரண்டு மூன்றுமுறை அதன் கையை இழுத்துவிட்டு குழந்தையை வேறுபக்கம் திருப்பி உட்கார வைத்துப் பார்த்தாள். அது கேட்கவில்லை. திமிறிக்கொண்டு இவள் வளையலிலேயே கைவைத்தது.

"விடுங்க கொழந்த கைவைக்கிறதால என்ன கொறஞ் சிடப்போகுது" என்றவள் குழந்தை பிடித்திழுத்து விளையாட வாகாய் கையை அதன் பக்கமாய் நீட்டி வைத்தாள்.

"கண்ணாடி வளையல் சத்தங்கேக்குதில்ல அதான்"

என்றாள் அந்தப்பெண், குழந்தையின் செயலுக்கு சமாதானம் சொல்லும்விதமாக. "பரவால்ல. கொழந்தன்னா அப்புடித்தான் இருக்கும்" புன்னகைத்தாள் மலர்க்கொடி.

கம்பி போன்ற நான்கு தங்க வளையல்களுக்கிடையிடையே சிவப்பு, பச்சை வண்ணங்களில் கண்ணாடி வளையல்களை அணிந்திருந்தாள்.

மலர்க்கொடி ஆரம்பத்திலிருந்து கண்ணாடி வளையல்களைத்தான் விரும்பி போட்டுக்கொள்வாள். அவள் கவுன்சிலராய் இருந்தபோது கிழவி பிடிவாதமாயிருந்து இந்த தங்க வளையல்களை வாங்கிப் போடவைத்திருந்தாள். இந்த வளையலில் பெரும்பகுதி மங்களத்துக் கிழவியின் உழைப்பு இருக்கிறது. அதனால் அதை வேண்டாமென்று சொல்லவும் மனமில்லாமல் தனக்குப் பிடித்த கல் வளையல்களையும் விட மனமில்லாமல் கலந்து போட்டுக்கொள்வதை பழக்கமாக்கிக் கொண்டிருந்தாள்.

குழந்தை வளையல்களோடு சேர்த்து அவளது கையையும் பிடித்து இழுத்தது. அதன் மென்மையான தளிர்க்கரம், அதன் தொடுகை அவளுக்குள் ஒளிந்துகிடந்த ஏக்கத்தை தூண்டிவிட்டது போலிருந்தது. 'நமக்கென்று ஒரு குழந்தை இருந்திருந்தால் நன்றாக இருந்திருக்கும். கடவுள்தான் எனக்கு அந்த பாக்கியத்தை கொடுக்கவில்லையே. ஆணோ பெண்ணோ, கூனோ குருடோ எனக்கென்று ஒரு பிள்ளை பிறந்திருந்தால் இன்று இப்படியொரு நிலை எனக்கு வந்திருக்குமா. பிள்ளையில்லை என்று சொல்லித்தானே மாயவனுக்கு தன்னுடைய மகளை கட்டிவைத்தே தீருவேனென்று ஒற்றைக்காலில் நிற்கிறாள் குணவதி. எனக்கொரு பிள்ளைமட்டும் இருந்திருந்தால் என் வீட்டு வாசல்படியைக்கூட மிதிக்கும் துணிச்சல் அவளுக்கு வந்திருக்காதே. மாயவன்மேல் எவ்வளவு அன்பும் பாசமும் வைத்திருந்தோம். அதற்கெல்லாம் அர்த்தமே இல்லாமல் போய்விட்டதா? கடவுளே, யாருக்கு என்ன குறை வைத்தேன் நான். போன ஜென்மத்தில் பெரும்பாவம் ஏதாவது செய்திருப்பேனா. இரண்டு பிள்ளைகளை எடுத்து வளர்த்தேனே அவர்கள் ஏன் என் பிள்ளைகளின் இடத்திலிருந்து என்னைக் காப்பாற்றவில்லை.' என்ற சிந்தனை எழுந்தபோதும் பாவம் அவர்கள் இருவரும் என்னதான் செய்வார்கள். முடிந்தவரை எல்லோரிடமும் பேசிப்பார்த்துவிட்டார்கள். மேற்கொண்டு பிடிவாதமாயிருந்து உரிமையோடு சில முடிவுகளை எடுக்கும் அதிகாரத்தை நான் அவர்களுக்குக் கொடுக்காமல் இருந்துவிட்டேன். என்னைப்போலவேதான் புனிதாவும் கவிதாவும் பாவப்பட்ட ஜென்மங்களாகிவிட்டார்கள். அதனால்தான் அன்று குணவதியும் அவளுடைய சொந்தக்காரர்களும் கேட்ட கேள்விகளுக்குப் பதில் சொல்ல முடியாமல் தலைகுனிந்து நின்றார்கள். கருமகாரியம் முடிந்த கையோடு ஒருவேளைச் சோறுகூட உண்ணாமல் கண்ணீரும் கம்பலையுமாக இருவரும் வீட்டைவிட்டுச் சென்றதை நினைத்தால் இப்போதும் மலர்க்கொடிக்கு நெஞ்சைப் பிழிவதுபோல இருக்கிறது.

சன்னலின் வழியாக வெளியே பார்த்தாள். வங்கக்கடலின் அலைகள் வெண்குறுத்து மணல் நிரம்பிய கரையை தொட்டுத்தொட்டு விளையாடுவதுபோலத் தெரிந்தது. ஆனால் அவளின் மனதிற்குள் எழுந்த எண்ண அலைகளோ அது நிகழ்ந்த இடத்திற்கே அவளை கொண்டுசென்று அந்த துன்பச்சூழலில் அவளை சிக்கவைத்தது.

"அம்மா இவங்க சொல்லுறமாதிரி நீங்க தேடிவச்சிருக்குற சொத்து சொகத்துக்கோ, பணங்காசிக்கோ நாங்க ஆசப்படல. அனாதயா தவிச்ச எங்கள எடுத்து வளத்து, படிக்கவச்சி ஆளாக்கிவிட்டிருக்கீங்க. ஆசப்படுற அளவுக்கு சம்பாதிச்சி தேடிக்கிற தெறமய கத்துக் குடுத்துருக்கீங்க. இதவிட பெருசா எங்களுக்கு யாரும் எதுவும் குடுத்துட முடியாது. நாங்க எப்பவும் ஒங்கள நெனச்சிக்கிட்டேதான் இருப்போம். நீங்க எப்ப வேணுமுன்னாலும் எங்ககூட வந்து இருங்க. ஒங்களுக்கு என்ன வேணுமோ கேளுங்க செய்யிறம். ஆனா இந்த வீட்டுக்கு மட்டும் இனிமே நாங்க வரமாட்டம்."

"அப்புடியெல்லாம் பேசாதம்மா. யாரு செஞ்ச புண்ணியமோ ஒனக்கு தங்கமான ஒரு பையன் கெடச்சிட்டான். ஓந்தங்கச்சிக்கும் கல்யாணம் பண்ணணுமுல்ல. அதுவரைக்கும் எனக்காவ பொறுத்துக்க சாமி."

"அம்மா, நீங்க இதப்பத்தியெல்லாம் கவலப்படாதீங்க. ஒங்ககிட்ட முன்னாடியே சொல்லணுமுன்னு நெனச்சிருந்தன். ஆனா அதுக்கு சந்தர்ப்பமே கெடைக்காம போயிட்டுது. நானும் என் வீட்டுக்காரும் சேந்து ஒரு முடிவு பண்ணிருக்கோம். இந்த விஷயத்த இதுவரைக்கும் நான் புனிதாகிட்டக்கூட சொல்லல. அவரோட நண்பர் ஒருத்தர் தஞ்சாவூர் மெடிக்கல் காலேஜ்ல மேற்படிப்பு படிச்சிக்கிட்டு இருக்காரு. அவரு புனிதாவ எங்க கல்யாணத்துக்கு வந்தப்பவே பாத்துருக்காரு. என்னோட தங்கச்சின்னதும் அப்பவே முடிவு பண்ணிட்டாராம். இப்பதான் கொஞ்சநாளுக்கு முன்னாடி இதப்பத்தி எங்ககிட்ட பேசினாரு. புனிதா ஒத்துக்கிட்டா அவருக்கே கல்யாணம் பண்ணி வச்சிடலாம். கல்யாண செலவு எதுன்னாலும் அத நாங்களே பாத்துக்குவம். நீங்க எதுவும் கவலப்பட வேண்டாம். எங்க ஆசயெல்லாம் அப்பாவும் நீங்களும் முன்ன இருந்தமாதிரி சந்தோஷமா இருக்கணுங்குறதுதான்." இதை சொல்லும்போதே கவிதாவும் புனிதாவும் உடைந்து அழுதுவிட்டார்கள். வாசுகி உட்பட சுற்றியிருந்த பெண்களாலுமேகூட கண்ணீரை அடக்கிக்கொள்ள முடியவில்லை. அவர்களுக்கு மலர்க்கொடியை அப்படி நிராதரவான நிலையில் விட்டுச்செல்ல மனம் வரவில்லை என்றபோதும் மலர்க்கொடி அங்கே

இருக்கவேண்டியதன் கட்டாயத்தை உணர்ந்து அவளுக்கு ஆறுதல் வார்த்தைகளை கூறிவிட்டுச் சென்றார்கள்.

கிழவிக்கான காரியங்கள் அனைத்தும் முடிந்துவிட்டது. மகள்கள் இருவரும் போய்விட்டார்கள். அதுவும் புனிதாவைப்பற்றிய கவலைகூட தேவையில்லை என்பதுபோல நல்ல செய்தியைச் சொல்லி மனபாரத்தை குறைத்துவிட்டுப் போய்விட்டார்கள். இனி என்ன செய்வது எப்படி நாட்களை கடத்துவது என யோசித்தவள் இனிமேல் முழுக்க முழுக்க தொகுதி மக்களுக்காக மட்டுமே ஒவ்வொரு நிமிடத்தையும் செலவழிக்க வேண்டும். இறங்கி வேலை செய்தால் இருபத்துநாலு மணிநேரமுமேகூட பத்தாது என்பதை எத்தனையோ சந்தர்ப்பங்களில் உணர்ந்திருந்தவள் மலர்க்கொடி. இந்த வேலை நம்மை நிச்சயம் கரைசேர்க்கும் என்று நம்பினாள். அதற்கு தகுந்தாற் போல உளுந்தூர்பேட்டைத் தொகுதி எம்.எல்.ஏ சாந்தி பொன்னுசாமி அலைபேசியில் அழைத்திருந்தாள்.

“சட்டமன்றக் கூட்டத்தொடரின் கடைசி ரெண்டுநாள ஒத்திவச்சிருக்காங்க. ஒங்க ஆயா காரியம் முடிஞ்ச மறுநாளு நீங்க வரவேண்டியிருக்கும். தவறவிட்டுறாம வந்திடுங்க மலர். பெரிய பாதாளத்துல விழ இருந்த என்ன காப்பாத்திருக்கீங்க. ஒங்ககிட்ட நான் நெறையா பேசணும். எனக்காகவாவது வந்துருங்க” என்றாள். ‘உங்களுக்காக இல்லன்னாலும் எனக்காகவே நான் வந்துதான் ஆகணும். எனக்கும் தான் வேற போக்கிடமில்லயே’ என மனதிற்குள் சொல்லிக்கொண்டவள்.

“கண்டிப்பா வந்தர்றன்.” என்றாள். மலர்க்கொடிக்கு எப்போது அந்த வீட்டைவிட்டு வெளியேறுவோம் என்றிருந்தது. இந்த பதினாறாம் நாள் காரியம்வரை நெருப்புக்குள் இருப்பதுபோலத்தான் தவிப்பாய் இருந்தது அவளுக்கு. இந்த எம்.எல்.ஏ பதவியும் தொகுதியும் என்னை பிழைக்க வைத்துவிட்டது என்ற ஆறுதலோடு மறுநாள் அதிகாலையிலேயே கிளம்பிவிட்டாள். ரயில் நிலையம் வரை துணைக்குவர இன்று அவள் யாரையும் அழைக்கவில்லை. மாயவனுக்கு அவள் சென்னைக்குப் போகும் செய்திகூட தெரிந்திருக்க வாய்ப்பில்லை. அங்கு போடப்பட்டிருந்த சிமிண்ட் பெஞ்சில் உட்கார்ந்து கொண்டாள். அந்த இடமும் சூழலும் அவளது ரணப்பட்ட மனதுக்கு இதமளிப்பதுபோலத் தோன்றியது. ஆயாவுடனான வாழ்க்கை இந்த இடத்திலிருந்துதான் தொடங்கியது. ‘ஆயா இன்னக்கி ஒன்ன எழந்துட்டு மொதமொதலா அன்னக்கி மாதிரியே அனாதையா வந்து ஒக்காந்துருக்குறன். அன்னக்கி மாதிரியே வெள்ளரிக்கா

கூடையோட நீ வந்து மறுபடியும் என்ன கூட்டிட்டு போறியா ஆயா.' ஒன்ன பாக்க ஏக்கமா இருக்காயா. மலர்க்கொடியால் தன் கண்ணீரை கட்டுப்படுத்திக்கொள்ள முடியவில்லை. யாராவது பார்த்துவிட்டால் என்ன நினைப்பார்கள். எம்.எல்ஏ ஆனபிறகு இங்கே எல்லோருக்குமே அவளை ஓரளவு தெரிந்திருந்தது. கண்களைத் துடைத்து பிரயோசனமில்லை என எண்ணியவள், அங்கிருந்த குழாயைத் திறந்து குளிர்ந்த நீரால் முகத்தை நன்றாகக் கழுவிக்கொண்டாள். வடக்கேயிருந்து ஒரு ரயில்வண்டி வருகிறதென ஒலிபெருக்கி அறிவித்தது. அதுவரை கடைக்குள் முடங்கிக்கிடந்த இரண்டு வியாபாரிகளும் தமது டீ கேன்களுடன் நடைமேடைக்கு வந்தார்கள்.

"என்னண்ணே நேத்துவரைக்கும் நாங்க காப்பாத்துறோம். உங்க ஆட்சிக்கு நெருக்கடி குடுக்கமாட்டோம். ஆதரவு தாரோமுன்னு அள்ளிவிட்டுட்டு. இன்னக்கி இப்புடி ராவோடராவா ஆட்சிய கலச்சிப்புட்டானுங்க"

"ஆமாப்பா. சென்ட்ரல் கெவர்மெண்ட் நம்ப வச்சி கழுத்தறுத்துட்டாங்க."

"கஷ்டமா இருக்குண்ணே. நம்ப போட்ட ஓட்டெல்லாம் வீணாவுல போயிட்டுண்ணே."

"என்னப்பா பண்றது. ஊழல் வழக்குல சிக்குனவங்கன்னு தெரிஞ்சிருந்தும் தான துணிஞ்சி போட்டோம். இப்ப போட்ட ஓட்டு வீணாபோச்சின்னா அதுக்கு யாரு பொறுப்பு?"

அவர்கள் இருவரும் பேசிக்கொண்ட விஷயங்கள் புதிதில்லைதான். இரண்டுமாத காலமாக பலரும் இதுபற்றி பேசிய பலவிதமான உரையாடல்களை அவள் கேட்டிருக்கிறாள். ஆனால் இன்று அவளிருக்கும் இந்த ஆதரவற்றநிலையில் தனக்கிருந்த ஒற்றைப் பிடிமானமும் இற்றுப்போய்விட்டதே என்று கலங்கினாள். மாயவனும் வீடுவாசலும் இல்லாமல் போனாலும் எம்எல்ஏ பதவியும் தொகுதியும் நமக்கு இருக்கிறது என்று எவ்வளவு நம்பிக்கையோடு இருந்தாள். மலர்க்கொடியின் நம்பிக்கையில் இவ்வளவு பெரிய இடி இவ்வளவு சீக்கிரத்தில் விழுமென்று அவள் கொஞ்சம்கூட நினைத்துப் பார்க்கவில்லை. ஆமாம். யாரோ செய்த தவறுகளுக்காக இவளும் இவள் தொகுதி மக்களும்கூட பலியாக்கப்பட்டுவிட்டார்கள். ஊழல் குற்றச்சாட்டுகள், விசாரணைகள் என தினந்தோறும் அரங்கேறிக் கொண்டிருந்த அரசியல் காட்சிகள் இறுதியில் ஆட்சிக்கலைப்பு என்ற நிலையில் வந்து முடிவுற்றிருந்தது. மலர்க்கொடியால் இதை

தாங்கிக்கொள்ள முடியவில்லை. தலைசுற்றுவது போலிருந்தது. தலையைப் பிடித்துக்கொண்டு அப்படியே உட்கார்ந்துவிட்டாள். தெற்கே போகும் வண்டி வந்து நின்று கிளம்பிப்போனது. இவள் சென்னை செல்லவேண்டிய வண்டியும் நின்றுபோனது. மலர்க்கொடி அசைவற்று அப்படியே உட்கார்ந்துகிடந்தாள். செல்போன் ஒலிக்கும் சத்தத்தில் தன்நிலைக்கு வந்தவள் எடுத்துப் பார்த்தாள். கவிதா அழைத்திருந்தாள். தயங்கியபடியே காதோரம் வைத்து "சொல்லும்மா" என்றாள்.

"எனக்கு என்ன சொல்றதுன்னே தெரியலம்மா. நைட் டூட்டி. ஹாஸ்பிடல் டிவிலதான் பாத்தன். நடு ராத்திரில இப்புடி பண்ணிருக்காங்க. ஒங்கள மாதிரி நல்லவங்கள சர்வீஸ் பண்ண விடமாட்டாங்க போலருக்கு. அம்மா கஷ்டப்படாதீங்க. ஒங்களுக்கான எடத்த வேற யாராலயும் நெறப்ப முடியாது."

"........"

"ஒரு பத்து நாளு எங்ககூட வந்து இருக்கீங்களாம்மா?"

"பரவால்லம்மா. எனக்கொன்னும் கஷ்டமால்ல. நான் இங்கயே இருந்துக்கிறன்."

"சரிம்மா. உங்களுக்கு என்ன தோணுதோ அப்புடியே செய்யிங்க. ஆனா செல்போன மாத்திரம் இன்னம் ரெண்டு நாளைக்கு எடுக்காதீங்க. சுவிச்ஆப் பண்ணி வைய்ங்க"

"சரிம்மா"

"அம்மா நல்லாருக்கீங்கதான?"

"ம். நல்லாருக்கம்மா. ஒண்ணும் பிரச்சனயில்ல. நம்ம கையில என்ன இருக்குது. எல்லாம் நடக்குறபடி நடக்கட்டும். பாத்துக்கலாம் விடு."

"எப்படின்னாலும் இன்னும் ஆறு மாசத்துக்குள்ள தேர்தல நடத்தித்தான ஆகணும் நின்னு ஜெயிச்சிரலாம்."

"இன்னொரு தடவயா?"

"யாம்மா இப்புடி கேக்குறீங்க. நீங்க நின்னா நிச்சயம் ஜெயிப்பீங்கம்மா."

கவிதாவிடம் இதுபற்றி மேற்கொண்டு எதுவும் பேச இது சரியான நேரமில்லை என நினைத்தவள்,

"சரிம்மா. அத பாத்துக்கலாம். ஒண்ணும் பிரச்சனயில்ல." என்றவள்

"அம்மா கவிதா."

"சொல்லுங்கம்மா"

"புனிதாவ பாத்துக்கம்மா. அதுக்கு ஒரு கல்யாணத்த பண்ணி கண்ணால பாத்துட்டன்னா போதும். நீதாம்மா என்னோட எடத்துல இருந்து எல்லாத்தையும் பாத்து செய்யணும்."

"நான் ஏம்மா செய்யணும்? நீங்களும் அப்பாவும் ஒண்ணா நின்னு செய்வீங்கம்மா. ஒங்க ரெண்டு பேரையுமே கிட்டயிருந்து பாத்தவ நான். எனக்கு நம்பிக்கையிருக்கு. ஒருத்தர விட்டு ஒருத்தர் வெலகிப் போகமுடியாது."

மலர்க்கொடியால் இதற்கு பதிலேதும் சொல்லமுடியவில்லை.

"சரிம்மா. நீ வேலயப் பாரு. நான் அப்பறம் பேசுறன். புனிதாவுக்கு நீதான் தொண." அவ்வளவுதான் பேச்சை முடித்துக்கொண்டாள் மலர்க்கொடி. புனிதாவிடமும் ஒருமுறை பேசிவிடலாமா என்று நினைத்தாள். இரவுதான் அவள் இவளிடம் நீண்டநேரம் பேசிக் கொண்டிருந்தாள். இப்போது பேசினால் அவள் சந்தேகப்படுவாள். ஆட்சிக்கலைப்பு செய்தியைக்கூட அவள் இந்நேரத்திற்குள் அறிந்திருக்க மாட்டாள் என நினைத்தவள் புனிதாவிடம் பேசும் யோசனையைக் கைவிட்டாள். வேறு யாரிடமாவது பேசலாமா என்றும் யோசித்துப் பார்த்தாள். சாந்தி பொன்னுசாமியிடம் பேசலாம். ஆனால் ஆட்சிக்கலைப்பு செய்தியைக்கேட்டு இந்நேரம் அந்த பரபரப்பிலும் கலக்கத்திலும் இருப்பார்கள். வாசுகியிடம் பேசலாமென்று இருந்தது. ஆனால் அவள் இவளுடைய மனதைப் படித்துவிடுவாள். அதனால் வாசுகியிடம் பேசும் எண்ணத்தையும் மாற்றிக்கொண்டாள். வேறு யாரிடமாவது பேசலாமா. யாரிருக்கிறார்கள் நமக்கு. யாருமேயில்லை. அவள் மனது இந்த வெறுமையை ஏற்றுக்கொள்ள மறுத்தது. உறுதியாய் அவள் தமக்குள் சொல்லிக்கொண்டாள் நமக்கு வேறு யாருமில்லை. அப்படியானால் மாயவன்? மாயவனுக்கும் எனக்கும் ஒன்றுமேயில்லயா? மாயவனிடம் கடைசியாக ஒருமுறை பேசக்கூட எனக்கு ஞாயமில்லயா? என ஆதங்கப்பட்டாள். உடனே பேசிமட்டும் என்ன செய்யப் போகிறோம்? என்று அமைதியானாள். அவனோடு பேசி இருபத்திரண்டு நாட்களுக்கும் மேலாகிவிட்டது என்பதை அவளால் நம்பமுடியவில்லை. இதுவரை மாயவனோ, மலர்க்கொடியோ இவ்வளவு நாட்கள் பேசாமல் இருந்ததில்லை. இப்போது மட்டும் எப்படி இவ்வளவு நாட்கள் இருவராலும்

இருக்க முடிகிறது? மலர்க்கொடியாவது வைராக்கியக்காரி. மாயவன் அப்படியில்லயே. எடுத்ததற்கெல்லாம் மலரு மலரு என்று சொல்லிக் கொண்டு அவளையே சுற்றிச் சுற்றி வருபவனால் எப்படி இப்படியொரு கல்நெஞ்சக்காரனாய் இப்போது மட்டும் இருக்கமுடிகிறது? எல்லாம் குணவதியால்தான் என்ற எண்ணமும் கூடவே வந்தது. அவள் வந்தபிறகுதான் மாயவன் இந்த அளவுக்கு மாறிப்போய்விட்டான். எல்லாம் சாதி பாசம் படுத்தும்பாடு. வாசுகி சொன்னது உண்மைதான். அவுத்தி ஆயிரம் காய்ச்சாலும் பொறத்தி பொறத்திதான். ஆயிரம்தான் அவன்மேல் பாசம் வைத்திருந்தாலும் அவனுடைய சொந்தஞ்சோலி ஒன்றுசேரும்போது என்னை கிள்ளு கீரையாக்கிவிடுகிறார்கள். என்மீது அக்கறையில்லாத ஒருவனை நினைத்து நினைத்து நாம் ஏன் வேதனைப்பட வேண்டும்? என நினைத்தவள், தன் கையிலிருந்த செல்போனைப் பார்த்தாள். மாயவன் வாங்கிக் கொடுத்ததுதான். எந்த ஒரு பலகீனமான நிலையிலும் இதை நாம் பயன்படுத்திவிடக்கூடாது என நினைத்தாள். இதை கையில் வைத்துக்கொண்டு எப்போதும் மனக்கட்டுப்பாடுடன் இருந்துவிட முடியுமா என்றும் தெரியவில்லை. எனவே இனிமேல் இது நமக்குத் தேவையில்லை என்று நினைத்தாள். அப்படியே போட்டுவிட்டுப் போகவும் முடியாது. விதி வலியது. என்னதான் பிறர் பொருட்களுக்கு ஆசைப்படும் சாதாரண சனங்களின் கைகளில் கிடைத்தாலும் சிலவேளைகளில் அது உரியவரை தேடிக் கொண்டு வந்து சேர்ந்துவிடும். 'ஒழச்ச பண்டம் வூடுவந்து சேந்துடும்' என்று மங்களத்துக் கிழவி பலமுறை சொல்லக்கேட்டிருக்கிறாள். எனவே, இது ஒருபோதும் என்னையோ மாயவனையோ அடையாளம் கண்டுபிடித்துவிடக்கூடாது என நினைத்தாள். அதிலிருந்த படங்களையெல்லாம் அழித்தாள். செல்லைப்பிரித்து அதிலிருந்த சிம்மை தனியாக எடுத்து தண்டவாள சிறு கற்களுக்கிடையே வீசினாள். நல்ல செல்போன். வீணாக்க வேண்டாம் யாராவது பயன்படுத்தட்டும் என்று உட்கார்ந்திருந்த சிமிண்ட் பெஞ்சின் ஒரு ஓரமாய் வைத்தாள். எங்கே போவதென்று தெரியவில்லை. இந்த ரயிலடியில் ஆரம்பித்த வாழ்க்கை பதினெட்டு வருடங்களில் அதே ரயிலடியில் முடிவுக்கு வந்திருக்கிறது. இப்படி நடக்குமென்று அவள் கனவிலும் நினைத்துப்பார்த்ததில்லை. இனிமேல் இங்கு நமக்கு இடமில்லை, மெதுவாக வாய் முணுமுணுத்தது. இந்த இடத்திற்கு வந்து அந்தப் பழைய நாளை மீண்டும் நினைத்துப்பார்த்தாள். தன் அம்மாவைத் தேடிக்கொண்டு இலக்கின்றி இங்கு வந்து சேர்ந்ததும் மங்களத்துக்கிழவியைக் கண்டு அவளுடன் சென்றபிறகு தன் அம்மாவைப் பற்றி யோசிக்காமலே இருந்துவிட்டதும் நினைவுக்கு வந்தது. இப்போது மலர்க்கொடியின் வாழ்வுக்கான அர்த்தம்

கிடைத்துவிட்டதாய் அவள் உணரத்தொடங்கியிருந்தாள். எழுந்து அந்த அதிகாலை மங்கிய இருளில் தன் தாயைத் தேடும் பயணத்தை தொடங்கினாள். பேருந்தில் ஏறி வடலூரில் வந்து இறங்கினாள். சபைக்கு வெளியே ஈயம்பூசும் குடும்பமொன்றை அவள் ஓரிரண்டு முறை பார்த்திருக்கிறாள். அவர்களைப் பார்த்து விசாரித்தால் தகவல்கள் ஏதாவது கிடைக்கும் என்று நினைத்தாள். அவள் நினைத்தது சரிதான். அங்கிருந்தவர்களுக்கு பெரிதாய் மற்றவர்களைப்பற்றி தெரியாமலிருந்தது என்றபோதும் ராமலிங்கத்தைப்பற்றி தெரிந்திருந்தது. ஈயம் பூசும் தொழில் செய்துவரும் அத்தனைபேரையும் பற்றி சாதிப்புள்ளை ராமலிங்கத்திற்குத் தெரியும் என்ற விபரங்கள் கிடைத்தன.

ராமலிங்கம் தன் வீட்டுப் பேரப்பிள்ளைகளை இப்போது பள்ளிக்கூடத்திற்கு அனுப்பி படிக்கவைக்க ஆரம்பித்திருக்கிறான். அதனால் விருத்தாசலம் பக்கம் மாவிடந்தல் கார்குடல் பகுதிகளில் தங்கியிருந்தவர்கள் அங்கே ராமலிங்கம் இல்லாவிட்டாலும் அவனுடைய குடும்பத்தினர் யாராவது இருப்பார்கள் என்றும் ஏரிக்கரை பொறம்போக்கில் குடிசை போட்டுக்கொண்டு தங்கியிருக்குற மாதிரி கேள்விப்பட்டேன் என்றும் கூறினார் அவர்களுடனிருந்த முதியவர் ஒருவர்.

இவர்களிடமிருந்து இந்த தகவல்கள் கிடைத்ததே போதுமானதாகத் தோன்றியது மலர்க்கொடிக்கு. தன் அம்மாவை கண்டுபிடித்துவிடலாம் என்று தோன்றியது. தன்னைப் பெற்ற தாயை பார்த்துவிடலாம் என்று நினைத்த மாத்திரத்திலேயே மனது லேசாய் படபடப்பது போலிருந்தது. அம்மாவைப் பார்த்தவுடன் என்ன பேசலாம், எப்படி அழைக்கலாம்? நான்தான் உன்னுடைய மகள் நீ வேண்டாமென்று விட்டெறிந்துவிட்டு வந்த மகள். உன்னைத்தேடி நானே வந்திருக்கிறேன் பார் என்று சொல்வதா? நான் என்ன பாவம் செய்தேன்? என்னை ஏன் அனாதையாக தவிக்கவிட்டுப் போனாய்? எனக் கேட்பதா மனதில் ஆயிரம் சிந்தனைகள். இந்த எண்ணங்கள் அவள் மனதை முழுமையாய் ஆக்ரமித்துக்கொள்ள அவள் சேத்தியாதோப்பு வந்து சேர்ந்ததோ, அங்கிருந்து கார்குடல் வந்து இறங்கியதோ எப்போது நடந்ததென்று அவளுக்கே தெரியவில்லை. ஊருக்குள் போகும் ரோட்டோரம் இருந்த புளியந்தோப்பிற்குள் இருந்தது ராமலிங்கத்தின் சிறிய குடிசை. பக்கத்தில் மண்பாண்டங்கள் செய்யும் வீடு. ராமலிங்கத்தின் வீட்டில் யாருமில்லை. பிள்ளைகள் பள்ளிக்கூடம் போயிருந்தார்கள். ராமலிங்கத்தின் சின்ன மருமகள் உமா, ஊர்க்கார பெண்களுடன் வயல் வேலைக்குப் போயிருந்தாள். ராமலிங்கத்திற்கு வயதாகிவிட்டதால் ஊர்ஊராகச் சென்று தங்கியிருந்து ஈயம் பூசும் வேலையைச் செய்வதில்லை. மகன்களையும்

மருமகள்களையும் அனுப்பிவிட்டு பேரப்பிள்ளைகளுடன் இங்கேயே தங்கியிருக்கிறான். சோறாக்கிக் கொடுக்க மட்டும் ஒரு மருமகள். அவ்வளவுதான் வீட்டில் இப்போது இருக்கும் நபர்கள். ராமலிங்கம், வீட்டில் வெறுமனே உட்கார்ந்திருக்கப் பிடிக்காமல் தினம் ஒரு ஊராய் பக்கத்து ஊர்களுக்கு தன் வெண்டயம், பாங்கா, செங்கோல் சகிதமாய் சென்றுகொண்டிருந்தான். ராஜதர்பார் செல்லும் ஷத்திரிய மன்னனைப் போல தலைப்பாகை கிரீடமென வேடமணிந்து சாதிப்பிள்ளைகளின் குலம்காத்த வீரவன்னிய மரபில் வந்தவர்கள் என நம்பும் குடிகளின் முன் நின்று வாழ்த்திப்பாடி வீரவெண்டயம் என்னும் வீரகண்டாமணியை ஒலிக்க வைத்தும் செங்கோல் உயர்த்தி பாங்கா ஊதியும் சன்மானம் வசூலித்து வருகிறான். இன்று பொன்னேரி கிராமத்திற்கு வசூலுக்குச் சென்றிருந்தவன் நல்லவேளையாக மலர்க்கொடியை அதிக நேரம் காக்க வைக்காமல் திரும்பி வந்தான். இவனைத் தேடிக்கொண்டு வந்திருக்கும் மலர்க்கொடியை ஏற இறங்கப் பார்த்தான். இவனிடமிருந்து விஷயங்களைக் கறப்பது என்பது அவ்வளவு சாமானிய வேலையாக இருக்காதென்று தோன்றியது மலர்க்கொடிக்கு. மெதுவாக பேச்சை ஆரம்பித்தாள்.

“எனக்கு ஒங்ககிட்ட ஒரு விஷயத்த கேட்டு தெரிஞ்சிக்கணும்.”

“காரணமில்லாம என்னத்தேடி வருவீங்களா? சொல்லுங்க.”

“முப்பத்தஞ்சி வருசத்துக்கு முன்னாடி நடந்தது. ஒங்களுக்குத் தெரியாம போயிருக்காது.”

“எனக்கு இப்ப எழுவத்தெட்டு வயசாவுது. முப்பத்தஞ்சி வருசத்துக்கு முன்னாடின்னாலும் எனக்கு எல்லாமே தெரிஞ் சிருக்குமுன்னு சொல்லிரமுடியாது. செலது தெரிஞ்சிருக்கும். தெரிஞ்சதுலயும் பலது மறந்துருக்கும்.”

“இது மறக்குற மாதிரியான விஷயமில்ல.”

“சரிம்மா, அப்படின்னா சொல்லு. எனக்குத் தெரியிதான்னு பாக்குறன்.”

“புளியங்குடின்னு ஒரு ஊரு இருக்கே தெரியுமா?” அதுவரை சுற்றி வந்த களைப்பாலோ என்னவோ சுரத்தில்லாமல் பேசிக்கொண்டிருந்தவர் புளியங்குடி என்றதும் திடுக்கிட்டு நிமிர்ந்து உட்கார்ந்தார்.

“என்னம்மா கேட்ட புளியங்குடியா?”

“ஆமா. புளியங்குடிதான்.”

“அப்பன்னா நீ?”

“நான் பொறந்ததும் புளியங்குடிதான்.”

“கற்பகத்து மவளா நீ?”

“எங்கம்மா பேரு கற்பகமா? எனக்கு இதுவரைக்கும் தெரியாது. யாரும் சொன்னதில்ல.”

“குண்டுமணி கொறயாம அப்புடியே கற்பகத்த உரிச்சி வச்சிக்கிட்டு வந்து நிக்கிறியே மவராசி.”

“அப்படியா? எங்கம்மாவும் என்னமாதிரியேதான் இருப்பாங்களா?”

“என்னக்கிட்ட இதுவரைக்கும் யாருமே சொன்னதில்ல. சரி இப்ப எங்கம்மா எங்க இருக்காங்க?”

“ஒங்க அம்மாவா?”

“ஆமா. இப்ப சொன்னிங்களே கற்பகமுன்னு.”

“என்னோட தங்கச்சி புருசன் கலியமூர்த்திதான் ஒங்கம்மாவ கூட்டியாந்தவன். ஒங்கம்மா அவனுக்கு மூணாவது சம்சாரம். எல்லாம் தெரிஞ்சிதான் வந்துதா, நல்லது கெட்டது எதுவும் புரியாம வந்துதான்னு ஒண்ணும் தெரியல.”

“......”

“எனக்கு எல்லாமே நல்லா ஞாபகத்துல இருக்கு. பால்குடி மறக்காத பச்சப்புள்ளக்கார பொண்ணு கற்பகம். ஓட்ட ஓடச அடச்சி ஈயம் பூசிக் குடுக்கப் போன எடத்துல கலியமூர்த்திக்கும் கற்பகத்துக்கும் எப்புடிதான் பழக்கமாச்சோ தெரியல. பெத்த புள்ளய வுட்டுட்டு இவங்கூட வந்துட்டுது. நாங்கள்லாம் எவ்வளவோ சொல்லிப்பாத்தம். ரெண்டுபேருமே கேக்கல.”

“........”

“எல்லாம் கொஞ்ச நாளுதான். அதுக்கப்பறம் ரெண்டுபேருக்கும் புடிச்சிக்காம போயிட்டுது. அடிக்கடி சண்ட வரும். கோவத்துல அடி பின்னி எடுத்துடுவான். ஒடம்பு முழுக்க காயமாயிடும். கொறகொறன்னு ரெத்தம் கொட்டும். பாக்கவே பரிதாபமாருக்கும். இதுக்குமேல இவங்கூட நீ இருக்கவேண்டியதில்ல ஒன்னோட வீட்டுக்கே திரும்பிப் போயிடு. ஓம் புள்ளகூட, புருசங்கூட எப்புடியாவது போயி சேந்துடுன்னு காசுபணத்தக் குடுத்து எத்துனயோ தடவ போகச்சொல்லிப் பாத்தோம். ஆனா அந்தப் பொண்ணு புடிவாதமா மாட்டேன்னுட்டுது. அந்த குடும்பத்துக்கு செஞ்ச பாவமோ, நம்பிவந்த பொண்ணுக்கு செஞ்ச கொடுமயோ சாபம்விட்டமாதிரி மரம் ஏறினவன கையவுட வச்சிட்டுது விதி. கீழ உழுந்து மண்ட ஒடஞ்சி செத்துப்போயிட்டான்.”

"……….."

"அடி ஒதன்னு வாங்கிக்கிட்டு கெடந்தாலும் அவன் ஆதரவுல கெடந்த கற்பகத்துப்பாடுதான் திண்டாட்டமா போயிட்டுது."

"………"

"கலியமூர்த்திக்கு மூத்த சம்சாரத்துல ரெண்டு ஆணு ஒரு பொண்ணு, ரெண்டாவது சம்சாரத்துல ரெண்டும் பயலுங்க மொத்தம் அஞ்சி உருப்படி. அவன் சாகக்குள்ள ஒருத்தருக்கும் கல்யாணம் காட்சின்னு எதுவும் நடக்கல. எல்லாம் கஷ்ட ஜீவனம்தான்."

"………"

"இந்த நெலமயிலதான் பொண் பாவம் பொல்லாததுப்பா. ஒங்க அப்பன நம்பி வந்த கற்பகத்த வுட்டுறாதீங்கய்யா. ஒங்களப்பெத்த தாயோட தாயா நெனச்சி ஒங்கூடவே வச்சி கஞ்சி ஊத்துங்கப்பான்னு நாங்கள்லாம் பஞ்சாயத்து பண்ணி வுட்டம்."

"……."

"சும்மா சொல்லக்கூடாது. அவனுங்களுமே மறுவார்த்த பேசாம ஏத்துக்கிட்டானுங்க. அதே மாதிரியே கொறவுல்லாம பாத்துக் கிட்டானுங்க"

"எங்கம்மாவுக்கு புள்ளங்க எதுவும் இல்லயா?" இதைக்கேட்க அவளுக்கு மிகவும் சங்கடமாக இருந்தது. தயங்கியபடியேதான் கேட்டாள்.

"ஒங்கம்மாவுக்கா. புள்ளயா?"

"……."

"புள்ளகுட்டி பொறக்குறமாதிரி அந்தப் பொண்ணு அவங்கூட சேந்து வாழ்ந்திருந்தாதான் பிரச்சனயே இருந்துருக்காதே."

"ஏதோ ஒரு தடுமாத்தத்துல கிளம்பி வந்துட்டுதே தவற ஒங்கம்மா மனம் ஒத்து ஒருநாளுகூட அவன்கூட வாழலன்னுதான்ம்மா எல்லாருமே பேசிக்கிட்டாங்க."

தன் தாயின் அந்தரங்கமான விஷயங்களைப்பற்றி இன்னொருவர் சொல்ல இப்படி கேட்கும்படியாகிவிட்டதே என்ற எண்ணம் அவளை வருத்தியது. ஆனால் அந்த தகவல்களுக்குப் பின்னால் தெரியும் அவளது தாயின் முகம் அவளை பெரிதும் ஆறுதலடைய வைத்துவிட்டது. 'என் அம்மா என்னை தவிக்கவிட்டுப் போயிருந்தாலும் காலம் முழுவதும் என் நினைவோடுதான் இருந்திருக்கிறாள்' என நினைத்தாள்.

மலர்க்கொடியின் கண்களிலிருந்து கண்ணீர் பெருகியது. விம்மலும் கேவலும் தொண்டையை அடைத்துக்கொள்வதற்கு முன்னதாக கேட்டு அறிந்துகொள்ள விரும்பியவளாய்,

“இப்ப எங்க அம்மா எங்க இருக்காங்க?”

“நான் என்னன்னு சொல்லுவன் ஒனக்கு?” ராமலிங்கத்தின் இந்த பதிலைக்கேட்டு ஒருகணம் பதறிவிட்டாள் மலர்க்கொடி. ஒருவேளை,

அம்மாவுக்கு ஏதாவது நடந்திருக்குமோ. கடவுளே பெத்த தாயோட மொகத்த ஒரு தடவகூட பாக்கமுடியாத அளவுக்கு நான் பெரும் பாவியாயிட்டனா. தெய்வமே கூரப்பேட்ட ஐயனாரய்யா என்ன கைவிட்டுறாதீங்க. என்னோட அம்மாவ எனக்கு குடுத்துருங்க.’ கண்களிலிருந்து நீர் வழிந்தபடியிருக்க அவர் என்ன சொல்லுவாரோ என ஏங்கி பரிதாபமாக அவரது முகத்தையே பார்த்துக் கொண்டிருந்தாள்.

“ஒங்க அம்மா கற்பகம் இருக்கே கொணத்துலயும் சரி, வைராக்கியத்துலயும் சரி தட்டியெடுத்த தங்கம்மா. வயசாயிட்டுது வேலவெட்டி செய்ய முடியல. யாரு பெத்த புள்ளைவொளுக்கோ நாம பாரமா இருக்கக்கூடாதுன்னு தேசாந்திரம் கெளம்பிட்டுது. யாரு தடுத்தும் கேக்கல. நான் செஞ்ச பாவத்துக்கு இனிமே பிச்சயெடுத்து தின்னா மட்டும்தான் தீருமுன்னு சொல்லிட்டு கெளம்பிட்டுது. ரெண்டு வருசத்துக்கு முன்னாடி நாகூரு ஆண்டவர் கோயில்ல யாரோ பாத்துட்டு வந்து சொன்னதா கேள்விப்பட்டன். அது உண்மையா பொய்யான்னு தெரியல தாயி” என்றார்.

‘கடவுளே, இதுபோதும் எனக்கு. என் அம்மா என்னைப்பெத்த அம்மா எனக்கு கெடைச்சிடுவாங்க.’ மலர்க்கொடி அதற்குமேல் அங்கு ஒரு நிமிடமும் தாமதிக்கவில்லை. கிளம்பிவிட்டாள். இதோ இந்த கிழக்குக் கடற்கரை சாலையில் கடலையும் நினைவுகளையும் துணைக்கு அழைத்துக்கொண்டு செல்லும் இந்தப் பயணம் அவளது அம்மாவை தேடிச்செல்லும் பயணமாக காரைக்கால் வரை வந்திருக்கிறது.

நடத்துனர் காரைக்காலில் பத்து நிமிஷம் பஸ் நிற்குமென்று சொல்லிவிட்டு இறங்கிப்போனார். பயணிகளில் சிலரும்கூட இறங்குவதும் ஏறுவதுமாக இருந்தார்கள். மலர்க்கொடியின் மனமோ நாகூர் தர்காவையும் அதில் உலவும் மனிதர்களையும் வரைந்து அவர்களுள் தன் தாய் யாரென ஒவ்வொரு முகமாக உற்றுப் பார்த்துக் கொண்டிருந்தது.

*

25

"இந்தப் பழம் எவ்வளவு காசு" தள்ளுவண்டியில் பழ வியாபாரம் செய்துகொண்டிருந்தவளிடம் மொந்தம் பழத்தைக்காட்டி கேட்டாள் மலர்க்கொடி.

"ஒண்ணு மூனு ரூவா. அஞ்சி ரூவா குடுத்துட்டு ரெண்டா எடுத்துக்க" என்றாள் பழக்கடைக்காரி.

"எனக்கு ஒண்ணு போதும்."

"ஒண்ண வாங்கி ஒங்கம்மாவுக்கு குடுத்துட்டு அது சாப்புடுறத பாத்துக்கிட்டு இருக்கணும். அதான ஒன்னோட ஆச?"

"நேத்தயிலேருந்து வயத்தெழச்ச மாதிரி போவுதாம். சூடாருக்கு முன்னு நெனக்கிறன். மொந்தம்பழம் சூட்ட தணிக்குமுன்னு சொல்றாங்கல்ல. அதான் குடுத்துப்பாப்பமேன்னு நெனச்சன். ஒண்ணு போதும்."

"ரெண்டா வாங்கிக்கிட்டுப் போயி நீயும் ஒண்ணு தின்னு பாரு. ஒனக்காவத்தான் ஒர்ரூவா கொறச்சித் தாறேன்னு சொல்லுறன்."

"இல்ல. எனக்கு வேண்டாம். அம்மாவுக்கு மட்டும் போதும்."

பிடிவாதமாயிருந்து மூன்று ரூபாயைக் கொடுத்து ஒரேயொரு மொந்தன்பழத்தை மட்டும் வாங்கிக்கொண்டு வந்தாள்.

தர்க்காவில் தூணுக்குத்தூண் நோயால் வறுமையால் நலிந்தோரும், உறவுகளால் கைவிடப்பட்டோரும், மனநலம் பாதிக்கப்பட்டோருமாய் கிடந்தார்கள். தூண்களே அவர்களுக்கான அடையாளமாக இருப்பிடமாக இருந்தது. மலர்க்கொடியின் அம்மாவுக்கென்றும் ஒரு தூண் தர்க்காவில் இவள் வருவதற்கு முன்பிருந்தே அடையாளமாகியிருந்தது. தர்காவுக்குள் வருவோர் போவோர் கவனத்தில் சட்டென்று படாத இடமாக இருந்தது அத்தூண் இருந்த இடம். மலர்க்கொடி இங்கு வந்து சேர்ந்தபின்னும் அதே இடத்தில் தன் அம்மாவுடன் வசித்து வருகிறாள். அம்மாவின் தட்டில் விழுவதுதான் அவளுக்கும்.

தூண் ஓரமாய் சுருண்டு கிடந்தாள் கற்பகம். அவளை தாங்கிப்பிடித்து எழுப்பி உட்காரவைத்தாள் மலர்க்கொடி.

"அம்மா இந்தா இத சாப்புடு" என்றவாறே மொந்தன் பழத்தை உரித்து கொடுத்தாள்.

"இது எதுக்கு இப்ப?"

"வயத்தெழச்ச மாதிரி இருக்குன்னல்ல. அதான் சரியாயிடும் சாப்புடு."

"புளி சோறு சாப்புட்டதால அப்புடி இருந்திச்சி. இப்ப ஒண்ணும் பண்ணல." தர்காவுக்கு வருபவர்கள் இங்கிருப்பவர்களின் தட்டுகளில் சில்லறைகளை போடுவதோடு அவ்வப்போது உணவுப் பொட்டலங் களையும் போட்டுச் செல்வார்கள். பெரும்பாலானவர்கள் புளியோதரை சாப்பாடாகத்தான் செய்து கொண்டுவந்து போடுகிறார்கள். இங்குள்ளவர்களுக்குமேகூட அந்த உணவுதான் இரண்டு நாட்கள்வரை வைத்திருந்து சாப்பிட உகந்ததாக இருக்கிறது. இருந்தாலும் தொடர்ந்து அடுத்தடுத்த வேளையும் அதையே சாப்பிடும்போது ஒருத்த ரெண்டுபேருக்கு வயிற்றுக்கு ஒத்துக்கொள்ளாமல் போய்விடுகிறது.

"பரவால்லம்மா சாப்புடு. சூடு கொறஞ்சிரும்."

"நீ பாதி தின்னுட்டுக் குடு."

"ரெண்டு பழமாத்தான் வாங்குனன். வாங்குன எடத்தயே ஒண்ண தின்னுட்டு ஒனக்கு மட்டும்தான் எடுத்தாந்தன் நீ சாப்புடு" இப்படி பொய் சொல்லாவிட்டால் கற்பகம் முழுப் பழத்தையும் தானே சாப்பிட சம்மதிக்கமாட்டாள்.

மலர்க்கொடி, தன் அம்மாவுடன் வந்து சேர்ந்த இந்த இரண்டு வருடங்களில் கற்பகத்தைப்பற்றி நிறையவே புரிந்துகொண்டு விட்டாள். சின்னஞ்சிறு வயதில் மனம் தடுமாறி கலியமூர்த்தியுடன் வந்துவிட்டாளே தவிர, அதன்பிறகு அவள் ஒருநாளும் நிம்மதியாய் இருக்கவில்லை. செய்துவிட்ட தவறுக்காக வாழ்நாள் முழுவதும் தண்டனையை அனுபவிக்க வேண்டுமென்று நினைக்கிறாள். மலர்க்கொடி இவளுடன் வந்து சேர்ந்தபிறகு நிம்மதியடைந்திருந்தாலும் அவளுடைய வாழ்க்கை இப்படி ஆகிவிட்டதே என்று அனுதினமும் கவலைப்படுகிறாள். எத்தனையோ முறை மலர்க்கொடியை மாயவனுடன் சேர்த்து வைத்துவிட வேண்டுமென்று பிரயாசைப்பட்டிருக்கிறாள். ஆனால் மலர்க்கொடிதான் அதற்கு இடம் கொடுக்காமல் பிடிவாதமாக இருக்கிறாள்.

மலர்க்கொடி இந்த தர்காவுக்கு வந்து சேர்ந்து இரண்டு வருடங்களாகிவிட்டது. அவளுக்கு நாட்கள் ஓடியதே தெரியவில்லை. இந்த தர்கா வாசம், தன் அம்மாவை கவனித்துக்கொள்வது, தட்டில் விழும் பிச்சையில் வயிற்றை கழுவிக்கொள்வது எல்லாமே அவளுக்கு ஏதோ ஒருவகையில் ஆறுதலைத் தருவதாகவே இருந்தது. அதனால்தான் இந்த இரண்டு வருடங்கள் ஓடியது தெரியாமல் போய்விட்டது.

சாதிப்புள்ளை ராமலிங்கம் கற்பகம்பற்றி சொன்ன தகவல்களினால் தான் மலர்க்கொடியால் இவ்வளவு சுலபமாக தன் தாயைக் கண்டுபிடிக்க முடிந்தது. அவள் தர்காவுக்கு வந்து சேர்ந்தபோது நன்றாக இருட்டத் தொடங்கியிருந்தது. ஆங்காங்கே ஒளிரும் மின்விளக்கின் வெளிச்சத்தில் தூணூக்குத்தூண் சுருண்டு கிடக்கும் யாரையும் முன்பே அறிந்திருந்தாலன்றி அடையாளம் காணமுடியாதென்று தோன்றியது. மழை முடிந்த பனிக்காலம்வேறு. எல்லோருமே தம்மிடமிருந்த கந்தல் துணிமணிகளால் இறுக்கமாய் மூடிக்கொண்டு சுருண்டு கிடந்தார்கள். முகம் தெரிந்தால்தானே அடையாளம் கண்டு கொள்ள? மலர்க்கொடி சற்றுநேரம் செய்வதறியாது திகைத்துப்போய்தான் நின்றாள். அந்த தர்கா மண்டபம் முழுவதும் சுற்றிச்சுற்றி வந்தாள். யாரையும் அவ்வளவு எளிதாக அடையாளம் கண்டுவிட முடியுமென்று தோன்றவில்லை. விடியும்வரை பொறுத்திருக்கத்தான் வேண்டுமென்று நினைத்தவள், வழிபாட்டையே விட்டு சற்று விலகி உட்கார்ந்து கொண்டாள். “நாகூர் ஆண்டவரே நீங்க ஆசப்பட்டா என்னோட ஆயுள் முச்சூடும்கூட இந்த தர்காவுலயே கெடக்குறன். என்னோட அம்மாவ மட்டும் கண்ணுல காட்டிடுங்க ஆண்டவரே. உங்க எடத்த தேடி நம்பி வந்துட்டன். என்ன கைவிட்டுறாதீங்க ஆண்டவரே. எனக்கு இந்த ஒலகத்துல இருக்குற ஒரே சொந்தம் என்னோட அம்மா மட்டும்தான். இதுவரைக்கும் அம்மா மொகம் எப்புடி இருக்குமுன்னுகூட எனக்குத் தெரியாது. என்மேல கருணை காட்டுங்க ஆண்டவரே. எங்கம்மாகூட என்ன சேத்துருங்க ஆண்டவரே” மனமுருகி கலங்கித் தவித்தாள். கண்களிலிருந்து கண்ணீர் பெருகிக்கொண்டே இருந்தது. மலர்க்கொடிக்கு நன்றாகப் புரிந்தது. இந்தக் கண்ணீர் அத்தனையும் தன் தாய் கிடைக்காமல் போய்விடுவாளோ என்ற கவலையால் மட்டும் பெருகவில்லை என்பது. இது மாயவனைப் பிரிந்து வந்துவிட்ட வேதனையால்தான் என்பதை அவள் மனம் பிடிவாதமாய் அவளிடமிருந்தே மறைத்துக்கொண்டிருந்தது. எது எப்படியென்றாலும் அவளுடைய மனம்படும் பாட்டையும் அது கிடந்து துடிக்கும் துடிப்பையும் கண்டு சகிக்காதவராய் நாகூர் ஆண்டவர் மலர்க்கொடியின் வேதனையை உடனே போக்கிவிட நினைத்திருக்க வேண்டும்.

மலர்க்கொடி தர்காவுக்குள் வந்தது முதலே கவனித்துக்கொண்டிருந்த வயதானவர் ஒருவர் எழுந்து வந்தார். மலர்க்கொடியின் முன் உட்கார்ந்து " நீ யாரும்மா? மனசுல அப்புடி என்ன வருத்தம். இப்புடி கலங்கிப் போயி ஒக்காந்துருக்குற?" என்றார். அவர் அப்படிக் கேட்டதுதான் தாமதம். அதுவரை அடங்கிக் கிடந்த விம்மலும் கேவலும் வெடித்தன. மலர்க்கொடி கோவென்று அழுதாள். அந்த வயதானவரும் அவள் அழுதுமுடிக்கட்டும் என்று சற்றுநேரம் அவளையே பார்த்தபடி அமைதியாய் இருந்தார். ஒருவாறாக அழுது ஓய்ந்தபின் மலர்க்கொடிக்கு அந்த வயதானவரைப் பார்க்கவே சற்று கூச்சமாக இருந்தது. அன்னிய மனிதர் ஒருவரின் முன் இப்படி அழுதுவிட்டோமே என்று சங்கடப்பட்டாள்.

"இப்பவாச்சிம் சொல்லும்மா. அப்புடி ஒனக்கு என்னதான் கஷ்டம்?"

"என்னன்னே தெரியல. திடீருன்னு அழுக வந்துட்டுது. எனக்கு அழுவுற அளவுக்கு கஷ்டமெல்லாம் ஒண்ணுமில்ல."

"எந்தக் கஷ்டமும் இல்லன்னாக்கொட செலநேரம் எப்பவோ வெந்தவேக்காடு உள்ளுக்குள்ள கெடந்தது போதுமுன்னு வெடிச்சி வெளிய வரும். மனுசங்களாப் பொறந்த நம்ம அழுதுதான் அத ஆத்திக்கணும் . அதுல ஒண்ணும் தப்புல்ல. அத விடு. இப்ப எதுக்காவ நீ இங்க வந்த? அதச்சொல்லு மொதல்ல"

"இங்க ஒருத்தவங்கள தேடி வந்தன். பொழுது போயிட்டுது. ராத்திரியில தேடிக் கண்டுபுடிக்க முடியாதுல்ல." மலர்க்கொடிக்கு அவரிடம் என்ன சொல்வது, எப்படிப் பேசுவதென்று ஒன்றும் புரியவில்லை.

"நீ தேடி வந்தவங்க இங்கயா இருக்காங்க."

"ஆமா. இந்த தர்காவுல இருக்குறதாத்தான் கேள்விப்பட்டேன். அது உண்மயாருக்கணும். இந்த நாகூர் ஆண்டவர் காப்பாத்தணும்."

"ஏழு வருசமா நான் இந்த தர்காவுலதான் பிச்சயெடுத்துக்கிட்டு இருக்குறன். இங்க வர்றவங்க போறவங்கள்லேருந்து ஓதுற மரைக்காருங்க அவங்க புள்ளகுட்டிங்க, இங்க கடகண்ணி வச்சுருக்குற யாவாரிங்க சுத்தித்திரியிற பயித்தியங்க, வியாதி தீரணுமுன்னு வேண்டிக்கிட்டு கெடக்குற நோயாளிங்க, பிச்சயெடுக்குற பிச்சக்காரங்க அத்துன பேரயும் எனக்குத்தெரியும். நீ யாரத் தேடி வந்துருக்குறன்னு சொல்லு. இங்க இருக்காங்களா இல்லயான்னு நான் சொல்லுறன்."

மலர்க்கொடிக்கு நாகூர் ஆண்டவரே வந்து கேட்பது போலிருந்தது. நன்றிப் பெருக்கோடு அவரது முகத்தை ஏறிட்டுப் பார்த்தாள். வாயிலிருந்து வார்த்தை ஏதும் வரவில்லை. நீ சொல்வதுபோல இங்கு யாரும் இல்லையென்று அவர் சொல்லிவிட்டால் என்ற பயம் அவளது குரல்வளையை அடைத்துக்கொண்டது.

"சொல்லும்மா நீ தேடி வந்துருக்குறது ஆம்பளயா இல்ல, பொம்ணாட்டிய?"

"பொம்பளதான்"

"பேரு?"

"கற்பகம்"

"ஈயம் பூசுறவரு பொண்டாட்டி. புருசன் செத்துப்போனான், புள்ளகுட்டி எதுவும் இல்லன்னு வந்து கெடக்குதே."

"ஒங்களுக்குத் தெரியுமா... எங்கம்மா இங்கதான் இருக்காங்களா?" அம்மா கிடைத்துவிட்டாள் என்ற சந்தோஷத்தில் என்ன சொல்கிறோம் என்றுகூட யோசிக்காமல் கேட்டாள்.

"என்னது ஒங்கம்மாவா. கற்பகத்துக்கு புள்ளகுட்டி எதுவும் பொறக்கவே இல்லன்னுல்ல எல்லாரும் சொல்லிக்கிட்டாங்க. நீ எங்கம்மாங்குற?"

"ஆமா. கற்பகம் என்னோட அம்மாதான். நான் அவங்க பெத்த ஒரே மவ."

"அப்பறம் ஏன் அந்த பொம்மணாட்டி பொய் சொல்லணும்?"

"ஏதோ ஒரு வருத்தத்துல சொல்லிருப்பாங்க. இப்பதான் நான் தேடிக் கண்டுபுச்சி வந்துட்டனே. இனிமே பொய் சொல்ல மாட்டாங்க."

"என்னமோ நடக்குது போ. யாரு பேச்சயும் நம்பமுடியல." அந்த முதியவரால் கற்பகம் இவ்வளவு நாட்களும் சொல்லிவந்த அந்த ஒரு பொய்யை சீரணித்துக்கொள்ள முடியவில்லை.

"இப்ப எங்கம்மா எங்க இருக்காங்க. சொல்லுங்க."

"அந்தோ பாரு. இதுலேருந்து நாலாவது தூணு."

"அங்க படுத்துருக்கவங்களா?" மலர்க்கொடி எழுந்து கொண்டாள்.

"இல்ல. அதுக்கு நேரா அடுத்த வரிசயில."

“பச்ச கலரு துணியால போத்திக்கிட்டு படுத்துருக்குறதா?”

“ஆமா. அதேதான்.”

“ரொம்ப நன்றி. நான் போயி பாக்கட்டா.”

“எழுப்பிப்பாரு. இன்னம் தூங்கிருக்காது. குளுருக்கு பயந்து இழுத்து மூடிக்கிட்டு கெடக்கும்.”

மலர்க்கொடியால் நம்பமுடியவில்லை. நாம் அம்மாவை கண்டுபிடித்துவிட்டோம். இவ்வளவு எளிதாய் கண்டுபிடிக்க முடிந்திருக்கிறதென்றால் இவ்வளவு நாட்களும் இதை ஏன் நாம் செய்யாமல் இருந்தோம் என வருந்தினாள். ஒருவேளை, முன்பே நாம் அம்மாவை கண்டுபிடித்து சொல்லியிருந்தால் ஆயா என்னைப் போலவே அம்மாவையும் ஏற்றுக்கொண்டிருக்கும். மாயவனுக்கு மாமியார் என்றொரு உறவு இருந்திருக்கும். அப்படிப்பட்ட சொந்தங்களுக்காக ஏங்கிக்கிடந்தவன் போலத்தானே இப்போது குணவதியின் பிடிக்குள் கட்டுப்பட்டுக் கிடக்கிறான். ஆயா இருந்தவரை என்னிடம் அக்கறையும் பாசமும் காட்டினான் என்றால் அது ஆயாவுக்கு அவன் கொடுத்த மரியாதைதான். ஆயா போனபின் எதுவுமே இல்லாமல் போய்விட்டது. அம்மாவை மட்டும் முன்பே கண்டுபிடித்து சேர்த்திருந்தால் வாழ்க்கை இவ்வளவு சின்னாபின்னமாயிருக்காது. ஆயாகூட அம்மாவின் கவனிப்பில் இன்னும் கொஞ்சநாள் நன்றாக இருந்திருக்கும். மாயவன், அம்மா, ஆயா, கவிதா, புனிதா அவர்களுடைய, மாப்பிள்ளைகளென குடும்பம் குதூகலமாய் இருந்திருக்கும். அந்த நேரத்திலும் நீண்ட பெருமூச்சொன்று அவளிடமிருந்து வெளிப்பட்டது.

கனமான அட்டைப்பெட்டியின் பக்கங்களை நேராக்கி பாய்போல விரித்து அதில் கால் முதல் தலைவரை முழுவதுமாக மூடிக்கொண்டு படுத்திருந்தாள். முதலில் படுத்திருப்பது ஆணா,பெண்ணா என்றுகூட அவளால் கண்டுபிடிக்க முடியவில்லை என்றாலும் தலைமாட்டு ஓரம் இருக்கும் பொருட்களில் ஓரிரண்டு அவள் பெண்தான் என்பதை உறுதிப்படுத்தியது.

“நான் வேணுமுன்னா எழுப்பிவுட்டு விஷயத்த சொல்லட்டுமாம்மா” என்றபடி வந்தார் கிழவர்.

“வேண்டாம். நான் பாத்துக்கிறேன்” என்று கையமர்த்தி மறுத்துவிட்டாள் மலர்க்கொடி. “அதுவும் சரிதான். ஆத்தாவுக்கும் மகளுக்கும் எடயில நான் எதுக்கு. நீயே பாத்துக்க” என்றபடி சற்றுதூரம் சென்ற கிழவர் மீண்டும் திரும்பி வந்தார். “எம்மா நான் கருக்கல்லயே

கெளம்பி வேளாங்கண்ணி போயிடுவன். நீ வாயத்தொறந்து சொல்லுவியோ என்ன செய்வியோ தெரியாது. ரெண்டுநாளு சென்று நான் வரும்போது தாயும் புள்ளயுமா மவராசியா ரெண்டுபேரும் சிரிச்ச மொவத்தோட இருக்கணும் சொல்லிப்புட்டன் ஆமா.'' சொல்லிவிட்டு தன் இடத்தில் போய் உட்கார்ந்துகொண்டார் கிழவர்.

மலர்க்கொடி தன் அம்மாவைப் பார்த்தபடியே உட்கார்ந்து கொண்டாள். எழுப்பலாமா என்று யோசித்தவள், வேண்டாம் தானாக எழும்பி பார்க்கட்டும் என்று விட்டுவிட்டாள். தவிரவும் தூங்குபவளை எழுப்பி நான்தான் உன் மகள் மலர்க்கொடி. கைக்குழந்தையாய் விட்டுவிட்டுப் போனாயே, வளர்ந்து தேடிக்கண்டுபிடித்து உன்னிடம் வந்திருக்கிறேன் பார் என்றா சொல்லமுடியும்? ஆயிரம் செய்திருந்தாலும் இவள் என்னுடைய அம்மா. இந்த ஒரு உறவு இல்லாமல் இவ்வளவு நாட்களும் நான்பட்ட வேதனைகளுக்கும் அனுபவித்த துன்பங்களுக்கும் அளவேயில்லை. அம்மாவுக்காக தவித்த தவிப்பு, ஏங்கிய ஏக்கம் யாரால் அளவிடமுடியும்? இன்று என் அம்மா எனக்குக் கிடைத்து விட்டாள். இனி ஒருபோதும் அவளுடைய மனம் வாடும்படி ஒரு சிறு செயலையும் நான் செய்துவிடக்கூடாது, ஒரு வார்த்தையும் பேசிவிடக்கூடாது என மனதிற்குள் வைராக்கியம் எடுத்துக்கொண்டாள். இத்தனைநாளும் என்னைப் பற்றிய நினைவுகளுடனே வாழ்ந்தவளுக்கு நான் தேடி வருவேன் என்று தெரிந்திருக்குமா? அவ்வாறு நினைத்துப் பார்த்திருப்பாளா? நான் எப்படி இருப்பேன், எங்கே வாழ்ந்து கொண்டிருப்பேன், யாருடன் கல்யாணமாகியிருக்கும் என்றெல்லாம் நினைத்துப் பார்த்திருப்பாளா? என்பன போன்ற சிந்தனைகள் மனதுக்குள் ஓடின. கண்டிப்பாக எல்லாவற்றையும் நினைத்துப் பார்த்திருப்பாள். ஆனால் எனக்கு எப்படி அம்மாவின் முகமோ பெயரோகூட தெரியாமல் இருந்ததோ அதேபோல்தான் அவளுக்கும் என்னைப் பற்றிய எந்த விஷயமும் தெரிந்திருக்காது என்று தோன்றியது.

தலைமாட்டோரம் இருந்த பொருட்களைப் பார்த்தாள். ஒரு பழைய கைப்பிடியுள்ள சாக்குப்பை அதனுள் பொருட்கள் வைக்கப்பட்டு மூடி வைக்கப்பட்டிருந்தது. பக்கத்தில் ஒரு புடவையும் ரவிக்கையும் மடித்து பாலித்தீன் பையிக்குள் வைக்கப்பட்டிருந்தது. பையை மூடியபடி மஞ்சள் நிற ஈர உள்பாவாடை ஒன்றை காயவைத்திருந்தாள். பக்கத்தில் ஒரு சோடி செருப்பு. அது நைந்து அவளது கால் சுவட்டை பதிந்து வைத்திருந்தது. சாக்குப்பையை எடுத்துப் பார்க்கலாமா என நினைத்தாள். சத்தம்கேட்டு திட்டிவிட்டால் என்ன செய்வது என்ற பயமும் கூடவே எழுந்தது. திட்டினால்தான் திட்டட்டுமே. யார் நம் அம்மாதானே.

நன்றாகத் திட்டிக்கொள்ளட்டும் இதற்காகவெல்லாம் இனிமேல் பயப்படக்கூடாது எனத் துணிந்தாள். ஈர உள்பாவாடையை எடுத்து பக்கத்தில் சம தரையில் விரித்துப் போட்டாள். பையை தன் பக்கமாக இழுத்து வைத்துக்கொண்டாள். அட்டைப்பெட்டி பக்கங்களால் உருவாக்கப்பட்ட விரிப்பு ஒன்று மடக்கி வைக்கப்பட்டிருந்தது. ஒன்று போனால் ஒன்று பயன்படுத்திக்கொள்ளலாம் என்ற நோக்கில் வைத்திருப்பாள் போல. அதையெடுத்து வெளியே வைத்துவிட்டுப் பார்த்தாள். ஒரு தட்டு. நசுங்கியும் வளைந்தும் நெளிந்தும் இருந்த ஒரு தண்ணீர் பாட்டில். ஒரு டம்ளர். சின்னதாய் ஒரு சில்வர் தூக்கு. அதன் உள்ளே எதுவோ இருப்பது போலிருந்தது. திறந்து பார்த்தாள். ஒரு கையளவு தயிர்சோறு இருந்தது. மதியமோ இரவோ யாரோ கொடுத்த உணவிலிருந்து சிறு பகுதியை மறுநாளுக்காக பாதுகாத்து வைத்திருக்கிறாள். சோத்தை பார்த்தவுடன் மலர்க்கொடிக்கு பசிப்பது போலிருந்தது. நாம் எப்போது சாப்பிட்டோமென்று நினைவுபடுத்திப் பார்த்தாள். இன்று விடியற்காலை சென்னை செல்லும் ரயிலுக்காக காத்திருந்தபோது பிளாட்பார கடையில் டீ குடித்ததுதான் நினைவுக்கு வந்தது. அதன்பிறகுதான் எல்லாமே தலைகீழாகமாறிவிட்டதே. அதன்பிறகு அவள் எங்கே சாப்பிடுவது. தண்ணீர் குடிக்கக்கூட இந்த நிமிடம்வரை அவளுக்குத் தோன்றவேயில்லை. இதோ, இப்போது அவளுடைய அம்மா கிடைத்துவிட்டாள். தன் ஆசை மகளுக்காகவே வைத்திருப்பதுபோல கொஞ்சம் உணவையும் பாதுகாத்து வைத்திருக்கிறாள். நாள் முழுதும் சாப்பிடாமல் களைத்து வரும் மகளுக்கு ஒரு தாயால் இதைவிடப் பெரிதாய் என்ன கொடுத்துவிட முடியும். பசி வயிற்றை தின்றுவிடும் போலிருந்தது மலர்க்கொடிக்கு. தூக்குவாளியை மடியில் வைத்துக்கொண்டு அள்ளி வாயில் போட்டுக்கொண்டாள். பச்சை மிளகாய், கருவேப்பிலை கடுகுபோட்டு தாளித்த சோறு வாசனையாய் வாய்க்கு ருசியாய் இருந்தது. பனியின் குளிச்சியைவிடவும் அதிகமாய் குடலை குளிர்வித்தபடி அமிர்தமாய் வயிற்றையும் மனதையும் நிறைத்தது. ஏனோ அவளுடைய கண்களிலிருந்து நீர் முட்டி வடிந்து கொண்டிருந்தது. தாய் மடியும், தாய்ப்பாலும் கிட்டாத தன் குழந்தைப் பருவம் நினைவுக்கு வந்தது. முப்பத்தஞ்சி வருசத்துக்கப்பறம்தான் இது நமக்கு கெடைக்கணுமுன்னு இருந்துருக்கு. ‘கடவுளே, ஆண்டவரே இப்பயாவுது என்ன ஏமாத்தாம குடுத்தீங்களே எனக்கு இதுபோதும்.’

சாப்பிட்டு முடித்து எல்லாவற்றையும் பழையபடியே பையிக்குள் அடுக்கி வைத்தாள். அட்டை விரிப்பை எடுத்து கற்பகம் படுத்திருந்த வாக்கில் விரித்துப்போட்டு படுத்துக்கொண்டாள். புடவைத் தலைப்பால்

முக்காடிட்டு போர்த்திக்கொண்டாள். தர்காவின் இந்த இரவு நேர அமைதி அவளது மனதுக்கு இதமளிப்பதுபோல இருந்தது. இன்று அதிகாலை மூன்று மணியிலிருந்து இந்த இரவு வரையிலான ஒரு நாள் பொழுதுக்குள் அவளது வாழ்க்கையில்தான் எப்படிப்பட்ட மாற்றங்களும் திருப்பங்களும் ஏற்பட்டுவிட்டன. அவளால் நம்ப முடியவில்லை. மனதுக்குள் அலையடித்து சூறாவளியடித்து தற்போதுதான் ஓய்ந்திருக்கிறது. அம்மாவை கண்டபின் அமைதி யடைந்திருக்கிறது. இந்த மன அமைதியும் தர்காவின் அமைதியும் ஒன்றுபோலவேதான் இதமளிக்கிறது அவளுக்கு. கண்களை மூடிக்கொண்டாள். இப்போது மனதில் ஏதும் பாரமில்லை என்று அவளே நம்பிக்கொண்டிருந்த போதும்கூட ஏனோ தூக்கம் வரவில்லை. பக்கத்தில் படுத்திருக்கும் தன் அம்மாவைப் பார்த்தாள். அவள் நன்றாகத் தூங்கிக்கொண்டிருந்தாள். ‘இதே மாதிரி ஒரு ராத்திரிலதான் நீ என்ன விட்டுட்டுப் போனப்போ நான் நல்லா தூங்கிக்கிட்டு கெடந்தன் போலருக்கு. சின்னதா ஒரு கனவுகண்டு நான் அப்ப அழுதுருந்தாக்கொட நீ என்ன விட்டுட்டு போயிருக்க மாட்டியோ என்னவோ. ஆனா நீ பெத்த மவ ஒன்னத் தேடி கண்டுபுடிச்சி ஓம்பக்கத்துல வந்து படுத்துருக்குறன். என்ன பாத்து பேசாம, கண்ணால கண்டு களிக்காம அன்னக்கி நான் கெடந்தமாதிரியே இன்னக்கி நீயும் தூங்கிக்கிட்டு கெடக்குறியேம்மா.’ ஏனோ மலர்க்கொடிக்கு மங்களத்துக்கிழவியின் நினைவு வந்தது. ‘அம்மாவோட அரவணைப்புக்காவ ஏங்கி தவிச்சப்போ கெழவியோட சொந்தம் கெடச்சிது. தாயிக்கு தாயாருந்து என்ன பாத்துக்கிட்டுது. அது என்ன தவிக்க விட்டுட்டுப் போயி பதினெட்டாம் நாளு பெத்த தாயிக்கிட்டயே என்னக் கொண்டுவந்து சேத்துட்டுது. கடவுள் எப்பவும் எனக்கு தொணயாத்தான் இருக்காருன்னு நெனக்கிறன். கெழவி தொணயும் இல்லாம, மாயவன் தொணயும் இல்லாம, எம்எல்ஏ பதவியும் பறிபோன நெலமயில அம்மா மட்டும் கெடைக்காமப் போயிருந்தா என்னோட நெலம என்ன ஆயிருக்கும். பயித்தியம் புடிச்சிதான நின்னுருக்கணும். கடவுளே என்ன காப்பாத்திட்டீங்க.’ இதுக்குமேல எதப்பத்தியும் யோசிக்கக்கூடாது. அம்மாவ நல்லபடியா பாத்துக்கணும். இத்துன வருசமும் அம்மாவுக்கு கெடைக்காத ஆறுதல நம்ம தரணும். என்ன செய்யலாம்? வாடகக்கி ஒரு வூடுபுடிச்சி அதுல அம்மாவ தங்கவைக்கலாம். மூணுவேளயும் நாக்குக்கு ருசியா ஆக்கிப்போட்டு சாப்பிட வைக்கலாம். ஏதோ கெடக்கிற வேலவெட்டிய செஞ்சி அம்மாவுக்கு ஒரு கொறயும் வராம பாத்துக்கலாம். இதெல்லாம் நம்மளோட ஆசதான். ஆனா அம்மா அதுக்கெல்லாம் ஒத்துக்கிடுமா. ஒத்துக்கிர்றதுகொட பெரிசில்ல.

இதயெல்லாம் அம்மாவோட உள்மனசு விரும்புமா? அந்த ஆளு கலியமூர்த்தி செத்தபெறவு அம்மா ஆசப்பட்டுருந்தா இதுமாதிரி விஷயங்களயெல்லாம் தன்னோட உழைப்பாலயே தேடிக் கிட்டுருக்கலாமே. அம்மா எதுக்காவ இந்தமாதிரி ஒரு வழிக்கு வரணும். இதுல ஏதோ ஆறுதல் கெடைக்கிறதாலதான இத்தன வருசமா இங்கயே கெடக்குது. அத நம்ப கெடுக்கலாமா? நம்ப அம்மாவ எவ்வளவுக்கு எவ்வளவு நல்லபடியா கவனிச்சிக்க நெனக்கிறமோ அவ்வளவுக்கு அவ்வளவு அத வேதனப்படுத்துற மாதிரிதான் அது ஆவும். இப்புடி பாத்துப்பாத்து நம்மள கொண்டாடுற இந்தப் பொண்ண பச்ச மண்ணுன்னும் பாக்காம தவிக்க விட்டுட்டு வந்தமேன்னு குற்றவுணர்வுல வெம்பும். நம்ப அம்மா இதுக்குமேல இம்மியளவும் யாராலயும் வலிபடக்கூடாது. நான் அம்மாவுக்கு செய்தா அது குற்றவுணர்வ தூண்டும் அதேசமயம் அம்மா எனக்கு செய்தா அது பெரிய ஆறுதல குடுக்கும். அன்னக்கி தவிக்க விட்டுட்டு வந்தாலும் இன்னக்கி நல்லது கெட்டது நம்ம கையால செய்து பாக்க முடியுதேங்குற நிம்மதி கெடைக்கும். நான் நெனக்கிறது எல்லாம் சரியாத்தான் இருக்கும். என்னோட அம்மாவும் என்ன மாதிரிதான் யோசிக்கும். நான் வேற என்னோட அம்மா வேறயில்ல. அம்மாவ எதிர்பாத்து நான் ஒவ்வொரு நாளையும் ஓட்டணும். இதுதான் நல்லது. இது போன்றதொரு எண்ணம் தோன்றியவுடனே எழுந்து உட்கார்ந்து கொண்டாள். தன் கைகளில் கிடக்கும் தங்க வளையல்கள், கழுத்துச் சங்கிலி, காது தோடு, கால்கொலுசு அனைத்தையும் கழட்டினாள். அவற்றை தன்னிடமிருந்த கைக்குட்டைத் துணியில் வைத்து முடிந்தாள். இந்த நகைகளைக்கொண்டு தனக்கும் தன் அம்மாவுக்கும் அத்தனை அடிப்படையான வாழ்வாதார வசதிகளையும் நன்றாகவே செய்துகொள்ள முடியும். ஆனால் இது வேண்டாம். இது ஆயாவுடனும் மாயவனுடனும் வாழ்ந்த நாட்களில் சம்பாதித்தது. அவர்கள் இருவருமே இப்போது நம்முடன் இல்லாத போது அவர்களால் கிடைத்த இவற்றை மட்டும் வைத்திருப்பதால் எந்தப் பயனும் ஏற்படாது. தவிரவும் இவை எந்த வகையிலாவது நம் அம்மாவுக்கு வலியைத் தருபவையாகக்கூட மாறிவிடலாம். நான் இவ்வளவு தூரம் இவற்றை கொண்டுவந்திருக்கவே கூடாது. செல்போனை கை நழுவ விட்டதுபோல இவற்றையும் அங்கேயே விட்டுவிட்டு வந்திருக்க வேண்டும். ஆயாவுடன் வந்து சேர்ந்தபோது கட்டிய துணியுடன் தான் இருந்தேன். கண்ணும் கருத்துமாய் என்னை பார்த்துக்கொள்ளவில்லையா. பொன்னும் மணியுமாய் வாங்கிப்போட்டு அழகு பார்க்கவில்லையா. ரத்த சம்மந்தமில்லாத ஆயாவே அப்படி

சீராட்டியபோது பெற்ற தாயால் என்னை சும்மா விட்டுவிட முடியுமா? அதன் பிறகு ஆயாவும் நானும் மாயவனும் சேர்ந்து சேர்த்தவை எவ்வளவோ. அவற்றையெல்லாம் யாரோ அனுபவித்துப் பார்க்கெட்டு மென்று விட்டுவிட்டுத்தானே வந்திருக்கிறேன். அவற்றைவிடவும் இந்த நகைகள் பெரிதா? சொல்லப்போனால் இந்த நகைகளில் ஆயாவின் உழைப்பும் முயற்சியும்தான் அதிகமாக இருக்கிறது. இவற்றை ஆயாவுக்குப்பிடித்த வேளாங்கண்ணி மாதா கோயிலுக்கு காணிக்கையாக்குவதுதான் சரியான முடிவாக இருக்கும்.

அதன்பிறகு மலர்க்கொடி ஒரு வினாடி நேரம்கூட தாமதிக்க விரும்பவில்லை. நகை முடிச்சுடன் அந்த முதியவர் படுத்திருந்த இடத்திற்கு வந்தாள்.

“தாத்தா ... தாத்தா... எழுந்துருங்க கொஞ்சம்.”

“என்னம்மா ஏதாவது பிரச்சனயா. ஒங்கம்மா ஒன்ன ஏத்துக்க மாட்டேங்குதா”

“அதெல்லாம் ஒண்ணுமில்ல. அம்மாவுக்கு இன்னமும் எதுவுமே தெரியாது. நல்லா தூங்கிக்கிட்டுதான் இருக்கு.”

“அப்பறம் என்னம்மா?”

“நீங்க வேளாங்கண்ணி போறதாத்தான சொன்னீங்க?” “ஆமா. கருக்கலோட போவன்.”

“வேளாங்கண்ணிக்கு செலுத்த வேண்டிய காணிக்க ஒண்ணு என்னக்கிட்ட இருக்கு. அத ஒங்ககிட்ட தர்றன் செலுத்திடுறீங்களா?”

“யாம்மா காணிக்கங்குற அத நீயே ஒங்கையால செலுத்திடேன்.”

“என்னால இப்ப போவமுடியாது. நீங்க போறீங்கல்ல அதான்.”

“இப்ப போவமுடியாட்டின்னா என்ன? அடுத்தடுத்த வாரம் போயி செலுத்துறது. நான் வாரம் ரெண்டுநாளு அங்கதான் இருப்பன். அடுத்தவாரம் போவயில ஒன்னயும் அழச்சிக்கிட்டுப் போறன்.”

“இல்ல. அடுத்தவாரம் வரைக்கெல்லாம் பொறுத்துருக்க முடியாது. ஒடனே செலுத்தியாவணும். நம்மளுக்கு உரிமயில்லாத பொருள்கள நாம ஒருநாளுகொட வச்சிருக்கக்கூடாது. ஒவ்வொரு நாளும் அதோட கனம் கூடிக்கிட்டே போவும். அந்த பாரத்தையெல்லாம் என்னால தூக்கி சொமக்க முடியாது.”

“சரி அப்புடின்னா குடு. ஓம்பேரச் சொல்லி நானே செலுத்திட்டு வந்தர்றன்.”

மலர்க்கொடி தன் கையிலிருந்த முடிச்சை கிழவரிடம் கொடுத்தாள். கையில் வாங்கியவர் முடிச்சின் தன்மையை நெருடிப்பார்த்து அதிர்ந்தார்.

"என்னம்மா எல்லாம் நக மாதிரியில்ல இருக்கு. இங்க வா வந்து இப்புடி செத்த ஒக்காரு."

"சொல்லுங்க தாத்தா."

"நீதான் சொல்லணும். என்னம்மா இதெல்லாம்?"

மலர்க்கொடியால் அவரிடம் பொய் சொல்ல முடியவில்லை. தான் நினைத்தது செய்வது எல்லாவற்றையும் சொன்னாள்.

"புத்திசாலி பொண்ணாத்தான் இருக்குற. இன்னைக்கு தங்கம் விக்கிற வெலயில இவ்வளத்தயும் உண்டியல்ல போடணுமுன்னு சொல்றியேம்மா. ஏதோ வாய்தவறி சொல்லிட்டேன்னு வாயில ரெண்டு அடி அடிச்சிக்கிட்டு எடுத்து போட்டுக்கம்மா. சொன்னத்துக்காவ சின்னதா ஒரு நகயமட்டும் குடு போதும். சாமிக்கு நம்மளோட கஷ்ட நஷ்டம் புரியாமயா போயிடும். ஒண்ணும் ஆவாது பயப்படாத."

"இல்ல தாத்தா. நான் இந்த விஷயத்துல வைராக்கியமா இருக்குறன். என்னோட மனச மாத்த நெனக்காதீங்க."

"ஒங்கம்மா தான் ஒனக்கு சோறுபோடணுங்குற."

"ஆமாம். இனிமே ஒரு பருக்கயா இருந்தாலும் அது எங்கம்மா குடுத்துதான் நான் என்னோட வாயில வாங்கிப்போடுவேன்."

"அது என்ன செய்யும் பாவம் பிச்சயெடுத்துக்கிட்டுதான இருக்குது."

"எங்கம்மாவால பிச்சயெடுக்க மட்டும்தான் முடியுமுன்னாலும் பரவால்ல. பிச்சயெடுத்தே தரட்டும். மூணுவேளயும் போடுன்னு கேக்கல. ஒருவேள சோறு போதும் எனக்கு."

"அம்மாவுக்கும் வயசாவுதுல்ல. வரவர முடியாமத்தான போவும்?"

"முடியாமப் போனா நான் பாத்துக்கிறன் தாத்தா?"

இவளிடம் இதற்குமேல் பேசுவதால் எந்தப் பயனுமில்லை என்பதை நன்றாகப் புரிந்துகொண்டார் கிழவர்.

"சரிம்மா நீ போயி படு. நான் இத ஒன்னோட ஆசப்படியே உண்டியல்ல போட்டுட்டு வந்தர்றன்."

மலர்க்கொடிக்கு இப்போதுதான் நிம்மதியாய் இருப்பதுபோலத் தோன்றியது. அவள் பழையபடியே வந்து கற்பகத்து ஓரமாய் படுத்துக்கொண்டாள். கண்மூடிக்கிடந்தவள் தூங்கியும் போனாள்.

ஆனால் கிழவருக்கு அதற்குமேல் தூக்கம்கொள்ளவில்லை. இந்த நகையை இவள் சொல்லுவதுபோல மாதாகோயில் உண்டியலில் போட்டுவிடக்கூடாது. வேளாங்கண்ணி மாதா மன்னிப்பா. இந்தப் பொண்ணு ஆத்திரத்துலதான் இதுமாதிரி செய்யிது. பத்து நாளு போவட்டும். கஷ்டத்த கண்ணால பாக்கட்டும். அப்பதான் காசுபணத்தோட அரும தெரியும். அதுவரைக்கும் பத்தரமா நாமதான் இத பாதுகாத்து வச்சிருக்கணும்.

இப்படி அவர் யோசித்தாலுமேகூட மலர்க்கொடியின் மீது உண்மையான பரிவும் அனுதாபமும் ஏற்படவே செய்தது. 'பொண்ணா பொறந்த ஒரு பொண்ணு மனசுல என்ன ஒரு வேதனையும் வலியும் இருந்தா நகநட்டயே வேண்டாமுன்னு கயட்டிக்குடுக்கும். தெரிஞ்சோ, தெரியாமலோ பட்ட காயத்துக்கு மருந்து போடுற வேலயதான் இந்தப் பொண்ணு செய்யிது.'

பாங்கு ஒலி கேட்டு திடுக்கிட்டு எழுந்தாள் மலர்க்கொடி. ஒரு வினாடி அவளுக்கு தான் எங்கிருக்கிறோம் என்று ஒன்றும் புரியவில்லை. தெளிவடைந்தபோது ஒருவித இனம்புரியாத பயமும் மருட்சியும் மனதைக் கவ்விக்கொண்டது. வந்தன் படுத்தன் இப்புடியா தூங்குவன். சுத்தியிருக்குற எல்லாரும் என்னப்பத்தி என்ன நெனைப்பாங்க. கடவுளே.... நான் என்ன பண்ணுறேன்னு எனக்கு ஒண்ணுமே புரியலயே. ஆயா செத்ததுலேருந்தே கஷ்டகாலம் ஆரம்பிச்சிச்சி. நேத்து எழுந்ததுலேருந்து சம்மட்டி அடியா விழுந்திச்சி. அத சமாளிக்கன்னு இப்புடி வூட்டவுட்டு, மாயவனவுட்டு, தேடிச்சம்பாதிச்ச வீடுவாச, கம்பெனி பொருளயெல்லாம் வுட்டுட்டு வந்துட்டமே. வார்டு மெம்பரா, எம்எல்ஏவா எப்புடியெப்புடி ஒயர்வான வாழ்க்கயெல்லாம் வாழ்ந்துட்டு, இப்புடி சட்டுன்னு எடுத்தோம் கவுத்தோமுன்னு பள்ளிவாசல்ல வந்து படுத்துட்டமே. இது நல்லதுதானா? நான் செய்யிறதெல்லாம் சரியா? எப்பவும் நல்லது கெட்டத எடுத்துச்சொல்லுற ஆயாவும் இல்ல. மாயவனும் இல்லாம மனம்போற போக்குல நான் போறனா? எனக்கு ஒண்ணுமே புரியலயே... கடவுளே, நான் இப்ப என்ன செய்யிறது? இந்த பள்ளிவாசல்ல இருக்குறவங்க கேட்டா நான் என்ன பதில் சொல்றது? மலர்க்கொடிக்கு கண்களைத் திறந்து பார்க்கவே பயமாக இருந்தது. எல்லோரும் அவளையே பார்த்துக்கொண்டிருப்பதுபோலத் தோன்றியது. ஒரு நாளு முச்சூடும் நான் வீட்டுக்கு வராததால இந்நேரம் மாயவன்

என்ன தேட ஆரம்பிச்சிருப்பான். கவிதா, புனிதாவுக்கு சேதி கெடச்சிருக்கும். பாவம் அதுங்க ரெண்டும் எப்புடி கஷ்டப்படுதுங்களோ. வாசுகி, கம்பெனில வேல செய்றவங்க, தெரு சனங்க எல்லாரையும் மறந்துட்டு எப்புடி நான் இப்புடி ஒரு முடிவெடுக்கத் துணிஞ்சன்?

“கற்பகம் ஓம் மவள எழுப்பி டீய ஊத்திக்குடு குடிக்கட்டும்” என்றாள் ஒருத்தி.

“பிச்சக்கார கழுதங்குறது சரியாத்தான் இருக்கு. எழுப்பி டீய ஊத்திக்குடி குடிக்கட்டும். கழுத இதுக்கு என்னைக்காச்சிம் வாய்கழுவி மூஞ்சி கழுவி டீ குடிச்ச பழக்கம் இருந்தாத்தான.” நீட்டி முக்கி பழிப்பு காட்டினாள் இன்னொரு பெண்.

“எட்டி நான் பேசுனா ஒனக்கு எங்கடி பிச்சிகிது. பொச்சரிப்புகார முண்ட”

“கண்டபடி பேசுன அப்பறம் மண்டயில மசுரு இருக்காது சொல்லிப்புட்டன்.”

“நாயிங்கள. விடியிறதுக்குள்ளயே ஆரம்பிச்சிட்டீங்களா ஒங்க சண்டய. இதுக்குமேல பேசினீங்க குண்டித்துணி இல்லாம பண்ணிடுவன். ஓடிடுங்க தூரக்க.” இருவரையும் அதட்டி அடக்கினான் ஒற்றைக்கால் மணி.

“பிச்சக்காரன் எருப்பும் புள்ளகாரன் எருப்பும் பொல்லாததாம். பொச்செருப்புல எந்த நேரம் பாத்தாலும் சாட பேச்சும் சண்டயுமாவே அலயுதுவோ”

“ரெண்டு மூனு கெடக்கு இங்க. அதுங்கள காலி பண்ணி வெரட்டி விடணும் மொதல்ல. நேரங்காலம் தெரியாம மானத்த வாங்குற நாயிங்க” ஆளாளுக்கு பேச ஆரம்பித்ததும் சண்டை போட்டுக்கொண்ட இரு பெண்களும் இருந்த இடம் தெரியாதபடி அடங்கிப்போனார்கள்.

“எவ்வள களைப்போ, எவ்வள அசதியோ, யாரு கண்டா? தூங்கட்டும். இப்ப என்ன பொழுதா விடிஞ்சிபோச்சி?”

“தர்காவுல முக்காலும் எழும்பியாச்சி பாரு.”

“க்கும். அஞ்சுமணி தொழுகக்கி வர்றவங்க ஏதாச்சிம் தட்டுல போடமாட்டாங்களான்னு எழும்பி ஒக்காந்துருக்குறதுவள பாத்துட்டு பாடம் நடத்தக்கொடாது ஆமா”

“அதான. அஞ்சிமணி பாங்கு சொன்னா எழும்பியே ஆவனுமுன்னு சட்டமாருக்கு?”

“அதுக்கில்ல. பொம்புளப்புள்ளயாருக்கு. வெளிய தெருவ போவணுமில்ல.”

“அதான. எழும்புறப்ப எழும்பட்டுமுன்னு வுடுறதா. நெனச்ச நேரம் பேலவும் கலுவவும் நம்ப என்ன தேசாங்கு ராசா கோட்டயிலயா குடியிருக்குறம்?”

மலர்க்கொடிக்கு ஒரே குழப்பமாகவும் வியப்பாகவும் இருந்தது. எல்லோருக்கும் அவளைப் பார்க்க வேண்டும். அதனால் ஆளாளுக்கு ஏதேதோ பேசிக்கொண்டு நிற்கிறார்கள் என்பது புரிந்தது. சோத்துப் பொட்டலங்களைப் பார்த்தால், சில்லறை போடுவோரைப் பார்த்தால் மொய்த்துக்கொள்வதைப் போலத்தான் மலர்க்கொடியை பார்ப்பதற்காகவும் நான் முதலில் நீ முதலில் என்று நிற்பதாகத் தோன்றியது அவளுக்கு. ஏன் யாரும் ஏசவில்லை பேசவில்லை. நாம் கற்பகத்தின் மகள்தான் என்று எல்லோருக்கும் தெரிந்துவிட்டதா? இதற்கு மேலும் அவளால் தூங்குவதுபோல பாசாங்கு செய்ய முடியாதென்று தோன்றியது. மெதுவாக முக்காட்டை விலக்கியபடி எழுந்து உட்கார்ந்தாள். பக்கத்தில் உட்கார்ந்திருந்த கற்பகம் மலர்க்கொடியையே பார்த்துக் கொண்டிருந்தாள். இவள் எழுந்துவிட்டாள் என்பது தெரிந்ததும் இன்னும் கூட்டம் அதிகமாகிவிட்டது.

அந்த வயதானவர்தான் எல்லோரிடமும் நம்மைப் பற்றி சொல்லியிருக்கிறார் என்பது புரிந்தது அவளுக்கு.

மலர்க்கொடியால் கற்பகத்தை சட்டென்று அடையாளம் கண்டுகொள்ள முடிந்தது. அச்சு அசல் தன்னைப்போலவே தன் அம்மா இருப்பதைப் பார்த்து அசந்துபோனாள். சுற்றியிருந்தவர்களும் இதையே சொல்லி வியந்தார்கள்.

தன் வாழ்நாள் வேண்டுதலின் பலன் கிடைத்துவிட்டது போல கற்பகத்தின் கண்கள் கலங்கி தளும்பி நின்றன.

பக்கத்திலிருந்த பெண்ணொருத்தி “போயி மொகம் வாயி கழுவிட்டு வந்து டீ குடி தாயி. ஒங்கம்மா ஒனக்காவ டீ வாங்கியாந்து வச்சிக்கிட்டு நீ எப்ப எழும்புவன்னு காத்துக்கிட்டு இருக்குறதப் பாரு” என்றாள்.

கவுன்சிலராகவும் எம்எல்ஏவாகவும் அவள் தேர்வானபோது மாலையும் மரியாதையுமாய் அவளை எல்லோரும் சூழ்ந்துகொண்ட போது அத்தனைபேரின் பார்வையையும் ஒருசேர தாங்கிக்கொள்ள முடியாதவளாக கூச்சமும் சங்கடமும் நாணமும் கலந்த ஒருவித

உணர்வுக்கு ஆட்பட்டாள். அதே போன்றதொரு உணர்வு இப்போதும் அவளை நெளிய வைத்தது.

ஒருவழியாக முகம் கழுவிக்கொண்டு வந்து உட்கார்ந்தாள். தன்னிடமிருந்த டம்ளரில் டீயை ஊற்றி மகளிடம் கொடுத்தாள் கற்பகம். தாயின் கையால் இதை வாங்க மலர்க்கொடிக்கு முப்பத்தேழு வருட வேண்டுதல் உதவியிருக்கிறது.

கற்பகம் மலர்க்கொடியை விட்டு தன் பார்வையை விலக்கவில்லை. என் மகள் வளர்ந்து இவ்வளவு பெரியவளாக வந்து நிற்கிறாள். இவளுக்கு குறையொன்றும் இல்லை. இவளுடைய அப்பாவைப்பற்றி எப்படி விசாரிப்பது? இவளை யார் வளர்த்தார்கள்? கல்யாணம் ஆகிவிட்டதா? கணவன் குழந்தைகள் எல்லாம் எங்கே இருக்கிறார்கள்? ஆயிரம் ஆயிரம் கேள்விகள் கேட்கவேண்டுமென்று ஆசைப்படுகிறாள். ஆனால் எந்தக் கேள்வியையும் கேட்கும் உரிமையும் தகுதியும் தனக்கு இருப்பதாக அவள் நினைக்கவில்லை. பொங்கிவரும் அழுகையை அடக்கியபடி என் மகள் உயிரோடு இருக்கிறாள். இது ஒன்றே எனக்குப் போதும். எத்தனையோ முறை கற்பகத்திற்கு தன் மகள் உயிரோடு இருப்பாளோ, மாட்டாளோ என்ற சந்தேகம் ஏற்பட்டு அவளது நெஞ்சாங்குலையை நடுங்கச் செய்திருக்கிறது. இன்று முழுதாய் இவள் இப்படி தன் கண்முன்னே வந்து நிற்பதைப் பார்க்கும்போது ஒரு தாயாய் அவளுக்கு இது ஒன்றேபோதும் என்று நிம்மதியடைவதில் வியப்பொன்றும் இல்லைதான்.

கற்பகம் கேட்காவிட்டாலும்கூட மற்றவர்கள் மலர்க்கொடியைப் பற்றி விசாரித்துக் கொண்டுதான் இருந்தார்கள். அவர்களிடம் அவள் என்ன சொல்வாள். அவளுடைய வாழ்க்கையில் நடந்தவற்றை அப்படியே சொன்னால் யாரும் அவற்றையெல்லாம் நம்ப மாட்டார்கள் என்பது மலர்க்கொடிக்கு நன்றாகவே புரிந்திருந்தது. ஆகையால்தான் மங்களத்துக்கிழவி இவளை எடுத்து வளர்த்தது, கவிதா புனிதாவை இவள் எடுத்து வளர்த்து டாக்டராக்கிவிட்டது, தேர்தலில் நின்று வார்டு கவுன்சிலராய், எம்எல்ஏவாய் வேலைசெய்தது இவற்றையெல்லாம் விட்டுவிட்டு மற்றவைகளை மட்டும் கூறினாள்.

மலர்க்கொடிக்கு குழந்தை பாக்கியம் இல்லை. அவள் மாயவனுடன் இருக்கும்வரை அவன் வேறு ஒரு பெண்ணை மணந்துகொள்ள சம்மதிக்க மாட்டான். அதனால்தான் அவனைவிட்டு பிரிந்து வந்துவிட்டதாகவும் ஒருவாறாக தனது கதையை எல்லோரிடமும் சொல்லி முடித்திருந்தாள்.

கற்பகத்தால் இதை ஏற்றுக்கொள்ளவே முடியவில்லை. "நான் பேசி சமாதானப்படுத்தி வைக்கிறன். என்ன மாயவன்கிட்ட அழச்சிக்கிட்டு போ" என்று எவ்வளவோ கெஞ்சிப் பார்த்துவிட்டாள். மலர்க்கொடி அதற்கு சம்மதிக்கவில்லை.

"மாயவனுக்கு நீ நல்லது செய்யிறேன்னு நெனச்சி கெடுதல பண்ணிடாதம்மா. ஒன்ன நெனச்சி அந்த தம்பி தவிச்சிக்கிட்டுருக்கப் போவுது. ஓம் புடிவாதத்த வுட்டுட்டு கொஞ்சம் எறங்கி வாயம்மா" ஒவ்வொரு நாளும் கண்ணீர்விட்டுக் கெஞ்சினாள் கற்பகம்.

அப்போதெல்லாம் மலர்க்கொடி கற்பகத்துக்கு சொல்லும் பதில் இதுவாகத்தான் இருந்தது.

"ஓம் மருமவன் கூட நான் சேந்து வாழலங்குறதுதான் ஒன்னோட மனக்கொறன்னா அந்தக் கொறயும் ஒரு நாளு தீந்துடும் கவலப்படாத."

"என்னைக்கோ ஒருநாளு தீருமுன்னு நாம ஏன் நாளவளத்தணும். வா இப்பவே போவம்."

"இல்லம்மா. மாயவனா நம்மள தேடி வரட்டும். அப்பறம் பாத்துக்கலாம்"

"அது எப்புடிம்மா முடியும். அந்த தம்பியால ஒன்ன எப்புடி தேடி வரமுடியும் சொல்லு. அது இருக்குற எடம் ஒனக்குத் தெரியும். ஆனா நீ இருக்குற எடம் அதுக்கு எப்புடித் தெரியும். நம்மதாம்மா போவணும்."

"இல்லம்மா. நீ எப்புடி இருப்பன்னு எனக்குத் தெரியாது. நான் எப்புடி இருப்பன்னு ஒனக்குத் தெரியாது. இருந்தாலும் முப்பத்தேழு வருசத்துக்கு அப்பறமா கொட நம்ம ஒண்ணு சேந்துட்டோமில்ல. இது எப்புடின்னு நெனச்சிப்பாத்தியா? பாசம்மா."

"......"

"பெத்தபாசம், புள்ளபாசம். அதேமாதிரி எம்மேல மாயவனுக்கு பாசம் இருந்தா கண்டிப்பா தேடி வருவான்" என்றாள்.

இவ்வளவு பிடிவாதமாகவும் உறுதியாகவும் இருப்பவளிடம் யாருடைய பேச்சுதான் எடுபடும். நாகூர் ஆண்டவரிடமும் வேளாங்கண்ணி மாதாவிடமும் முறையிடுவதைத் தவிர கற்பகத்திற்கும் வேறு வழியிருப்பதாய்த் தெரியவில்லை.

மலர்க்கொடிக்கும் தர்கா வாசம் வெகு சீக்கிரமாகவே பழக்கத்திற்கு வந்திருந்தது. அந்த இடத்திற்கு உகந்தவளாய் தன்னை இயல்பாக பொருத்திக்கொண்டாள். அந்த தர்கா முழுவதையும் சுத்தம் செய்வது.

முடியாதவர்களுக்கு துணி துவைத்துக் கொடுப்பது, எல்லோரையுமே அக்கறையோடு கவனித்துக் கொள்வது என்று அவளுடைய ஒவ்வொரு நாள் பொழுதும் பயனுள்ளதாகவே கழிகிறது. ‘இதுவும் ஒருவகையான வாழ்க்கை அனுபவம்தான். இந்த வாழ்க்கைக்கு என்ன குறை’ பல நேரங்களில் அவள் தனக்குள்ளே சொல்லிக்கொள்வாள்.

“இந்த ஒரு வாழப்பழத்த நீ எம்மா நேரமாத்தான் வச்சிக்கிட்டு திம்ப” மலர்க்கொடியின் அதட்டலுக்கு கட்டுப்பட்டவளைப் போல பழத்தை முழுவதுமாக தின்றுவிட்டு தோலை மலர்க்கொடி கைநீட்டவே அவளிடம் கொடுத்தாள்.

“வயத்த கியத்த வலிக்கிறமாதிரி இருந்தா கூப்புடும்மா.”

“நீ இப்ப எங்க போற.”

“கிழிஞ்ச துணிங்க அஞ்சாறு வாங்கி போட்டுருக்குறன். எல்லாத்தயும் தச்சி அவங்கவங்ககிட்ட குடுத்துடணும். அதான், போயி தைக்கலாமுன்னு பாத்தன்.”

மலர்க்கொடி இந்த வேலைகளையெல்லாம் செய்கிறாளே தவிர, இதுவரை அவளது அம்மாவுக்குப் பதிலாக ஒருமுறைகூட யாரிடமும் கையேந்தியதில்லை. கற்பகத்தின் பிச்சையில்தான் இருவரது வயிறும் சுருங்கி விரிகிறது. கற்பகம் வேளாங்கண்ணி மாதாவிடம் மன்னிப்பு கேட்டுக்கொண்டு தன் உள்மடிக்குள் முடிந்து சொருகி வைத்திருக்கும் மலர்க்கொடியின் நகைகளை தொட்டுப் பார்த்தாள்.

“அம்மா மலரு. அப்புடியே ஒரு சுருக்குப் பையி தச்சிக்குடும்மா”

“எதுக்கு ஒனக்கு இப்ப சுருக்குப் பையி?”

“இதுக்குத்தான். இந்தப் பையி நஞ்சி போச்சிது.”

“ம்.. இந்த நகையெல்லாம் இன்னும் எத்துன நாளைக்கித்தான் என்னோட அடிவயத்த அழுத்திக்கிட்டே இருக்குமோ தெரியலயே ஆண்டவரே... அந்த தம்பிய எப்ப கொண்டாந்து சேப்பிங்களோ. இந்த நகநட்டெல்லாம் எம்பொண்ணு போட்டு என்னக்கி நான் கண்ணுகுளுர பாக்கப்போறனோ தெரியலயே... ஆண்டவரே...”

“ஓம் மருமவன அந்த ஆண்டவரு கூடிய சீக்கிரமே கொண்டாந்து சேத்துடுவாரு கவலப்படாத” மலர்க்கொடி கிண்டலுக்காகத்தான் சொன்னாள். ஆனால் அதை ஆமோதிப்பதைப்போல வெகுதூரத்தில் வேளாங்கண்ணி மாதாகோவில் மணி ஒலித்தது.